பேராசிரியர் அ.மார்க்ஸ் தமிழகத்தில் பரவலாக அறியப்பட்ட கல்வியாளர்களில் ஒருவர். இயற்பியல் பேராசிரியராக தமிழக அரசு கல்லூரிகளில் 37 ஆண்டுகள் பணியாற்றினார். அரசு கல்லூரி ஆசிரியர் கழகம், அரசு கல்லூரி ஆசிரியர் மன்றம் ஆகியவற்றில் பல்வேறு பொறுப்புகளில் இருந்து செயல்பட்டார். கடந்த முப்பதாண்டுகளாக இந்திய அரசு வெளியிட்ட கல்விக் கொள்கைகள் குறித்து உடனுக்குடன் விமர்சித்து நூல்கள் வெளியிட்டும், கருத்தரங்குகளில் பங்கேற்றும், அவை குறித்த விமர்சனங்களையும் கருத்து களையும் மக்கள் மத்தியில் பரவலாக்கியது இவருடைய பல்துறைப் பங்களிப்புகளில் ஒன்று. 1986இல் கல்விக் கொள்கை நகல் வெளியிடப்பட்டபோது அதை விமர்சித்து எழுதிய அவருடைய நூல் அன்று தமிழகத்தைச் சேர்ந்த பல்வேறு அமைப்புகளாலும் மறுவெளியீடு செய்யப்பட்டு விவாதிக்கப்பட்டது குறிப்பிடத்தக்கது.

இந்திய அரசும் கல்விக் கொள்கைகளும் 1986–2016

அ. மார்க்ஸ்

அடையாளம்

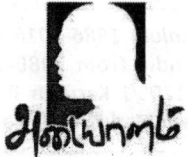

முதல் பதிப்பு 2018
© அ. மார்க்ஸ்
வெளியீடு: அடையாளம், 1205/1 கருப்பூர் சாலை, புத்தாநத்தம் 621310, திருச்சி மாவட்டம், இந்தியா, தொலைபேசி: 04332 273444
நூல் வடிவம்: த பாபிரஸ், அச்சாக்கம்: அடையாளம் பிரஸ், இந்தியா
ISBN 978 81 7720 288 5
விலை: ₹ 240

India arasum kalvik kolkaikalum 1986-2016 is a collection of essays on policies for education in India from 1986-2016 in Tamil by A. Marx, Published by Adaiyaalam, 1205/1 Karupur Road, Puthanatham 621310, Thiruchirappalli District, Tamilnadu, India, email: info@adaiyaalam.net

என்னை ஓர் ஆசிரியனாய்ப்
பெருமிதங் கொள்ளச் செய்த
என் மாணவர்களுக்கு

பொருளடக்கம்

1 ராஜீவ் அரசின் புதிய கல்விக் கொள்கை-1986 நகல் மற்றும் இறுதியாக்கப்பட்ட கல்விக் கொள்கை — 1
   1.1 புதிய கல்விக் கொள்கை-1986 பற்றிய அரசு நகல் ஆவணம்: ஒரு பரிசீலனை — 3
   1.2 ராஜீவ் அரசின் தேசிய கல்விக் கொள்கை தேசிய விவாதமா, தேசிய மோசடியா? — 29
   1.3 புதிய தேசிய கல்விக் கொள்கையில் வலியுறுத்தப்படும் அம்சங்கள்: மேலும் சில விளக்கங்கள் — 36

2 அரசும் கல்விக் கொள்கைகளும்: நோக்கமும் பின்னணியும் — 51
   2.1 புதிய கல்விக் கொள்கைக்கான அவசரமும் அவசியமும் — 53
   2.2 அரசும் கல்வியும் — 61
   2.3 பாசிசம்-புதிய கொள்கைகள்-கல்வி: ஒரு குறிப்பு — 73
   2.4 எனவே... — 89

3 கல்வி-உணவு உரிமைச் சட்டங்கள்-2009: ஒரு விமர்சனம் — 93
   3.1 கல்வி உரிமைச் சட்டம் வரமா, சாபமா? — 95
   3.2 உணவு உரிமைச் சட்டம் பசியை ஒழித்துவிடுமா? — 107
   3.3 தொகுப்பாக: உணவு-கல்வி-உலகமயம் — 118
   3.4 பொதுப்பள்ளி முறை: ஒரு குறிப்பு — 132
   3.5 சட்டபூர்வமாக்கப்பட்ட மக்களின் உணவு உரிமைகள் — 137

4	பாஜக அரசின் புதிய தேசிய கல்விக் கொள்கை-2016 அபத்தங்களும் ஆபத்துகளும்	141
4.1	அறிமுகம்	143
4.2	கல்விக் கொள்கைகளும் தமிழகமும்: சில நினைவுகள்	150
4.3.	கல்விச் சீரழிவுகள் மற்றும் தீர்வுகள் குறித்த இவர்களின் பார்வை	154
4.4	இந்த அறிக்கையில் எந்த பூதமும் இல்லை எனப் புன்னகைக்கும் ஒருவர்	157
4.5	குருகுலக் கல்விமுறையைப் போற்றும் அபத்தம்	161
4.6	குலக் கல்வித் திட்டம்	166
4.7	மாணவர்களைத் தரம் பிரிக்கும் ஆபத்து	169
4.8	ஐந்தாம் வகுப்பிற்கு மேல் மீண்டும் பாஸ்-ஃபெயில் முறையைக் கொணர்தலும் 'திறன்மிக்க இந்தியர்களை' உருவாக்கும் திட்டமும்	179
4.9	'மேக் இன் இந்தியாவும்' உயர் கல்வியிலிருந்து கட்டாயமாக ஒதுக்கி வைக்கப்படுவோரும்	185
4.10	திறன் இந்தியா எனும் பெயரில் திறன் நீக்கம் செய்யப்படும் தொழிலாளிகள்	188
4.11	மாணவர் சேர்க்கை இல்லை எனச் சொல்லி பள்ளிகளை மூடுவதை ஒரு கொள்கையாகவே அறிவிக்கும் திட்டம்	190
4.12	ஒழித்துக் கட்டப்படும் பல்கலைக்கழக மானியக்குழு	193
4.13	கல்வி நீக்கம் செய்யப்படும் கல்வித்துறை	196
4.14	'தீர்ப்பாயங்கள்' எனும் பெயரில் மாணவர்களின் நீதி கோரும் உரிமை முடக்கப்படுதல்	200
4.15	மாணவர் அமைப்புகள் மீது கண்காணிப்பு	201
4.16	இட ஒதுக்கீடு மற்றும் கல்விக்கூடங்களில் தீண்டாமை குறித்து அறிக்கை வெளிப்படுத்தும் மௌனம்	203
4.17	குறிவைக்கப்படும் ஆசிரியர்கள்	205
4.18	சிறுபான்மைச் சமூகங்களின் கல்வி நிறுவனங்களும் 25 சதவீத மாணவருக்கு இலவசக் கல்வியும்	210
4.19	ஆர்எஸ்எஸ்ஸின் அறிவுரைகளும் இந்த அறிக்கையும்	215

4.20	சமஸ்கிருதத் திணிப்பும் தாய்மொழிவழிக் கல்வியும்	217
4.21	பன்னாட்டு மூலதனக் கொள்ளைக்கு உயர்கல்வியைத் திறந்துவிடும் காட்ஸ் ஒப்பந்தத்திற்கான ஒப்புதல் அறிக்கையே இந்தப் புதிய கல்விக் கொள்கை	221
4.22	ஏன் கூடாது 'நீட்'	228
4.23	அம்பானி-பிர்லா அறிக்கை -2000	240
பின்னிணைப்புகள்		249

முன்னுரை

கல்வி பற்றி நான் கடந்த முப்பதாண்டுகளில் எழுதியவற்றில் நான்கு குறுநூல்கள் மற்றும் சில கட்டுரைகள் மட்டும் இங்கே தொகுக்கப் பட்டுள்ளன.

கல்விப் பிரச்சினைகள் குறித்து நான் எழுதியுள்ள வேறு பல கட்டுரைகள் எனது பல்வேறு தொகுப்புகளில் சிதறிக் கிடக்கின்றன. மாற்றுக் கல்வி குறித்த இரு கட்டுரைகள் எனது பின் நவீனத்துவநிலை பெருந்தொகுப்பில் உள்ளன. பாவ்லோ ஃப்ரெய்ரேயின் கல்விமுறை குறித்த விரிவான கட்டுரையும் பாடநூல்கள் மற்றும் பல்கலைக்கழகப் பாடத் திட்டங்களில் பாஜக அரசு செய்த மிக ஆபத்தான மாற்றங்கள் குறித்த விரிவான கட்டுரையும் தனிக் குறுநூல்களாக வெளியிடப் பட்டு நீண்ட நாட்களுக்குப்பின் இப்போது மீண்டும் மறுபதிப்புக் காண்கின்றன. 'இந்துத்துவம்' பற்றிய என் பெருந்தொகுப்பிலும் இது தொடர்பாக விரிவாகப் பேசப்பட்டுள்ளது. இவை தவிர கல்லூரி ஆசிரியர் சங்க இதழ்களிலும் அரங்குகளிலும் நான் எழுதியவையும் வாசித்தவையும் என சில கட்டுரைகள் எந்தத் தொகுப்பிலும் இல்லாமல் என்னுடைய சேகரங்களிலும் இல்லாமல் போய்விட்டன. அவற்றிலும் சில முக்கிய கட்டுரைகள் உண்டு. எடுத்துக்காட்டாக, கலைத்துறைப் பாடங்களை (humanities) அரசு கல்லூரிகளில் நீக்குகிற முயற்சி ஒன்று பொன்னையன் கல்வி அமைச்சராக இருந்தபோது மேற்கொள்ளப்பட்டது. கல்லூரி ஆசிரியர் சங்கத்தின் ஊடாக நாங்கள் அம்முயற்சியை எதிர்த்தோம். அப்போது கலைத்துறைப் பாடங்களின் முக்கியத்துவம் குறித்துக் கருத்தரங்கு ஒன்றில் வாசித்துப்பின் ஒரு இதழிலும் வெளிவந்த ஒரு முக்கியக் கட்டுரை இப்போது என் கைவசம் இல்லை.

இருக்கிற எல்லாவற்றையும் ஒரே நூலாகத் தொகுத்தால் உறுதியாக அது ஒரு முக்கிய ஆவணமாக யாருக்கும் உதவக்கூடும். என் கருத்துகளை ஏற்காதோருக்குக்கூட அது ஒரு தகவல் பெட்டகமாக

இருக்கக்கூடும். எனினும் அது இன்னும் பெரிய தொகுப்பாக அமைந்து பதிப்பாளருக்கு மட்டுமின்றி வாங்குவோருக்கும் ஒரு சுமையாக அமைந்துவிடும் என்பதால் இப்போதைக்கு கடந்த 30 ஆண்டுகளில் முன்வைக்கப்பட்ட முக்கிய கல்விக் கொள்கைகளைப் பற்றிய எனது நான்கு குறுநூல்களின் தொகுப்பாக இந்நூல் வெளிவருகிறது.

கல்விக் கொள்கைகள் என்பன வெறுமனே கல்வி குறித்த ஆவணங்கள் மட்டுமல்ல; சமூக உருவாக்கம் குறித்த ஓர் ஆட்சியின் அல்லது ஒரு காலகட்டத்தின் பார்வை மற்றும் அணுகல்முறைகளைப் புரிந்துகொள்வதற்கான மிக அடிப்படையான கருவிகளும்கூட. சுதந்திரத்தை ஒட்டி ஜவஹர்லால் நேரு பிரதமராக இருந்த போது டாக்டர் இராதா கிருஷ்ணன் அவர்கள் தலைமையில் அமைக்கப்பட்ட குழு அளித்த தொடக்க அறிக்கை, பிறகு 1966இல் பேரா. கோத்தாரி தலைமையில் அமைக்கப்பட்ட குழு அளித்த விரிவான அறிக்கை ஆகியவற்றிற்கும் அதற்குப்பின் உருவாக்கப்பட்டவையான இந்த நூலில் பேசப்படுகிற அறிக்கைகளுக்கும் உள்ள மிகப் பெரிய வேறுபாடுகள் இந்த உண்மையை உணர்த்தும். இந்தியத் துணைக் கண்டத்திற்குள்ளும் உலக அளவிலும் ஏற்பட்ட மாற்றங்கள் இந்தக் கல்விக் கொள்கை மாற்றங்களிலும் அப்படியே பிரதிபலிக்கின்றன.

அந்நிய ஆட்சியிலிருந்து விடுதலை பெற்ற நாடு இது; ஒரு தேச உருவாக்கப் பெரும் பொறுப்பு நம் கையில் உள்ளது என்கிற பொறுப்புணர்வுடன் புகழ்பெற்ற கல்வியாளர்களால் உருவாக்கப் பட்டவை முதல் இரு அறிக்கைகள். அதற்குப்பின் ஆட்சியாளர்களால் உருவாக்கப்பட்ட கல்விக் கொள்கைகள் இந்தத் தேச நிர்மாணப் பொறுப்பு குறித்துச் சிறிதும் கவனம் கொள்ளவில்லை; உலகளாவிய மாற்றங்களில் இந்தியா தன்னை இணைத்துக்கொள்ளும் துடிப்பின் வெளிப்பாடாகவே இவை அமைகின்றன.

அதிலென்ன பிரச்சினை? உலகத்தோடு ஒட்ட ஒழுகித்தானே ஆக வேண்டும் என்கிற கேள்வி இயல்புதான். எல்லாவற்றிலும் உலகம் சமநிலையில் இருந்தால் இதில் பிரச்சினை இல்லைதான். ஆனால் மிகப் பெரிய ஏற்றத்தாழ்வுகள் சகல மட்டங்களிலும் நிலவும் நிலையில் இது எத்தகைய பாதிப்புகளை நமக்கு ஏற்படுத்தும்? இது குறித்த கரிசனம்தான் இந்தத் தொகுப்பின் ஆய்வுக் களம்.

சில நேரங்களில் நாம் முன்வைக்கும் சில ஐயங்கள் கொஞ்சம் 'ஓவர்' என சிலருக்குத் தோன்றலாம். எதிர்மறையான மாற்றங்களால் பெரிய

அளவில் பாதிக்கப்படும் நிலையில் (vulnerable) உள்ளவர்கள் நாம். நமக்கு ஐயங்கள் வருவது இயல்பு. இதை வாசிக்கும் உங்களுக்கு ஒரு கூடுதல் வாய்ப்பு உள்ளது. இந்தத் தொகுப்பின் முதல் இரு நூல்களையும் நீங்கள் அவை எழுதப்பட்ட முப்பத்திரண்டு ஆண்டுகளுக்குப் பின் வாசிக்கிறீர்கள். அப்போது முன்வைக்கப்பட்ட ஐயங்களில் நியாயம் உள்ளனவா இல்லையா என்பதை இப்போது அனுபவ பூர்வமாக உங்களால் மதிப்பிட முடியும். அன்று கொண்ட ஐயங்கள் எத்தனை அர்த்தமுள்ளவை என்பதை யாரும் இன்று உணர இயலும்.

ராஜீவ் கால (1986) கல்விக்கொள்கையை விமர்சிக்குமிடத்து 'இப்போது உயர் கல்வி பொதுவாக இருக்கிறது. தொடக்கக் கல்வியில் தான் ஏழை/ பணக்காரர் என வித்தியாசம் இருக்கிறது' என ஒரு கருத்து முன்வைக்கப்படுவதைப் பார்ப்பீர்கள். அதாவது தொடக்கக் கல்வியில் வசதியான பள்ளிகள், எளிய வசதிகளற்ற (அரசு) பள்ளிகள் என வேறுபாடுகள் உள்ளன; ஆனால் உயர்கல்வியைப் பொறுத்த மட்டில் எல்லாமே அரசு மற்றும் உதவி பெறும் கல்லூரிகள் தான். இவை கிட்டத்தட்ட பெரிய வர்க்க/சாதி வேறுபாடுகள் இல்லாமல் உள்ளன என்கிற பொருளில் அப்படிக் குறிப்பிடப்படுகிறது... அப்போது இன்றுள்ளது போல சுயநிதிக் கல்லூரிகளின் பெருக்கம் ஏற்பட்டு இருக்கவில்லை என்பதையே அது காட்டுகிறது. அந்த அடிப்படையில் அந்தக் கருத்து முன்வைக்கப்படுகிறது. ஆனால் இந்த 32 ஆண்டுகளில் அரசு மற்றும் உதவிபெறும் கல்லூரிகளின் எண்ணிக்கை அப்படியே தான் இருக்கின்றன; ஆனால் சுயநிதிக் கல்லூரிகள் எத்தனை மடங்கு பெருகியுள்ளன!

இதே நூலில் பிறிதோரிடத்தில் இப்படிச் சுயநிதிக் கல்லூரிகள் பெருகுவது குறித்த அச்சம் வெளியிடப்படுவதையும் காணலாம்; இது முரணல்ல; அதுதான் அப்போதைய நிலை. மாற்றங்கள் தொடங்கி இருந்த காலம் அது. ஒரு மருத்துவக் கல்லூரி இடம் இரண்டு லட்ச ரூபாய்க்கு விற்கப்படுகிறதே என இன்னொரு இடத்தில் வியந்துள்ளேன். ஆனால் இன்றோ மருத்துவ பட்டமேற்படிப்பு இடங்கள் ஒரு கோடி ரூபாய்க்கும் மேலாக விற்கப்படுகின்றன. இப்படியான மாற்றங்களுக்குத் தக்கவாறு நமது கல்வி அமைப்பைத் தகவமைக்கும் முயற்சிகளாகத்தான் இந்தக் கல்விக் கொள்கைகள் அமைகின்றன. அதனால்தான் சமூகம் செல்லும் திசையை அடையாளம் காட்டக் கூடியவையாக இந்தக் கல்விக் கொள்கைகள் உள்ளன எனச் சொன்னேன்.

இந்தத் தொகுப்பின் கடைசிப் பகுதி நரேந்திர மோடி தலைமை யிலான இன்றைய பாஜக அரசு உருவாக்கியுள்ள புதிய தேசியக் கல்விக் கொள்கையை விரிவாக ஆராய்கிறது. பொருள் வணிகம் மட்டுமின்றிச் சேவை வணிகங்களும் (service trades) உலகச் சந்தைக்குத் திறந்துவிடப்படும் காலகட்டத்திற்கான கல்விக் கொள்கை இது என இந்நூலின் இறுதிப் பகுதி நிறுவுகிறது. மாணவர்களை உயர் கல்விக்குரியவர்கள் எனவும், உயர்கல்விக்குத் தகுதியற்றவர்கள் எனவும் இரு கூறாகப் பிரிக்கும் உள் நோக்கத்தை இன்றைய கல்விக் கொள்கை எவ்வாறு முன்வைக்கிறது என்பதைக் கவனிக்கும் போது நமக்கு அச்சத்தால் நா வறள்கிறது.

கல்வி அதிகாரங்களை மத்தியப்படுத்தல், வளாகங்களில் அரசியலகற்றுதல், ஒருசாராரைத் தொழிற்பயிற்சியை நோக்கித் தள்ளுதல், மேலும் மேலும் உலகமய முயற்சிகளுக்குப் பணிதல் ஆகியவற்றில் காங்கிரஸ் ஆட்சிக்கும் பாஜக ஆட்சிக்கும் எந்த வித்தியாசமும் இல்லை என்பதையும் இந்த நூலின் ஊடே யாரும் புரிந்துகொள்ள இயலும். கூடுதலாக பாஜக அரசின் ஆபத்து என்பது கல்வியை இந்துத்துவக் கருத்தியலுக்குத் தக மாற்றி குழந்தைகளின் மனத்தில் வெறுப்பு விஷத்தைப் பதிப்பதில் அடங்கியுள்ளது. அது குறித்து எனது இதர நூல்கள் விரிவாகப் பேசுவதால் இங்கு அதிகம் கவனம் குவிக்கப்படவில்லை.

இந்தத் தொகுப்பில் உள்ள முதல் தொகுதி 1985இல் ராஜீவ் அரசு முன்வைத்த 'புதிய கல்விக் கொள்கை' நகல் அறிக்கையை அலசுகிறது. இரண்டாம் தொகுப்பில் உள்ள கட்டுரைகளும் அதே கால கட்டத்தில் எழுதப்பட்டவைதாம். அவை அரசுகளுக்கும் பாசிசத் திற்கும் கல்விக் கொள்கைகளுக்கும் உள்ள தொடர்புகளைக் கோட்பாட்டு அடிப்படையில் விளக்குகின்றன. கல்வி எப்படி ஒரு 'கருத்தியல் அரசு கருவியாக' (ideological state apparatus) விளங்குகிறது என விளக்கும் இப்பகுதி கோட்பாட்டாளர்களுக்குப் பெரிய அளவில் உதவும். அல்துசரிய மார்க்சியப் பார்வையின் ஊடாகக் கல்விக் கொள்கை எனும் கருத்தாக்கம் இப்பகுதியில் ஆய்வுசெய்யப்படுகிறது.

இந்தத் தொகுப்பில் உள்ள மூன்றாம் பகுதி முந்தைய ஐக்கிய முற்போக்குக் கூட்டணி (UPA) அரசு இயற்றிய 'கல்வி உரிமைச் சட்டம்', 'உணவு உரிமைச் சட்டம்' எனும் இரு முக்கிய சட்டங்களை விமர்சிக்கிறது. 2009இல் கல்வி உரிமைச் சட்டம் இயற்றப்பட்டது. அதே ஆண்டு உணவு உரிமைச் சட்டத்திற்கான நகல் முன்வைக்கப்பட்டது.

அப்போது எழுதப்பட்டுக் குறுநூலாக வெளிவந்த கட்டுரைகள்தாம் இப்பகுதியில் உள்ளன. உணவு உரிமைச் சட்ட நகல் பின்னர் 2013இல் சட்டமாக்கப்பட்டது. இந்தச் சட்டங்களும் தகவல் உரிமைச் சட்டம், நிலக் கையகப்படுத்தல் திருத்தச் சட்டம் முதலியனவும் குறைபாடுகள் உடையவையாயினும் மன்மோகன் சிங் தலைமையிலான ஐக்கிய முற்போக்குக் கூட்டணி அரசு இயற்றிய வரவேற்கத்தக்க சட்டங்கள் இவை என்பதில் ஐயம் இல்லை. எனினும் அவற்றில் உள்ள குறைபாடுகளை மிகக் கடுமையாக நாம் விமர்சிக்கவும் செய்தோம். அப்படியான விமர்சனக் கட்டுரைகளை இப்பகுதியில் காணலாம்.

நூலின் நான்காம் பகுதி இன்றைய பாஜக அரசின் புதிய தேசியக் கல்விக் கொள்கையைப் பகுப்பாய்வு செய்கிறது. தொடக்கத்தில் சொன்னது போல இவை அனைத்தையும் ஒன்றாக வைத்துப் பார்க்கும்போது தனித்தனியாகப் பார்க்கும் போது கிடைப்பதைக் காட்டிலும் சமூகம் இயங்கும் திசை குறித்த கூடுதல் பரிமாணம் ஒன்று நமக்குக் கிடைக்கிறது. இவற்றிற்கு முன்னதாக ஜவஹர்லால் நேரு காலத்தில் வெளிவந்த இரு கல்விக் கொள்கைகளையும் இத்தொகுப்பு பேசாவிட்டாலும் ஆங்காங்கு ஒப்பீட்டிற்காக அவையும் விரிவாகச் சுட்டிக் காட்டப்பட்டுள்ளன.

சுருக்கமாகச் சொல்வதானால் உலகமயக் காலத்தில் நமது கல்வி முறை அடைந்த மாற்றங்களின் விமர்சனபூர்வமான வரலாறாக இந்நூல் அமைகிறது எனலாம்.

இந்நூலிலுள்ள கட்டுரைகளை வெளியிட்ட இதழாசிரியர்கள், பொதியவெற்பன், புலம் லோகநாதன், பாரதி புத்தகாலயத் தோழர்கள், அறிமுகவுரை ஒன்றை எழுதிய பேராசிரியர் ப. சிவகுமார், இப்போது இத்தொகுப்பை வெளியிடும் அடையாளம் பதிப்புக்குழு, எல்லோருக்கும் என் இதயம் கனிந்த நன்றிகள்.

அ. மார்க்ஸ்

பிப்ரவரி 2, 2017
சென்னை

இந்திய
அரசும்
கல்விக்
கொள்கைகளும்
1986-2016

1

ராஜீவ் அரசின் புதிய கல்விக் கொள்கை-1986

நகல் மற்றும் இறுதியாக்கப்பட்ட கல்விக் கொள்கை

1.1

புதிய கல்விக்கொள்கை-1986 பற்றிய அரசு நகல் ஆவணம்: ஒரு பரிசீலனை

கடந்த சில மாதங்களாக ராஜீவ் காந்தியாலும் மத்திய கல்வி அமைச்சராலும் ஆரவாரத்துடன் பேசப்பட்டுவந்த புதிய கல்விக் கொள்கை (பு.க.கொ.) பற்றிய அரசு ஆவணம் வெளிவந்துவிட்டது; கல்வியின் சவால் - ஒரு கோட்பாட்டுப் பார்வை என்கிற பெயரில் இந்த ஆவணத்தைச் சுமார் 119 பக்கங்களில் மத்திய கல்வி அமைச்சகம் தயாரித்து வெளியிட்டுள்ளது. இது ஒரு இறுதியான கொள்கை அறிக்கை இல்லை எனவும் ஒரு புதிய கல்விக் கொள்கையை உருவாக்குவதற்கு உதவுகிற ஒரு தேசிய விவாதத்திற்கான அடிப்படை யான ஆவணந்தான் எனவும் (முன்னுரை, 4-3)[1] அறிவிக்கப் பட்டுள்ளது. தேசிய விவாதத்தில் பங்கு பெறுகிறவர்கள் முழுமையாக இதனைப் படிக்கமாட்டார்களோ என்ற அச்சத்தின் விளைவாகவோ என்னவோ 16 பக்கத்தில் இதன் சுருக்கம் ஒன்றையும் கல்வி அமைச்சகம் வெளியிட்டுள்ளது.

மூல அறிக்கையை அதிகார வர்க்கம் தனது சாதுரியத்தையெல்லாம் குவித்துத் தயாரித்துள்ளது. சாராம்சமான விஷயங்களைக் காட்டிலும் பின்னணியாக அதிகச் செய்திகள் தரப்படுகின்றன. படிப்பவர்கள் பின்னணிச் செய்திகளில் மயங்கி சாராம்சத்தைக் கோட்டை விடுவதற்கான வாய்ப்புக்கள் ஏராளமாக உள்ளன. சமூகப் பொருத்தம் (4-95, 4-125), சமூக மாற்றம் (1-11), நிலப் பிரபுத்துவப் பண்புகள் (1-27) போன்ற முற்போக்கான சொற்பிரயோகங்கள் வழியும் ஆரம்பக் கல்விக்கு முக்கியத்துவம் அளித்தல் (1-12), தற்போதுள்ள

---

[1] இந்த நூல் முழுவதும் அடைப்புக்குறிக்குள் காணப்படும் எண்கள் அரசு வெளியிட்டுள்ள கல்வியின் சவால் என்னும் ஆவணத்தின் பத்தி எண்களைக் குறிக்கின்றன.

கல்வித்திட்டத்திலுள்ள குறைபாடுகளை ஒத்துக்கொள்ளும் நேர்மை (2-24, 3-7, 3-44), மக்கள் பங்கேற்பு (3-11), அதிகாரப் பரவல் (4-131), தாழ்த்தப்பட்டவர்களையும் பெண்களையும் அதிக அளவில் கல்வியில் பங்கேற்கச் செய்தல் (4-85, 4-86) போன்ற முற்போக்கான நோக்கங்களைக் கூறுவதன் வாயிலாகவும் இந்த ஆவணத்திற்குக் கவர்ச்சி ஊட்டப்பட்டுள்ளது.

இந்தக் கவர்ச்சியில் மயங்கி இந்த ஆவணம் இலைமறை காயாகத் திரும்பத் திரும்ப வலியுறுத்த முயலுகின்ற பின்வரும் சாராம்சமான கருத்துகளைப் படிப்போர் தவறவிடும் வாய்ப்புகள் ஏராளமாக உள்ளன.

1. கல்வியில் தனியாரின் ஆதிக்கத்தை அதிகரித்தல் (3-40, 3-45, 3-75)
2. கல்விக்கும் வேலை வாய்ப்பிற்குமிடையே தொடர்பில்லை என்கிற பெயரில் படித்தவர்களுக்கு வேலை வாய்ப்பை அளிக்கும் பொறுப்பிலிருந்து கழன்று கொள்ளல் (3-62, 4-28)
3. முறைசாராக் கல்வி, தொழில்சார் கல்வி (Vocational Education) போன்றவற்றிற்கு முறைசார் கல்வியைக் காட்டிலும் முக்கியத்துவம் அளித்தல் (3-27, 3-28, 3-129, 4-13, 4-22)
4. ஆசிரியர் மற்றும் மாணவர்களுடைய அரசியல், சிவில் உரிமைகளைப் பறித்தல் (3-27, 3-28, 3-29)
5. கல்வி அதிகாரங்களை மத்தியில் குவித்துக்கொள்ளல் (4-135)
6. தேசிய இனங்களின் தனித்துவத்தைப் பற்றி மௌனம் சாதித்துக் கொண்டு தேசிய ஒருமைப்பாட்டை வலியுறுத்தல் (4-43, 4-44, 4-46, 4-97, 1-9, 3-26)
7. மறைமுகமாக இந்தித் திணிப்பு, ஆங்கில மொழிக் கல்வி ஆகியவற்றிற்கு ஆதரவளித்தல் (4-45, 1-9)
8. பாரம்பரியங்கள், விழுமியங்கள் என்ற பெயரில் இந்து-நிலவுடைமைக் கருத்துகளைக் கல்வியில் திணித்தல் (4-178)

மொத்தத்தில் இந்த ஆவணம் எவ்வளவு போலித்தனமாகவும் அதே தருணத்தில் விஷமத்தனமாகவும் உள்ளது என்பதைச் சமூகப் பொறுப்பும் கல்வியில் ஆர்வமுமுள்ளவர்கள் சுட்டிக்காட்டுவது அவசியமாகும். இவற்றை ஒவ்வொன்றாகக் காண்போம்.

இதற்குமுன் இவர்கள் கூறும் தேசிய விவாதம் என்பது எத்தனை தூரம் போலியானது என்பதைச் சுட்டியாக வேண்டும். பு.க.கொ.

உருவாக்கத்தில் ஆசிரியர், மாணவர், பெற்றோர் பங்கு இந்த ஆவணத்தில் வலியுறுத்தப்பட்டு உள்ளது (1-33). ரொம்பச் சரி. ஆனால் இந்த நகல் உருவாக்கத்தில் இவர்கள் எந்த அளவிற்குப் பங்குபெற்றனர் என்பது தெரியவில்லை. முழுக்க முழுக்கக் கல்வி அமைச்சகத்தின் மேல்தட்டு அதிகார வர்க்கமே இதனைத் தயாரித்துள்ளது. இப்போது நடைபெறும் இந்தத் தேசிய விவாதங்களிலும் பெற்றோர்கள் மற்றும் ஆசிரியர் கழகங்களின் பிரதிநிதிகள், மாணவப் பிரதிநிதிகள் ஆகியோர் முறையாக அழைக்கப்படவில்லை என்பது கவனிக்கத் தக்கது. முழுக்க முழுக்க மற்றெல்லா அரசு நடவடிக்கைகளையும் போலவே இந்த விவாதம் முற்றிலும் சடங்கு ரீதியாகவும், அதிகார வர்க்கமும் கல்வியில் அக்கறையற்ற பெரிய மனிதர்களும் பங்கு பெறும் 'விவாதங்களாக'வுமே இப்போது நாடெங்கிலும் நடத்தப்படுகின்றது. ஆசிரியர், மாணவர்கள், பெற்றோர்களின் கருத்துக் களை எவ்வாறு தொகுத்துப் பு.க.கொ. உருவாக்கத்தில் பயன்படுத்தப் போகின்றார்கள் என்பதும் தெரியவில்லை. இவர்களின் கருத்துகள் பற்றி ஆளும் வர்க்கம் கவலைப்படவில்லை என்பதே எதார்த்தம். இதே போலத்தான் முற்போக்கான வார்த்தை வெல்லத்திற்குள் சாராம்சமான இன்னும் பல பேதி மாத்திரைகள் மறைத்து வைக்கப் பட்டு பு.க.கொ. ஆவணம் என்ற பெயரில் மக்களிடம் திணிக்கப் படுகிறது.

இந்த ஆவணம் மொத்தத்தில் ஒரு விஷயத்தை ஒப்புதல் வாக்கு மூலமாக ஏற்றுக்கொள்கிறது. ஆரம்பக் கல்வியிலிருந்து உயர் ஆய்வுகள் வரை இங்கு கல்விச் சூழல் குழம்பிக் கிடக்கிறது என்பதுதான் அது (3.64). ஆனால், இந்த இழிவுகளிலிருந்து இந்தியக் கல்வியை மீட்கும் சரியான வழிமுறைகள் சுட்டிக் காட்டப்பட வில்லை. எடுத்துக்காட்டாக, கல்வி வாய்ப்பைப் பயன்படுத்திக் கொள்வதில் பொருளாதார அடிப்படையிலும் சாதி அடிப்படையிலும் பிராந்திய அடிப்படையிலும் ஏராளமான ஏற்றத்தாழ்வுகள் இருப்பதாக நீலிக்கண்ணீர் வடிக்கிறது ஆவணம் (4.85, 4.88). ஆனால், இந்த வேறுபாடுகளுக்கான காரணங்களும் அவற்றை நீக்குவதற்கான உருப்படியான யோசனைகளும் எங்கும் சுட்டப்படாமல் 'இந்த வேறுபாடுகள் மோசமான அளவிற்குப் போய்விடக்கூடாது' (3.5) என்று மட்டும் கூறப்படுகிறது. இந்த 'மோசமான அளவு' என்பதன் எல்லை என்னவோ தெரியவில்லை. மொத்தத்தில் 'வேறுபாடுகள் இருக்கின்றன; இருக்கத்தான் செய்யும்; இந்த வேறுபாடுகளை நீக்குவது எளிதல்ல; இனி இந்த வேறுபாடுகளை அதிகரிக்காமல்

வேண்டுமானால் பார்த்துக்கொள்வோம்' என்கிற கருத்தை ஏற்படுத்துவதாகவே ஆவணம் அமைந்துள்ளது.

இதே போலத்தான் கிராமப்புறத் தொடக்கப் பள்ளிகளில் உரிய வசதிகள் இல்லை என்கிற பிலாக்கணமும் (3.9). மொத்தக் குடியிருப்புக்களில் ஐந்தில் ஒரு பங்கில் ஆரம்பப் பள்ளி இல்லை. பள்ளி உள்ள கிராமங்களிலும் 40 சதவீதத்தில் கட்டிடங்கள் இல்லை. 39.72 சதவீதம் பள்ளிகளில் கரும்பலகை இல்லை. 59.50 சதவீதத்தில் குடிநீர் இல்லை. 35 சதவீதம் பள்ளிகளில் ஒரே ஆசிரியர் எல்லா வகுப்புக் களையும் கவனிக்க வேண்டி இருக்கிறது என்கிறது ஆவணம் (3.7).

இந்த நிலைக்கான அடிப்படைக் காரணத்தையும் ஆவணம் கிட்டத்தட்ட ஏற்றுக்கொள்கிறது. ஓர் ஆண்டுக்கு ஒரு மாணவனுக்குக் கல்விக்காக ஒதுக்கப்படும் தொகை ஆண்டுக்காண்டு குறைந்து கொண்டே போகிறது என்கிறது ஆவணம் (3.10). இதற்குக் காரணம் நிதிப் பற்றாக்குறையும் சனத்தொகைப் பெருக்கமுமே என்றும் ஆவணம் குறிப்பிடுகிறது (3, 10, 3.17). ஆனால் ஆவணத்தின் இன்னொரு பகுதியில் வளர்ச்சியடைந்த, வளர்ச்சியடையாத பல உலக நாடுகளுடன் ஒப்பிடும்போது கல்விக்காக ஒதுக்கப்படும் நிதி இந்தியாவிலேயே குறைவு எனவும் ஆவணம் ஒப்புக்கொள்கிறது (2.32). மொத்த தேசிய உற்பத்தியில் சுமார் 6 முதல் 8 சதவீதம் வரை இதர நாடுகள் கல்விக்காகச் செலவழிக்கையில் இந்தியா 3 சதவீதம் மட்டுமே செலவழிக்கிறது (2.32). உலக வங்கி தனது அறிக்கையில் பட்டியலிட்டுக் காட்டியுள்ள 125 நாடுகளில் இந்தியாவைக் காட்டிலும் கல்லாமை அதிகமுள்ள நாடுகள் 25 மட்டுமே என்பது தெரிகிறது. பர்மா, உகாண்டா, லாவோஸ் போன்ற நாடுகளைக் காட்டிலும் நாம் மோசம். வியட்நாம் போன்ற அரசியல் ஸ்திரத்தன்மையும் பொருள் வளமும் குறைந்த நாடுகளில்கூட எழுதப்படிக்கத் தெரிந்தவர்கள் 87 சதவீதமாக இருக்கையில் இந்தியாவில் 36 சதவீதமே எழுதப் படிக்கத் தெரிந்தவர்கள் இருக்கின்றார்கள் என்பதை ஒப்பிட்டுப் பார்க்கும் போது கல்வி இழிவுகளுக்குப் பொருள்வளம், சனத்தொகை போன்றவற்றைக் காரணமாகக் காட்டுவது உண்மைக்கு மாறானது என்பது தெளிவு. 1951இல் இந்தியாவில் இருந்த மொத்தம் படிக்காதவர் களின் எண்ணிக்கை 45 சதவீதமாக இருந்தது என்பதும் இது 1971இல் 52 சதவீதமாக உயர்ந்தது என்பதும் குறிப்பிடத்தக்கது. இந்த உண்மைகளையும் கல்விக்கான நிதி ஒதுக்கீடு இங்குக் குறைவு என்பதையும் நாம் இணைத்தே பார்க்கவேண்டும்.

இங்கு கல்வியைக் காட்டிலும் அதிகமாக இராணுவத்திற்குச் செலவிடப்படுகிறது. 1976இல் இந்தியாவின் இராணுவச் செலவு 2157 கோடி ரூபாய். அதே ஆண்டு கல்விக்குச் செலவழிக்கப்பட்ட தொகை 1052 கோடிகள்தாம். ஆறாவது ஐந்தாண்டுத் திட்டத்தை எடுத்துக்கொள்ளுங்கள்; விவசாயம், வாகனம், தொழில், சுரங்கம், போக்குவரத்து, தொடர்புச்சாதனம் ஆகியவற்றிற்கு ஒதுக்கப்பட்ட தொகை 60,025 கோடி ரூபாய். இந்த இனங்களில் செலவிடப்படும் தொகையனைத்தும் அந்நிய மூலதனத்தின் வளர்ச்சிக்கும் அதன் உள்ளூர் ஏஜண்டுகள் மற்றும் நிலப்பிரபுக்களிடம் செல்வம் குவிவதற்கும் மட்டுமே பயன்படும். எடுத்துக்காட்டாக விவசாயத் திற்காகச் செலவிடப்படும் தொகை எல்லாம் அந்நிய மூலதனத் தொடர்புடன் இயங்கும் பூச்சிக்கொல்லி மருந்துகள், உரங்கள் ஆகியவற்றின் விற்பனையை அதிகப்படுத்துவதாகவே அமைந்துள்ளன. அவற்றைப் பயன்படுத்த வாய்ப்புள்ள பெரும் நிலப்பிரபுக்களே அவற்றால் லாபமும் அடைகின்றனர். இப்படித்தான் மேற்குறிப்பிட்ட மற்ற துறைகளில் செலவிடப்படும் தொகையும் மக்களைச் சென்றடைவதில்லை.

ஆனால் ஆறாவது ஐந்தாண்டுத் திட்டத்தில் மக்களைச் சென்றடையும் கல்வி, மருத்துவம், குடிநீர், சமூக நலம், பிற்பட்ட மற்றும் அரிசன நலம் ஆகிய துறைகளில் செலவழிக்கப்பட்ட தொகை 6,480 கோடி ரூபாய் மட்டுமே. எனவே இங்கு திட்ட ஒதுக்கீடுகள் என்பன எவ்வாறு ஆளும் வர்க்கத்திற்குச் சார்பாகவும் மக்களுக்கு எதிராகவும் உள்ளன என்பது தெளிவாகிறது. சரி, மீண்டும் கல்விக்கு வருவோம்.

கல்விக்காக இவ்வாறு ஒதுக்கப்படும் குறைந்த தொகையும் எப்படிச் செலவழிக்கப்படுகிறது தெரியுமா? ஆரம்பக் கல்வி புறக்கணிக்கப் படுகிறது; உயர் கல்விக்கும், மருத்துவம், பொறியியல் மற்றும் தொழில்நுட்பப் படிப்பிற்கும் ஏராளமாகச் செலவிடப்படுகின்றன. ஆரம்பப் பள்ளி மாணவனுக்குச் செலவிடப்படும் தொகையைக் காட்டிலும் கிட்டத்தட்ட நாற்பது மடங்கு அதிகமான தொகையை ஒரு கல்லூரி மாணவனுக்கு அரசு செலவிடுகிறது. மருத்துவ, பொறியியல் படிப்பிற்குச் சொல்ல வேண்டியதில்லை. திட்டத்திற்குத் திட்டம் ஆரம்பக் கல்விக்கு ஒதுக்கப்படும் தொகை குறைந்துகொண்டும், உயர் கல்விக்குச் செலவிடப்படும் தொகை அதிகரித்துக்கொண்டும் போவதை முதல் ஐந்தாண்டுத் திட்டத்தில் கல்விக்கான செலவினத்தில்

ஆரம்பக் கல்விக்கான பங்கு 56 சதவீதமாக இருந்தது; ஆறாம் திட்டத்தில் 20 சதவீதமாகக் குறைந்தது எனவும் அதே தருணத்தில் பல்கலைக்கழகச் செலவினங்களின் பங்கு சுமார் 1.8 மடங்கு அதிகரித்தது எனவும் பு.க.கொ. ஆவணம் வாக்குமூலமாக அளிக்கிறது (3-74).

இவ்வாறு ஆரம்பக்கல்வி ஏன் புறக்கணிக்கப்படுகிறது? உயர் கல்வி ஏன் ஊட்டி வளர்க்கப்படுகிறது?

இரண்டிற்கும் ஒரே பதில்தான். உயர்நிலையில்தான் கல்வி ஓரளவு பொதுவாக உள்ளது. அதாவது பெரும்பாலும் மேல்தட்டு வர்க்கத்தினருக்குப் பொதுவாக உள்ளது. ஏழை எளிய மாணவர் களுக்கெனத் தனி நிறுவனங்களும் பணக்கார மாணவர்களுக்குத் தனி நிறுவனங்களும் உயர்கல்வியில் கிடையாது. ஆனால் ஆரம்பப் பள்ளியில் வசதிபடைத்தவர்கள் தங்கள் பிள்ளைகளை ஆங்கிலக் கான்வெண்ட்களில் சேர்த்துவிடுகிறார்கள். பெருகிவரும் ஏகாதிபத்திய மோகத் தரகுக் கலாச்சாரத்தின் விளைவாக நடுத்தர வர்க்கத்தினரும் சிரமப்பட்டாவது தங்கள் பிள்ளைகளைக் கான்வெண்ட்களில் சேர்த்துவிடுகின்றனர்.

அங்கே அழகான கட்டிடம், சின்னச் சின்ன மேசை நாற்காலிகள், விளையாட்டு அரங்கம், தூய்மையான கழிப்பறை எல்லாம் இருக்கும். ஏழை எளிய மக்களும் கிராமப்புறத்து விவசாயிகளும் படிக்கிற பள்ளிகளில் 'ஒண்ணுக்கு' விட்டதும் மாணவர்கள் சாலை ஓரம் ஓடவேண்டியதுதான்.

ஆவணம் நீலிக் கண்ணீர் வடிக்கும் இன்னொரு விஷயம் கிராமப்புற, அடித்தட்டு மக்கள் மத்தியில் படிப்பை இடையில் நிறுத்தும் போக்கு (dropouts) அதிகம் இருக்கிறதென்பதாகும் (2-22); முறைசாராக் கல்வி மூலம் இப்பிரச்சினையைத் தீர்க்கமுடியும் எனவும் ஆவணம் பகர்கிறது. இது எவ்வாறு சாத்தியமில்லை என்பதைப் பின்னர் பார்ப்போம். வறுமை, பசி, சத்தற்ற உணவு, நோய், கல்வியில் ஆர்வமின்மை, தாழ்வுமனப்பான்மை, பணிவுடன் அணுக ஆதரவின்மை போன்றவற்றைப் படிப்பை இடையில் நிறுத்துவதற் கான காரணங்களாக ஆய்வாளர்கள் சுட்டிக்காட்டியுள்ளனர். தாழ்த்தப்பட்ட மக்கள் மத்தியிலும், பெண்கள் மத்தியிலும் இடை நிறுத்தம் அதிகமாக இருப்பதை ஆவணம் உட்படப் பல்வேறு ஆய்வறிக்கைகள் நிறுவியுள்ளன. இட ஒதுக்கீட்டின் மூலம் மட்டுமே

தாழ்த்தப்பட்ட மக்கள் மத்தியில் கல்விக் குறைபாட்டை நீக்கிவிட முடியாது என்பதை ஆவணமும் ஏற்றுக்கொள்கிறது (4-86). பிறகு என்னதான் செய்ய வேண்டும்? இங்குதான் ஆவணம் மௌனம் சாதிக்கிறது அல்லது பொருந்தாத் தீர்வுகளை முன்வைக்கிறது.

வறுமையும் குழந்தைகளைச் சம்பாதிக்க அனுப்ப வேண்டிய நிர்ப்பந்தமும் சமூக ஏற்றத்தாழ்வுகளும் நிலப்பிரபுத்துவ மதிப்பீடு களும்தான் இடைநிறுத்தத்திற்குக் காரணம் என்பதால் முதலில் அவற்றை நீக்கவேண்டும். இதற்கு முதலில் உழுபவனுக்கு நிலம் என்கிற அடிப்படையில் நிலச்சீர்திருத்தத்தை நிறைவேற்றியாக வேண்டும். இதுபற்றி எல்லாம் ஆவணம் மூச்சு விடவில்லை.

இதேபோலத்தான் பெண்களின் கல்விப் பிரச்சினையும். பள்ளிகளில் சேரும் பெண்குழந்தைகளில் ஆரம்பப்பள்ளி அளவிலேயே 74 சதவீதத்தினர் படிப்பை இடையில் நிறுத்திவிடுகின்றனர். ஆண் குழந்தைகளில் இவ்வாறு பாதியில் நிறுத்துவது ஒப்பீட்டளவில் குறைவு. பட்ட, பட்ட மேற்படிப்பு அளவிலும்கூட படிப்பைப் பாதியில் நிறுத்துவதென்பது ஆண்களைக் காட்டிலும் பெண் களிடத்தில் இரு மடங்கு அதிகம். கல்லூரிகளில் சேர்ந்து பயிலும் பெண்களில் பெரும்பாலோர் நகர்ப்புற, மத்திய தர உயர்வர்க்கப் பெண்கள்தான். இவர்களுங்கூட பெரும்பாலும் கலைக் கல்லூரிகளில் தான் படிக்கின்றனரேயொழிய விவசாய, தொழில்நுட்பக் கல்லூரிகளில் படிக்கும் பெண்களின் எண்ணிக்கை மிக மிகக் குறைவு. எடுத்துக்காட்டாக, 1970-71இல் வெளிவந்த பெண் பட்டதாரி களில் 53.2 சதவீதம் கலைக் கல்லூரிப் பட்டதாரிகள்தாம். விவசாயப் பட்டதாரிகள் 0.4 சதவீதம். சட்டப் பட்டதாரிகள் 3.7 சதவீதம் மட்டுந்தான்.

மொத்தத்தில் பெண்களின் சனத்தொகையில் 81.3 சதவீதம் பெண்கள் (சுமார் 218.3 மில்லியன்) எழுதப் படிக்கத் தெரியாதவர்கள். மீதியுள்ள 18.7 சதவீதம் படித்த பெண்களினும் 2.3 சதவீதத்தினரே வேலையிலிருப்பவர்கள்.

பெண்கல்வி இவ்வளவு மோசமாக இருப்பதற்குக் காரணம் இங்குள்ள நிலப்பிரபுத்துவச் சூழலேயாகும். வரலாற்றில் நிலப் பிரபுத்துவ மதிப்பீடுகள் பெண் கல்விக்கு எதிராகவே இருந்து வந்திருக்கின்றன. 1878 வரை பெண்கள் பல்கலைக்கழகங்களிலேயே அனுமதிக்கப்பட்டதில்லை. பெண்கள் திரண்டு போராட்டம்

நடத்தியதன் விளைவாக 1878இல்தான் லண்டன் பல்கலைக்கழகம் பெண்களை அனுமதித்தது. ஆக்ஸ்போர்டு, கேம்ப்ரிட்ஜ் போன்ற பல்கலைக்கழகங்கள் முதல் உலகப்போர்வரை பெண்களை அனுமதித்ததில்லை. பெண்களைப் பல்கலைக்கழகங்களில் ஆசிரியர்களாகச் சேர்த்துக்கொள்வதென்பது இரண்டாம் உலகப் போருக்குப் பின்னர்தான் ஏற்பட்டது.

பெண்விடுதலை பற்றிய உணர்வு மக்கள் மத்தியில் ஏற்படுவதற்கு உள்நாட்டுப் பெருந்தொழில் வளர்ச்சி அவசியம். இங்கு இத்தகைய தொழில் வளர்ச்சி தடைபட்டிருப்பதால் பெண் கல்வி, பெண் விடுதலை போன்றவற்றிற்கு எதிரான நிலப்பிரபுத்துவ மதிப்பீடுகள் இங்கு இன்னும் இறுக்கமாக நிலவுகின்றன. அத்தோடு இங்குள்ள வறுமையும் பொருளாதாரப் பற்றாக்குறையும் பெண் குழந்தைகளை மிகவிரைவில் படிப்பை நிறுத்திவிட்டு வீட்டுவேலைகளிலும் இதர வேலைகளிலும் ஈடுபட வைக்கின்றன.

மேலும் நமது கல்வித் திட்டங்கள் —ஆரம்பக் கல்வி முதல் உயர் கல்விவரை பெண்களின் தேவைகளையும் விடுதலையையும் கணக்கிலெடுத்துக் கொள்வதில்லை. ஆணாதிக்கம் மிக்க இந்த வர்க்கச் சமுதாயத்தில் கல்வித்திட்டம் பிற வளர்ச்சித் திட்டங்களைப் போலவே ஆண்களை மையமாக வைத்தே நிறைவேற்றப்படுகின்றன. போதிக்கப்படும் பாடத்திட்டங்களில் ஆணாதிக்கம் வலியுறுத்தப் படுவதைப் பெண்விடுதலையில் ஆர்வமிக்கவர்கள் சுட்டிக் காட்டியுள்ளனர். கல்வி நிறுவனங்கள் ஆணாதிக்க மையங்களாகச் செயற்படுகின்றன. 'கோ-எஜுகேஷன்' கல்லூரிகள் என்று அழைக்கப் படுபவை எல்லாம் உண்மையான அர்த்தத்தில் 'கோ-எஜுகேஷன்' கல்லூரிகளாக இருப்பதில்லை. பெண்களின் சுதந்திர உணர்வுகளை வளர்க்கத்தக்கனவாகவும் சரிபாதி அளவிற்குப் பெண் ஊழியர்களும் ஆசிரியைகளும் பணியாற்றக் கூடியதாகவும் இந்தக் கல்லூரிகள் இருப்பதில்லை. இவற்றை எல்லாம் கணக்கிலெடுத்துக் கொள்ளாமல் 'பெண்கல்வி சீரழிந்து போச்சு' என முணகிக்கொண்டிருப்பதில் பயனில்லை.

ஆவணம் கவலைப்படும் இன்னொரு விஷயம் சிறந்த கல்வியைப் பெறும் வாய்ப்புடைய மாணவர்களிடம் சமுதாயப் பொறுப்பில்லை என்பது (1-22). உயர்கல்வி இங்கு ஓரளவு பொதுவாக ஆளும் வர்க்கங்களிடையே பகிர்ந்துகொள்ளப்படுகிறது என்றோம். ஆனால், உயர் கல்வியிலும்கூட கறாராகப் பார்த்தால் இரண்டு பிரிவுகள் உண்டு.

மத்தியதர வர்க்கத்திலிருந்தும், கிராமப்புறங்களிலிருந்தும் சாதாரண சாதிகளிலிருந்தும் வருகிற மாணவர்கள் பெரும்பாலும் வசதிகள் குறைந்த கலைக் கல்லூரிகளிலேயே பயில்வர். இங்கே நூலகங்களிலும் சோதனைச் சாலைகளிலும் வசதிகள் போதிய அளவு இருப்பதில்லை. தமிழ் மீடியத்தில் பாடப் புத்தகங்கள் இருக்காது; விடுதிகளில் நீர் வசதியும், உணவு வசதியும் நன்றாக இராது.

இது ஒருபக்கம் என்றால் இன்னொரு பக்கம் இதற்கு நேரெதிரான வேறோர் காட்சி. ஐஐடி, பிராந்தியப் பொறியியல் கல்லூரி போன்றவற்றுக்குச் சென்று பார்த்தீர்களானால் பிரமாதமான நூலகங்கள், உயர்தரக் கருவிகள் நிரம்பிய சோதனைச் சாலைகள், மின்னும் மொசைக் தரைகள், ஆளுயரக் குத்துவிளக்கலங்காரங்கள்... ஏன், விடுதியில் வழங்கப்படும் உணவு வகைகளில்கூட ஒப்பிட முடியாத வேறுபாடுகள்.

இந்த நிறுவனங்களுக்கு அரசாங்கத்தால் ஏராளமாக நிதி ஒதுக்கப் படுகிறது. ஏகாதிபத்திய நாடுகள் தாராளமாக நிதி உதவிகள் செய்கின்றன. கிட்டத்தட்ட ஒவ்வொரு ஐஐடி நிறுவனமும் ஏதேனும் ஒரு வெளிநாட்டு உதவியுடன்தான் இயங்குகிறது. இந்த நிறுவனங் களில் படிக்கிற மாணவர்களைப் பார்த்தீர்களானால் பேரளவிற்கு உயர் வர்க்க, உயர் சாதி மாணவர்களே நிரம்பியிருப்பர். ஐஐடியில் வகுப்புவாரி இட ஒதுக்கீடு சரியாகக் கடைப்பிடிக்கப்படுவதில்லை என்று சில ஆண்டுகளுக்கு முன்பு தமிழகக் கல்வி அமைச்சர் கண்டனம் செய்தது குறிப்பிடத்தக்கது.

இதில் இன்னொரு வேடிக்கை என்னவென்றால் இத்தகைய உயர் நிறுவனங்களில் போதிக்கப்படும் பாடத் திட்டங்களில் பெரும் பகுதி இந்தியா போன்ற பின்தங்கிய நாட்டின் தேவைகளை மனத்திற் கொண்டு தயாரிக்கப்பட்டவை அல்ல. இந்தியாவில் வேலை கிடைக்கவே வாய்ப்பில்லாத பலதுறைகளில் உயர்கல்வி போதிக்கப் படுகிறது. இந்தியா போன்ற மனிதவளம் நிரம்பிய நாடுகளின் சமூகப் பொருளாதார வளர்ச்சிக்குத் தேவை இந்தியச் சூழலுக்கேற்ப இந்த மனிதர்களின் அறிவுத்திறன்களையும் கைத்தொழில் திறன்களையும் வளர்த்தெடுப்பதுதான் என்கிற கோட்பாட்டைப் பற்றி இங்கே கிஞ்சித்தும் கவலைப்படுவது கிடையாது.

மேலும் இந்த மாணவர்களுக்குத் தாய்மொழியில் கல்வி போதிக்கப்படுவதில்லை. நமது நாட்டின் பிரச்சினைகளும் நமது

மக்களின் வறுமைகளும் தேவைகளும் தெரியாமல் இவர்கள் வளர்க்கப்படுகின்றனர். சாதாரண மக்களிடமிருந்து இந்த மாணவர்கள் அந்நியப்படுத்தப்பட்டு எள்ளளவும் சமுதாயப் பொறுப்பற்று தயாரிக்கப்படுகின்றனர். இவர்கள் பார்க்கிற ஆங்கில, இந்தி சினிமாக்களும் இவர்கள் வளர்க்கப்படுகிற கலாச்சாரச் சூழலும் இவர்களுக்கு இவர்களது பெற்றோர்களால் சுட்டிக் காட்டப்படுகிற வாழ்க்கை மதிப்பீடுகளும் படிக்கும் போதே வெளிநாட்டு மோகத்தையும் வெளிநாட்டு வேலை வாய்ப்பையும் இவர்களது வாழ்க்கை லட்சியமாக்குகின்றன.

இவர்கள் படித்து முடித்தவுடன் இவர்களில் சிறந்த மூளை களைப் பொறுக்கி எடுத்து வெளிநாடுகளுக்குக் கொண்டுபோய் விடுகின்றனர். சுமார் 40 சதவீதம் ஐஐடி பட்டதாரிகள் இவ்வாறு வெளிநாடு சென்றுவிடுவதாக ஒரு புள்ளிவிவரம் கூறுகிறது. எனவே இந்தச் சூழலுக்கான அடிப்படை வேர்களை அதாவது தொழில் துறையிலும் அதன் விளைவாக அறிவியல் மற்றும் தொழில்நுட்பத் துறையிலும் உயர் கல்வியிலும் ஏகாதிபத்தியங்களின் ஆதிக்கத்தை நீக்குவதன் மூலமும் அடித்தட்டு மக்களை இத்தகைய கல்வி நிறுவனங்களில் கொண்டுவருவதன் மூலமும் உற்பத்தி நடவடிக்கை யுடன் இணைந்த சமூகப் பொறுப்புடன்கூடிய ஒரு கல்வியைப் போதிப்பதன் மூலமும் மட்டுமே இந்நிலை மாற்றப்பட வேண்டுமே யொழிய வேறு வழியில்லை.

ஆனால் நமது ஆவணமோ ஏகாதிபத்தியப் பிடியில் இருந்து நமது பொருளாதாரத்தை விடுவிப்பதன் மூலம் உயர்கல்வியையும் தொழிற் கல்வியையும் திருத்தி அமைத்து வேலையில்லாத் திண்டாட்டத்தை ஒழித்து சமூகப் பொறுப்பை வளர்த்தல், நிலச்சீர்திருத்தத்தை நிறைவேற்றி அடித்தட்டு மக்களுக்குக் கல்வி வாய்ப்பளித்தல், கல்லாமையை ஒழித்தல், கல்வியிலுள்ள ஏற்றத் தாழ்வுகளை ஒழித்தல் என்பன போன்ற திசைகளில் தன் பார்வையைச் செலுத்தாமல், இருக்கிற நிலைமையைத் தக்கவைத்துக்கொண்டே கல்விச் சீரழிவுகளைப் போக்கிவிடலாம் என மக்களை நம்பவைக்க முனைகிறது. அதற்கான பொருத்தமற்ற பல தீர்வுகளை முன்வைத்து ஏமாற்ற முயல்கிறது. இவற்றை இப்போது ஒவ்வொன்றாகக் காண்போம்.

ஆவணம் வலியுறுத்திப் பரிந்துரை செய்கிற தீர்வுகளிலொன்று முறைசார் (Formal Education) கல்வியைக் குறைத்துத் தொழில்சார்

கல்வியை (Vocational Education) அதிகரித்தல் என்பதாகும். எதிர்காலத்தில் ஆரம்பக் கல்வியில் 40 சதவீதத்திற்கும் மேலாக தொழில்சார் கல்வியாகவே இருக்க வேண்டும் என்கிற அளவிற்கும் போகிறது ஆவணம் (4, 120, 4.113, 4.22, 4.30, 3.27, 3.28, 3.29). மேலோட்டமாகப் பார்க்கும்போது வேலை இல்லாத் திண்டாட்டம் மலிந்துள்ள ஒரு நாட்டில் இது ஏற்றுக்கொள்ளப்படக்கூடிய ஒரு முற்போக்கான கோட்பாடாகவே தோன்றும். அத்தோடு உழைப்பு நடவடிக்கையோடு இணைந்த கல்வி என்பதுதானே ஒரு சரியான கல்விக் கொள்கையாக இருக்க முடியும் எனவும் தோன்றும். இந்தியச் சூழலில் இது எவ்வாறு பொருந்தாது என்பதை அடுத்துக் காண்போம்.

தொழில்சார் கல்வி என்பது நம் நாட்டில் தோற்றுப் போய்விட்ட தெனவும் இதற்குத் தொழில்சார் கல்வி கற்பது இழிவானது என்கிற சமூக மதிப்பீடே காரணம் எனவும் ஆவணம் பிறிதோரிடத்தில் கூறுகிறது (4.30). நிதர்சனமான உண்மைகளைக் கணக்கிலெடுத்துக் கொண்டு பார்த்தோமானால் இது தவறு என்பது புலப்படும். ஆண்டுக்கு ஆண்டு ஐஐடி (IIT) போன்ற நிறுவனங்களில் அடிப்படைத் தொழிற் கல்விக்கான விண்ணப்பங்கள் குவிவதிலிருந்து இது புலப்படும். இங்கே உடலுழைப்பு என்பது சற்று மதிப்புக் குறை வானதுதான் என்கிற நிலப்பிரபுத்துவ மதிப்பீடு நிலவுகிறதுதான் என்றாலும் அதைக் காரணம் காட்டி எந்த வேலையையும் புறக்கணிக்கக் கூடிய அளவிற்கு இன்று இந்திய இளைஞர்கள் இல்லை. ஓரளவிற்கு வாழ்க்கை உத்திரவாதத்தை அளிக்கக்கூடிய எந்த வேலையையும் ஏற்றுக் கொள்ளக் கூடிய சூழலே இங்கு நிலவுகின்றது. தொழில்சார் கல்வியைக் கற்பதன் மூலம் இந்த உத்திரவாதத்தை அளிக்கக்கூடிய ஒரு வேலை உறுதி என்கிற சூழல் நிலவினால் மாணவர்களின் கவனம் நிச்சயமாக இந்தத் துறையில் திரும்பும்; ஆனால் எதார்த்தம் என்னவெனில் தொழில்சார் கல்வியைக் கற்கும் மாணவன் ஒருவன் அந்தப் படிப்பை முடித்தவுடன் ஓர் உறுதியான வேலையும் கிடைக்காமல், மேற்கொண்டு பட்ட வகுப்பு, தொழிற்கல்வி போன்ற வற்றில் சேர்வதற்கும் தகுதியற்றவனாகி விடுகிறான். இதனால்தான் மாணவர்கள் இந்தத் துறையில் கவனம் செலுத்துவதில்லை.

அத்தோடு மேல்தட்டு வர்க்கங்களைச் சார்ந்த மாணவர்கள் இயற்கையான குடும்பச் சூழல், சமூக அந்தஸ்து ஆகியவற்றின் அடிப்படையில் முறைசார்ந்த கல்வியைப் பரிபூர்ணமாக ஆக்ரமித்துக்கொள்ளும் வாய்ப்பிருப்பதால் தொழிற்சார் கல்வியைக்

கட்டாயமாக்குவதென்பது வர்க்க-சாதி அடிப்படையில் கல்வி வாய்ப்பைப் பிரிக்கும் ஒரு நவீன வருணாசிரம குலக்கல்வித் திட்டமாக மாறுகிற வாய்ப்புமுண்டு. இது ஆவணத்திலும் வெளிப்படுகிறது:

> பொருளாதார வளர்ச்சிக்குத் தேவையான மனித சக்தியை அளிப்பதற்கு — குறிப்பாக அகக் கட்டுமானத்தையும் உற்பத்தி நுட்பங்களையும் தக்கவைப்பதற்கு உயர்நிலைக் கல்வி மட்டத்தில் தொழில்சார் கல்வியை அதிகப்படுத்துதலும், தனி நிறுவனங்கள் மூலமாகத் தொழில்சார் பயிற்சியை விரிவாக்குவதும் அவசியம் எனக் கருதப்படுகிறது (1.13)

என்கிறது ஆவணம். பொருளாதார வளர்ச்சிக்கான அகக் கட்டுமானத்தை வழங்குவதற்குத் தொழிற்சார் கல்வி தேவை என முழங்கும் ஆவணம்,

> எதிர்காலத்திற்கு வடிவு கொடுக்கும் மனிதர்களையும் கருத்துகளையும் வழங்குகிறது என்கிற வகையில் உயர்கல்வி முக்கியத்துவம் பெறுகிறது (1.14)

எனவும் கூறுகிறது. இரண்டையும் தொகுத்துப் பார்க்கும்போது மூளை உழைப்பிற்கு உயர் கல்வியும், உடல் உழைப்பிற்குத் தொழில்சார் கல்வியும் என ஆவணம் திட்டமிடுவது வெட்ட வெளிச்சமாகிறது. ஆவணம் திட்டமிடுவது போல சுமார் 50 சதவீதக் கல்வி தொழில்சார் கல்வியாக மாற்றப்படுகிறது என்றால் மீதியுள்ள 50 சதவீத முறைசார் கல்வி இன்றைய சமூகப் பொருளாதாரச் சூழலில் மேலாதிக்கம் செலுத்தும் உயர்வர்க்க, உயர்சாதிப் பிள்ளைகளாலேயே ஆக்கிரமித்துக் கொள்ளப்படும் என்பது தெளிவு. பெரும்பான்மையான விவசாய, தொழிலாளர் குடும்பங்களிலிருந்து வரும் அடிப்படை வர்க்க மற்றும் தாழ்ந்த சாதிகளைச் சேர்ந்த குழந்தைகள் தொழில்சார் கல்வியில் முடங்கி மேற்படிப்பு வாய்ப்பிழந்து உடலுழைப்பில் தேங்கிப்போக வேண்டியதுதான்.

நாம் இவ்வாறு சொல்வதால் கல்வியை உடலுழைப்போடு இணைப்பதில் நமக்கு உடன்பாடில்லை என்று பொருளல்ல. மாறாக உண்மையான கல்வி என்பது உற்பத்திக்கான உழைப்புடன் இரண்டறப் பிணைந்ததாகவே இருக்கமுடியும். மூளையுழைப்புச் செய்வோர் உடலுழைப்பில் ஈடுபடுவதென்பதும், உடலுழைப்புச் செய்வோர் தொடர்ந்த கல்வி மூலம் தங்களை மூளையுழைப்பிற்குத் தகுதியாக்கிக் கொள்வதென்பதும் கல்வியில் சமவாய்ப்பு வழங்கப்

பட்ட ஒரு சமத்துவ சனநாயக அரசின் கீழ் முயலப்படலாம்; ஒரு சோஷலிச அரசில் அது சாத்தியமாகலாம். கல்வி முற்றிலும் வணிக மயமாக்கப்பட்டுள்ள இன்றைய சூழலில் இது ஒரு புதிய வருணாசிரம மாகவே அமையும் என்பதுதான் உண்மை.

தொழில் நிறுவனங்களுடன் தொழிற் கல்வியை இணைக்க முடியவில்லை எனவும் பொறுமுகிறது ஆவணம் (4.119). நவீன தொழில்நுட்பங்களை வெளிநாடுகளிலிருந்து இறக்குமதி செய்வது இலாபகரமாக இருத்தல், தொழில் நிறுவனங்கள் இதில் ஆர்வங் காட்டாததற்குக் காரணமாக இருக்கலாம் என ஓரளவு சரியாகக் காரணத்தைக் கணிக்கவும் செய்கிறது (4.119) ஆவணம். சுமார் 40 சதவீத டாக்டர் பட்டதாரிகளும், 69 சதவீத பொறியியற்பட்ட மேற்படிப்புப் பட்டதாரிகளும் தங்களது ஆய்விற்கு அப்பாற்பட்ட துறைகளில் பணிபுரிகிற அவலத்திற்குக் காரணமாகவும் தொழில்நுட்பங்களை இறக்குமதி செய்வதைச் சுட்டிக்காட்டுகிறது ஆவணம். ஆனால் இதை உறுதியாகச் சொல்லாமல் பல்வேறு காரணங்களில் ஒன்றாகக் கூறி, உண்மையான காரணம் ஆய்வுகள் இந்தியச் சூழலுக்குப் பொருந்தாதுதான் என்பதுபோல முடிக்கிறது. ஆய்வுகள் இந்தியச் சூழலுக்குப் பொருத்தமற்றுப் போனதை வேறோர் சந்தர்ப்பத்தில் பார்ப்போம்.[2] இங்கே ‘தொழில்நுட்ப இறக்குமதி’ப் பிரச்சினையை மட்டும் எடுத்துக்கொள்வோம்.

கல்விக் கொள்கை மற்றும் அது தொடர்பான பல்வேறு பிரச்சினை களும் இந்தியாவின் அடிப்படையான அரசியல், பொருளாதார, சமூகக் கட்டுமானங்களுடன் பின்னிப் பிணைந்து கிடப்பதுபோலவே, இந்தத் தொழில்நுட்ப இறக்குமதிப் பிரச்சினையையும் விளங்கிக் கொள்ள நமது சமூக உருவாக்கத்தின் சில முக்கியமான காரணிகளை விளங்கிக்கொள்வது அவசியம்.

புதிய கல்விக் கொள்கையை விமரிசித்து எழுதியுள்ள தினேஷ் மோகன் (*EPW*, Sep. 21, 1985) குறிப்பிடுகிற ஒரு செய்தி இங்கு கவனத்திற்குரியது. 1981இல் புது டெல்லியில் நடைபெற்ற ‘இந்திய பொறியியற் சந்தை’யில் பங்குகொண்ட நிறுவனங்களில் 80 சதவீத நிறுவனங்கள் வெளிநாட்டுத் தொடர்புடையவை என்கிறார் மோகன். அதே போல் 1984ஆம் ஆண்டு இந்து நாளிதழ் வெளியிட்டுள்ள

[2] நூலாசிரியர் எழுதியுள்ள ‘மூன்றாம் உலக நாடுகளில் ஆராய்ச்சியின் சமூகப் பொருத்தங்கள்’ என்ற கட்டுரையைக் காண்க.

இந்தியத் தொழில்கள் பற்றிய ஆய்வு மலரில் 70 சதவீத விளம்பரங்கள் வெளிநாட்டுக் கூட்டுடன் நடைபெறும் நிறுவனங்களாலேயே தரப்பட்டுள்ளன. இந்தியத் தொழிலில் அந்நிய மூலதனங்களின் ஆதிக்கம்பற்றியும் இங்கு தேசியத் தொழில் வளர்ச்சி முடக்கப்படுவது பற்றியும் ஏராளமான ஆய்வு நூல்கள் வெளிவந்துள்ளன. இவை பற்றி ஆராய்வது இங்கு நோக்கமன்று. மோகன் குறிப்பிடுகிறார்:

> இந்தியத் தொழில் நிறுவனங்கள் புதிய சாதனைகளாகப் பீற்றிக் கொள்ளும் பல சாதனைகள் உண்மையில், இறக்குமதி செய்யப்பட்ட பொருட்களைச் சிறிது மாற்றி அமைக்கும் சாதனைகளே யாகும் எனப் பல்வேறு ஆய்வுகள் வெளிப்படுத்தியுள்ளன. இத்தகைய சூழலில் தொழிற்கல்விக்கும், தொழில் நிறுவனங் களுக்குமிடையே பரஸ்பரத் தொடர்புகளை எதிர்பார்ப்பது எவ்வாறு சாத்தியம்?

மோகனின் கருத்து ஆழ்ந்த சிந்தனைக்குரியது. ஆற்றல், கனரகத் தொழில், போக்குவரத்து, உரம், பூச்சிக்கொல்லி மருந்து, எலக்ட்ரானிக் துறை, கம்ப்யூட்டர் போன்ற அனைத்து உற்பத்தியிலும் வெளிநாட்டின் ஏஜண்டுகளாகவே செயற்படும் தொழில் நிறுவனங்களே விளங்கும் இந்தியச் சூழலில் இந்தியத்தன்மைமிக்க ஆய்வுகளும் தொழில் நுட்பங்களும் தொழிற்சாலைகளும் எவ்வாறு சாத்தியம்? திரு. சுக்லா, பொருளாதார, இராணுவ, அரசியல்துறைகளில் இருக்கும் மேற்கத்தியச் செல்வாக்கு கல்வித்துறையிலும் பிரதிபலிக்கவே செய்யும். பன்னாட்டு நிறுவனங்கள் தங்கள் கிளைகளை மூன்றாம் உலக நாடுகளில் நிறுவும்போது இங்கு கல்வியும் அவர்களுக்குச் சாதகமான அதிகார வர்க்கத்தினரையும் முதலாளிகளையும் பயிற்றுவிக்கவே முயலும். மேற்கத்திய கண்ணோட்டத்தில் நின்று இடைவெளியை நிரப்பும் கல்வியாகவே இது அமையும். மக்களும் மேற்கத்திய மாதிரிகளையே கருதவும் தொடங்குவர் எனக் கூறுவதும் (*EPW,* 17-8-85) ஏற்புடையதேயாகும்.

எனவே இத்தகைய அடிப்படையான விஷயங்களைக் கணக்கில் எடுத்துக்கொண்டு அதற்கான நடவடிக்கைகளில் இறங்காமல் புதிய கல்விக் கொள்கைகளை அறிவித்துக்கொண்டிருப்பதென்பது மக்களைத் திசைதிருப்பப் பயன்படலாமேயொழிய விளம்பரம் செய்கிற விளைவுகளைப் பெறுவதற்குப் பயன்படாது.

இந்திராகாந்தியின் பெயரால் திறந்த பல்கலைக்கழகம் (Open University) ஒன்று அமைப்பதென்பதும், மாவட்டந்தோறும் மாதிரிப்

பள்ளிகள் அமைப்பதென்பதும் பு.க.கொ. ஆவணம் பரிந்துரைத்துள்ள இதர திட்டங்களாகும் (4.21, 4.101). கல்வியிலுள்ள ஏற்றத் தாழ்வுகளைப் போக்குவதற்கும், வயது வந்தோர் கல்வித் தகுதியை அதிகரித்துக்கொள்வதற்கும் திறந்த பல்கலைக்கழகங்களைத் திறப்பதென்பது மேனாட்டு மாதிரிகளை அப்படியே காப்பியடிப்ப தாகும். மொத்த சமுதாயமும் நல்ல அடிப்படைக் கல்வியைப் பெற்றுள்ள ஒரு சூழலிலேயே திறந்த பல்கலைக்கழகங்கள் வெற்றியடைய முடியும். மேலும் கல்வி மூலம் தகுதியை உயர்த்திக் கொள்வதன் மூலம் மேல் நோக்கி உயர வாய்ப்பிருக்கும் பட்சத்திலேயே வேலையில் இருப்போர் திறந்த பல்கலைக்கழகங்களில் ஆர்வங் காட்டுவர். அதிகக் கல்வியும் தகுதியும் சிறந்த வாழ்க்கையின் திறவுகோல் என்கிற சமூக மதிப்பீடும் அவசியம். முழுமையான கல்வித் தகுதி படைத்தவர்களே இலட்சக் கணக்கில் வேலையின்றி வீதியில் அலையும் இந்தியச் சூழலில் இத்தகைய வாய்ப்புக்களில்லை என்பதால் ஆவணம் திட்டமிடுகிற திறந்த பல்கலைக்கழகங்கள் என்பன தோல்வியைத்தான் தழுவும் என்பதை நாம் முன்கூட்டியே அனுமானிக்க முடியும்.

மாவட்டங்கள் தோறும் மாதிரிப் பள்ளிக்கூடங்கள் அமைப்பதன் மூலம் சிறந்த கல்வி வாய்ப்பைக் கிராமப்புற மக்களுக்கு அளிக்க முயலும் திட்டமும் (4.23) இவ்வாறே இந்திய சமூகப் பொருளாதாரச் சூழலில் இருக்கிற ஏற்றத்தாழ்வுகளை அதிகரிக்கவே பயன்படும். மாவட்ட மாதிரிப் பள்ளிகள் என்பன இன்று ஏதோ புதிதாக அறிவிக்கப்படுவன அல்ல. 1800களில் காலனிய - நிலவுடைமைச் சமூக அமைப்பிற்கு ஏற்ற ஒரு கல்வித்திட்டத்தை உருவாக்க முயன்ற காலனிய ஆட்சியாளர்கள் அறிவித்த திட்டங்களில் இதுவும் ஒன்று. அதையேதான் இன்றைய ஆட்சியாளர்கள் பு.க.கொ. பெயரில் அறிவிக்கிறார்கள். கிராமப்புறங்களிலுள்ள ஏற்றத்தாழ்வுகள் ஒழிக்கப் படாத ஒரு நிலையில் இத்தகைய மாதிரிப் பள்ளிகளை கிராமப்புற நிலவுடமையாளர்களும், அதிகார வர்க்கத்தினருமே பயன்படுத்துவர், மீண்டும் அடித்தட்டு வர்க்கக் குழந்தைகள் வசதிகளற்ற ஆரம்பப் பள்ளிகளில் வதிய வேண்டியதுதான்.

இத்தகைய மாதிரிப் பள்ளிகளை அறிவித்த அன்றைய ஏகாதிபத்திய அரசு, அத்துடன் கூடவே தனியார் சார்பான கல்வி நிறுவனங்கள் நிறுவப்படுவதையும் ஊக்குவித்தது. 1880இல் நிறுவப்பட்ட ஹண்டர் கமிஷன் இதனை வலியுறுத்தியது. இன்றைய கல்விக்கொள்கையும்

கிராம மட்டங்களிலிருந்து உயர்கல்விவரை தனியார்மயமாதலை ஆதரிப்பதென்பது நாம் கவனத்தில் எடுத்துக்கொள்ள வேண்டிய கொடிய கூறாகும். கிராமப்புறங்களில் கல்வியின் மீது சமுதாயக் கட்டுப்பாடு என்கிற பெயரில் 'பொருள் வளமும் அறிவும் திறமையும் உள்ள சமுதாய உறுப்பினர்கள் கல்வி நிறுவனங்கள் உருவாக்கத்திலும் நிர்வாகத்திலும் உதவவேண்டும்' (3.11) எனவும் 'தொழிற் பட்டதாரி களைப் பயன்படுத்தப்போகும் நிறுவனங்களிடமிருந்து அவர்களை உருவாக்கும் செலவில் ஒரு பகுதியையேனும் பெறுதல்' (4.63) என்ற பெயரிலும் 'பணவசதியுள்ளவர்கள் தங்கள் கல்விச் செலவிற்கான முழுத் தொகையையும் கொடுத்துப் பயிலவைப்பதன் மூலம் நன்கொடை கொடுத்துப் பயிலும் சுயநிதிக் கல்லூரிகள் தொழிற் கல்வியின் அடித்தளத்தை விரிவாக்குகின்ற சமூகக் குறிக்கோள் நிறைவேற்றப்படுகிறது என்கிற கருத்தும் நிர்வாகங்களின் சார்பாக முன் வைக்கப்படுகிறது' (4.89) என்றும் தனியார் கல்வி நிறுவனங் களையும் சுயநிதிக்கல்லூரிகளையும் ஊக்குவிக்கும் போக்கு இந்த ஆவணம் முழுவதும் காணப்படுகிறது.

இந்த இடத்தில் தனியார் கல்வி நிறுவனங்களின் செயற்பாடுகள் பற்றிக் கொஞ்சம் சொல்லியாக வேண்டும். வள்ளல் பட்டங்கள் சிலை அலங்காரங்களுடன் நடத்தப்படும் இந்தத் தனியார் கல்லூரி நிறுவனங் களில் 90 சதவீத நிதி அரசாங்க மான்யமாகவும் மாணவ ரிடமிருந்து வசூல் செய்யும் கட்டணமாகவும் பெறப்படுகின்றது. விடுதிச் செலவில் பத்து சதவீதமும் கட்டிடச் செலவுகளில் 17 சதவீதமும் கருவிகளில் 12 சதவீதமும் மாணவர் உதவித் தொகையில் 10 சதவீதமும் மட்டும்தாம் இந்தத் தனியார் தரும நிறுவனங்களால் செலவிடப் படுகின்றன.

எடுத்துக்காட்டாக 1969-70 கல்வி ஆண்டில் கல்விக்காகச் செலவிடப் பட்ட மொத்தச் செலவினங்களில் 75 சதவீதம் அரசுத்துறை நிதியும் 3.7% நகரசபை போன்ற தல நிறுவன நிதியும் 14.6% மாணவர் களிடமிருந்தும் பெறப்பட்டன. தனியார் செலவிட்டது 6.8 % மட்டுமே.

அண்ணாமலைப் பல்கலைக்கழகச் செலவினங்களைப் பார்த்தால் இந்த உண்மை பட்டவர்த்தனமாகும். கட்டிடங்கள் கட்டுவது உட்பட 1981 வரை அண்ணாமலை நிர்வாகம் செலவழித்த தொகை ரூபாய் 52 லட்சம் மட்டும்தான். தமிழக அரசு மான்யமாகக் கொடுத்ததோ 15 கோடி. அதாவது 1500 இலட்சம் ரூபாய். இது தவிர பல்கலைக்கழக மான்யக் குழு 500 லட்சம். ஆசிரியர், மாணவர், பொதுமக்களிடமிருந்து வசூலிக்கப்பட்ட நன்கொடை 50 லட்சம்.

பத்து சதவீதமாவது செலவழிக்கிறார்களே புண்ணியவான்கள் — இது பெரிதில்லையா? என்று சிலருக்குத் தோன்றலாம். இந்தப் பத்து சதவீதத்திற்கு வள்ளல் பட்டம், நிறுவனத்திற்குப் பெயர், கல்லூரி முகப்பில் சிலை இவை தவிர இவர்கள் அடைகிற லாபங்கள் எவ்வளவு தெரியுமா? சிலவற்றை மட்டும் பட்டியல் போடுவோம்.

1. நில உச்சவரம்புச் சட்டங்களிலிருந்து 'பினாமி'யாக ஒதுக்கியது போக நூற்றுக் கணக்கான ஏக்கர் நிலங்களைத் 'தர்ம நிறுவனம்' என்கிற பெயரில் ஒதுக்கிக்கொள்ளல்;

2. எம்.ஏ., எம்.எஸ்.சி., பி.காம் போன்ற போட்டியுள்ள பாடங் களுக்கான இடங்களை இடஒதுக்கீடு, தகுதி ஆகியவற்றைப் பற்றிக் கவலைப்படாமல் தங்கள் சாதியினருக்கும், வேண்டியர் களுக்கும் ஒதுக்கிக்கொள்ளல்; நல்ல விலைக்கு விற்றல்;

3. வேலை வாய்ப்புகளையும் இவ்வாறு ஒதுக்கிக்கொள்ளல், விற்றல்;

4. அரசாங்க மான்யங்களை வாங்கிச் சுய லாபத்திற்குப் பயன் படுத்தல் - மான்யமாக வரும் பணத்தைப் பல ஆண்டுகளுக்குச் செலவிடாமல் வேண்டிய வங்கியில் முதலீடு செய்து வட்டியை அனுபவிப்பதோடு, வேண்டியவர்களுக்கு அந்த வங்கியில் வேலையும் பெறுதல்

என அடுக்கிக்கொண்டே போகலாம். இவை தவிர, அரை நிலப் பிரபுத்துவம் கோலோச்சும் நமது நாட்டில் ஆதிக்க சக்தியாக விளங்கும் நிலப்பிரபுக்கள் தங்கள் ஆதிக்கத்தைத் தக்க வைத்துக் கொள்வதற் கான நவீன உபாயங்களில் ஒன்றாகவும் இந்நிறுவனங்கள் பயன்படு கின்றன. நமது நாடு போன்ற மூன்றாம் உலக நாடுகளில் கல்வி என்பது வேலை பெறுவதற்கான 'அனுமதிச் சீட்டை'ப் பெற்றுத் தரும் கருவியாகவே கருதப்படுகிறது.

படித்தவர்கள் எல்லோருக்கும் வேலை உறுதியில்லை என்கிற நிலை இப்போது ஏற்பட்டுவிட்டாலும் இன்றும் வேலை கிடைப்பதற்குப் பட்டம் ஒரு அத்தியாவசியம் என்கிற நிலை நீடிப்பதன் விளைவாக எப்படியாவது தங்கள் பிள்ளைகளைப் படிக்கவைத்துவிட வேண்டும் என்கிற ஆசை பெற்றோர்களிடம் தவிர்க்க இயலாமல் நிறைந்து விடுகிறது. இதனால் கல்வி நிறுவனங்களில் ஏகப்பட்ட கூட்டம்.

வசதி படைத்தவர்களும் நகரங்களைச் சார்ந்த மேல்தட்டினரும் தங்கள் பிள்ளைகளை 'உயர்ந்த' பள்ளிக்கூடங்களில் படிக்க வைத்து நிறைய மதிப்பெண்கள் எடுக்க வைத்துவிடுகின்றனர். கிராமப்புற

ஏழைகள்தான் பாவம். வாய்ப்பற்ற சூழலில் வளர்வதாலும் வசதியற்ற பள்ளிகளில் படிப்பதாலும் நிறைய மதிப்பெண்கள் பெறுவதில்லை. இந்தச் சூழலில் இவர்கள் அருகிலுள்ள தனியார் கல்லூரி நிறுவனங்களின் முதலாளியாக உள்ள நிலப்பிரபுக்கள், தொழிலதிபர்கள் ஆகியோரின் தயவை நாடவேண்டியதாகிறது. செல்வாக்குகள் இப்படி ஆண்டுதோறும் புதுப்பிக்கப்படுகின்றன.

நிலப்பிரபுத்துவத்தின் பண்பாட்டு வெளிப்பாடுகளாகிய சாதி, மதப் புத்துயிர்ப்பு நடவடிக்கைகட்கும் மேலாதிக்க நடவடிக்கைகட்கும் இத்தகைய நிறுவனங்கள் பெரிதும் உதவிபுரிகின்றன. பல நிறுவனங்கள் சாதி, மதப் பெயராலேயே தொடங்கப்பட்டிருப்பதையும் வேலை வாய்ப்பு மற்றும் மாணவர் சேர்க்கையில் தங்களவர்க்கே முன்னுரிமை கொடுப்பதையும் காணலாம். கல்வி நிறுவன முதலாளிகள் பலர் இந்து, முஸ்லிம், கிறிஸ்தவ நிறுவனங்களில் முன்னணியினராக இருப்பதையும் காணலாம். மேலும் இத்தகைய சாதி, மத நிறுவனங்கள் பயிற்சி அளிப்பதற்கும் மாநாடுகள் நடத்துவதற்கும் தங்களது கல்வி நிறுவனக் கட்டிடங்களைத் தாராளமாகத் திறந்துவிடுவதையும் காணலாம். ஆசிரியர்களும் மாணவர்களும் இத்தகைய கல்வி நிறுவனங்களின் அடக்குமுறைகளை எதிர்த்துப் போராடும்போது இந்த முதலாளிகள் தாங்கள் சார்ந்துள்ள சாதிமத நிறுவனங்களின் சார்பாக எதிர் நடவடிக்கைகளில் இறங்குவதையும் காணலாம்.

இவை மட்டுமா? போராடும் ஆசிரியர்களையும் மாணவர்களையும் ஆள்வைத்து அடித்த நிர்வாகம், நீச்சல் குளத்தில் மாணவிகளை நீந்தவிட்டு வேடிக்கை பார்த்த நிர்வாகம், ஆசிரியரது வீட்டில் புகுந்து அவரது தாலியை அறுத்த நிர்வாகம், கருவுற்றிருந்த ஆசிரியையை ஓடவிட்டுக் கருச்சிதைவு செய்த நிர்வாகம், போராடிய மாணவர்களை எலக்ட்ரிக் ஷாக் மூலம் தண்டித்த நிர்வாகம்... என இந்த நிர்வாகங்கள் செய்துவரும் கொடுமைகள் ஏராளம்.

பெரும்பாலும் நகரங்களைச் சார்ந்த இக்கல்லூரிகளில் மேல்தட்டு வர்க்க மாணவர்களே அதிகம் சேர்கின்றனர். படிப்பிற்குகந்த வீட்டுச் சூழல், படித்து முடித்தபின் எப்படியும் வேலை வாங்கிவிடலாம் என்கிற நம்பிக்கை ஆகியவற்றின் விளைவாகக் கவனத்துடன் படிக்கும் இவர்கள் அதிக அளவில் வெற்றிபெறுகின்றனர். கிராமப்புறங்களிலிருந்து வரும் ஏழை எளிய மாணவர்கள் அரசு கல்லூரிகளில் சேர்கின்றனர். தேர்விலும் குறைந்த அளவே வெற்றி பெறுகின்றனர். இதனால் தனியார் கல்லூரிகளில் சிறந்த கல்வி

பயிற்றுவிக்கப்படுவதாக பிரமை வேறு. சொல்லப்போனால் சமூகப் பொறுப்பற்ற புத்தகப் புழுக்களையே இவை உற்பத்தி செய்கின்றன.

தனியார் நிறுவனங்களில் பல சிறுபான்மை இனத்தவரால் நடத்தப்படுவதால் அரசியல் சட்ட ரீதியாக வழங்கப்படும் சிறுபான்மை மக்களுக்கான சலுகைகள் சில நிறுவனங்களால் தவறாகப் பயன் படுத்தப்படுவதும் உண்டு. 'சிறுபான்மையினருக்கான சிறப்புச் சலுகைகள் என்பன ஆசிரிய-மாணவர்க்கு எதிரான ஊழல் நிர்வாகத் திற்கான உரிமைகள் அல்ல' என ஒருமுறை உச்சநீதிமன்ற நீதிபதிகளே எச்சரித்திருக்கிறார்கள்.

அரசு உதவி பெறும் (aided institutions) நிறுவனங்களே இப்படி என்றால் அரசு இப்போது ஏராளமாக 'லைசன்ஸ்' வழங்கி அனுமதிக்கப்பட்டு வருகிறதே சுயநிதிக் கல்லூரிகள் (Self-financing Institutions) இவற்றைப்பற்றிச் சொல்லவேண்டியதில்லை. இவற்றிற்கு அரசு நிதி உதவி அளிப்பதில்லை. ஆனால் இவை 50 சதவீதம் மாணவர்களை 'எப்படியும்' சேர்த்துக்கொள்ளலாம். அதாவது, சந்தை விலைக்கு விற்றுக்கொள்ளலாம். கேரளத்தில் இன்று ஒரு மருத்துவக் கல்லூரி இடம் 3.5 லட்ச ரூபாய். அண்ணாமலைப் பல்கலைக்கழகம் 2.5 லட்ச ரூபாய் எனப் பத்திரிகையிலேயே விளம்பரம் செய்ததை அனைவரும் அறிவோம். ஒரு பி.காம். இடம் 10 ஆயிரம் ரூபாய். ஒரு கம்ப்யூட்டர் சயின்ஸ் இடம் இருபத்தைந்தாயிரம் ரூபாய்.

50 சதவீத மாணவர்களுக்கு மட்டும் இடஒதுக்கீட்டைப் பின்பற்றினால் போதும். ஒதுக்கீடு செய்யப்பட்ட இடங்களும் விலைக்குத்தான் கிடைக்கும். பெரியார் பெயரால் ஆரம்பிக்கப்பட்ட திராவிட கழக டிரஸ்டு நடத்தும் நிறுவனங்களும் இப்படி வசூல் செய்கிற கதை நமக்குத் தெரியும்.

வணிக சங்கங்கள் இப்போது தங்கள் 'பிசினஸில்' ஓரங்க மாகக் கல்லூரிகள் தொடங்கி இருப்பதையும் காணலாம். பணம் இல்லாதது ஒன்றையே காரணங்காட்டி எத்தனையோ ஏழை எளிய மாணவர்களுக்குக் கல்வி மறுக்கப்படத் தொடங்கியாகிவிட்டது. பணம் ஒன்றையே தகுதியாகக் கொண்டு இனி டாக்டர்களும் என்ஜினியர் களும் உலா வரப்போகின்றனர். இரண்டரை லட்ச ரூபாய் கொடுத்து ஒரு மருத்துவக் கல்லூரி இடத்தை ஒரு மாணவன் என்ன நம்பிக்கையில் வாங்குகிறான்? 'வரதட்சணையாக இந்தப் பணத்தைக் கறந்து விடலாம். ஏழை எளிய மக்களிடம் சுரண்டிப் பறித்துவிடலாம்.

வஞ்சகமாகக் கொள்ளை அடித்துவிடலாம்' என்பன போன்ற நம்பிக்கைகளும் விழுமியங்களும் இளம் நெஞ்சங்களில் விதைக்கப் படுவது எவ்வளவு துரதிர்ஷ்டம்; இத்தகைய சுயநிதிக் கல்லூரிகளுக்கு வக்காலத்து வாங்கும் பு.க.கொ. ஆவணம் இத்தகைய மாணவர் களிடம் சமூகப் பொறுப்பில்லை எனக் கண்ணீர் வடிப்பது என்ன நீலித்தனம்?

சரியான கட்டிட வசதி, நூலக வசதி, ஆய்வக வசதி, விடுதி வசதி இவை இல்லாமல் தகுதியான ஆசிரியர்களையும் நியமிக்காமல் காளான்கள் போல இந்தக் கல்லூரிகள் பெருகத் தொடங்கிவிட்டன. குறைந்த சம்பளத்தில் கொத்தடிமைகளாக வேலை இல்லாப் பட்டதாரிகள் ஆசிரியர்களாக நியமிக்கப்படத் தொடங்கியாயிற்று. சங்கம் வைக்கக்கூட உரிமையற்ற ஆசிரியப் பட்டாளத்தையும் பணம் வாங்கிச் சேர்த்த மாணவர்களையும் வைத்துக்கொண்டு இதோ பட்டதாரிப் பட்டறைகள் முளைக்கத் தொடங்கிவிட்டன. 'சுரண்டலின் மிகக் கொடிய வடிவமிது' என இதனை முன்னாள் நீதிபதி வி. ஆர். கிருஷ்ணய்யர் சில நாட்களுக்கு முன்பு (செப்டம்பர் 6, 1985 கோவை) கூறி இருப்பது நம் கவனத்திற்குரியது.

கல்வியில் தனியார் ஆதிக்கத்திற்கு முழுமையாக முற்றுப்புள்ளி வைத்தாக வேண்டும். இதை விடுத்து 'தனியார் நிறுவனங்கள் அப்படியே இருக்கட்டும். பணியாற்றும் ஊழியர்களை மட்டும் அரசு ஊழியர்களாக மாற்றினால் போதும்' எனக் கூறுவது எள்ளளவும் கல்வியிலும், மாணவர் நலனிலும், சமுதாயத்திலும் அக்கறையற்றதும் நிறுவன முதலாளிகளுக்குச் சாதகமானதும் ஆகிய சமரச வாதமேயாகும்.

கல்வியில் தனியார் ஆதிக்கம் பற்றி இத்தகைய கருத்துகள் முற்போக்குச் சிந்தனையாளர்கள் மத்தியில் நிலவிவரும் சூழலில் இந்த ஆவணம் தனியார் ஆதிக்கத்தை வலியுறுத்தும் நிலை மிகவும் விஷமத்தனமானது.

கல்வியில் அக்கறையுடைய எவரும் ஒன்றிணைந்து எதிர்க்க வேண்டிய முதல் முக்கிய விஷயமிது. கிராமப்புறங்களில் பொருள் வளமும் அறிவு வளமும் படைத்தவர்கள் கல்வி நிறுவனங்கள் தொடங்குவதை ஊக்குவிப்பதென்பது (3.75) கிராமப்புற ஆதிக்க சக்திகளாக விளங்கும் நிலப்பிரபுக்களின் கையில் கல்வியைத் திணிப்பதைத் தவிர வேறேதுமில்லை.

ஆவணம் பரிந்துரை செய்யும் தீர்வுகளில் ஒன்று நவீனத் தொழில் நுட்பங்களையும் அறிவியற் சாதனைகளையும் முறைசாராக் கல்வி மற்றும் முறைசார் கல்வியில் அதிகம் பயன்படுத்துவது. துணைக்கோள், டெலிவிஷன், கம்ப்யூட்டர் போன்ற நவீன சாதனங்களின் பயன்பாட்டைப் பற்றி அடிக்கடி கூறி மகிழ்கிறது ஆவணம் (4.13, 4.20, 4.34, 4.21). ரேடியோ, டெலிவிஷன் போன்றவை மூலம் கல்வி போதிப்பதென்பது வீட்டில் கற்பதற்குரிய வசதியும் சூழலுமற்ற அடித்தட்டுக் குழந்தைகளுக்குப் பயன்படாது. ஆசிரியரின் நேரடியான கண்காணிப்பு, ஊக்குவிப்பு, இதர மாணவர்களுடன் இணைந்து பயில்வது, இதன் மூலம் வளரும் சமூகப் பொறுப்பு ஆகியவை முறைசார் கல்வியின் சிறப்பம்சங்கள். முறைசாராக் கல்வி வெற்றி பெறுவதற்குச் சமூகத்தின் சகல மட்டத்திலும் அடிப்படையான கல்வி வளர்ச்சி, வறுமையற்ற சூழல் ஆகியவை முன் அவசியங்களாகும். இவை இல்லாத இந்தியச் சூழலில் இவற்றின் பயன்பாடு மிகவும் குறுகிய எல்லைக்குட்பட்டதேயாகும். பரஸ்பர வினையாக்கத்தின் மூலம் நடைபெறும் முறைசார் கல்வி நடவடிக்கைக்குப் பதிலாகச் செயலூக்கமற்ற முறையில் சொன்னதை அப்படியே பதிய வைப்பதன் மூலம் கல்வி புகட்டும் டெலிவிஷன் போன்றவற்றின் பயன்பாட்டை அதிகரிப்பதென்பது பிள்ளைகளின் செயலூக்கத்தையும் முன்முயற்சியையும் கற்கும் ஆற்றலையும் குறைக்கவே செய்யும். வீட்டில் கற்கும் சூழலற்ற குழந்தைகளிடம் இது மேலும் கொடிய விளைவையே ஏற்படுத்தும்.

எனவே தொழில்சார் கல்வி, முறைசாராத கல்வி, ரேடியோ டெலிவிஷன் மூலம் கல்வி போன்றவை எல்லாம் அந்நிய மூலதன சமூக சமத்துவம் நிறைவேற்றப்பட்டு, இருக்கிற ஏற்றத்தாழ்வுகள் அகற்றப்பட்ட ஒரு சூழலில் செயல்படுத்தப்பட வேண்டிய ஒன்று. மாறாக இன்றுள்ள சூழலை அப்படியே வைத்துக்கொண்டு இவற்றை நிறைவேற்ற முயல்வதென்பது இவர்கள் ஆர்ப்பாட்டமாக விளம்பரம் செய்யும் குறிக்கோள்கள் எதையும் நிறைவேற்றப் பயன்படாது; மாறாக, இருக்கிற ஏற்றத்தாழ்வுகளை அதிகரிக்கவே பயன்படும் என்பதைக் கல்வியில் அக்கறையுள்ளவர்கள் சுட்டிக்காட்ட வேண்டியது கடமையாகும்.

இந்த ஆவணம் முழுவதும் ஆசிரியர் விரோதப் போக்குடன் அமைந்துள்ளதையும் கவனித்தல் வேண்டும். அரசியல், சாதியம், பிராந்தியவாதம் ஆகியவற்றால்தான் கல்வி நிறுவனங்கள் சீரழிந்

துள்ளன எனக் கூறும் ஆவணம் (3.72) ஆசிரியர்கள் அரசியல் படுத்தப்பட்டிருப்பது கல்வி அழிவுகளுக்கு ஒரு முக்கிய காரணமாக அடிக்கடி சுட்டிக்காட்டுகிறது (3.54, 3.32, 4.27). கல்வி நிறுவனங்களில் அரசியலகற்றுவதை ஒரு குறிக்கோளாகக் கூறும் ஆவணம் (4.27) மத்திய அரசு இதற்காகச் சில விசேஷ அதிகாரங்களை எடுத்துக்கொள்ள வேண்டும் என்பது குறித்தும் ஒரு முடிவெடுத்தாகவேண்டும் (4.47) எனக் கூறும்போது மிரட்டல் தொனிக்கிறது. அதிகாரப் பரவல் பற்றி நீலிக் கண்ணீர்வடிக்கும் ஆவணம் இவ்வாறு புதிய அதிகாரங்களை மேற்கொள்ள முயல்வதும் அதற்குத் தடையாக இருக்கிற சட்டங்கள் நிலவினால் அவற்றை மாற்றியமைக்கவும் தயங்கோம் என மார்தட்டுவதும் (4.135) அதிகாரக் குவியற்போக்கை வலியுறுத்துவ தாகவே அமைந்துள்ளது என்பதும் கவனிக்கத்தக்கதாகும்.

அரசியல் சாராத தூய கல்வி என்பது ஆளும் வர்க்கக் கூப்பாடுகளில் ஒன்று என்பதும் ஒவ்வொரு சொல்லுக்கும் செயலுக்கும் பின்னால் ஒரு அரசியல் ஒளிந்துள்ளது என்பதும் வெளிப்படை. ‘அரசியல் வேண்டாம்’ என்கிற முழக்கம், ஆளும் வர்க்க அரசியல் தவிர வேறு அரசியல் வேண்டாம்; எதிர் அரசியல் அதாவது மக்கள் அரசியல் வேண்டாம் என்பதன் இன்னொரு வடிவந்தான். சென்ற செப்டம்பர் 24, 1985 அன்று தமிழக அரசு முன்னின்று ஈழத் தமிழர்களுக்காக ஒரு கடை அடைப்பை நடத்தியது. அதில் ஆசிரியர்கள் உட்பட அனைவருமே பங்கேற்றனர். அதனை அரசும் ஊக்குவித்தது. இது அரசியல் இல்லையா? இது அரசியல் இல்லை என்றால் ஈழத் தமிழினம் முதல் இந்திய தேசிய இனங்கள் வரை ஒடுக்கப்படும்போது அதனை எதிர்த்துக் குரல்கொடுப்பதும் என்.டி. ராமராவ் அரசு முறையற்ற முறையில் கவிழ்க்கப்பட்டபோது அதற்குக் கண்டனம் தெரிவிப்பதும் சனநாயக உரிமைகளைப் பறிக்கும் பாசிசத் தன்மையான பயங்கரவாதத் தடைச் சட்டங்களை எதிர்த்துக் குரல் எழுப்புவதும் நிலப்பிரபுத்துவக் கொடுமையால் விவசாய இயக்கத் தலைவர்கள் வெட்டிக் கொல்லப்படும்போது கண்டனத் தீர்மானம் இயற்றுவதும் ஆபாசச் சுவரொட்டிகளை எதிர்த்து ஊர்வலம் போவதும் அந்நிய மூலதனத்தின் விஷவாயுக் கொடுமையை எதிர்த்து ஆர்ப்பாட்டம் நடத்துவதும் மட்டும் அரசியலாகிவிடுமா? ஆம் எனில், ஈழக்கொடுமைகளை எதிர்த்துக் கடையடைப்பிலும் உண்ணாவிரதத்திலும் கலந்துகொள்வதும் அரசியல்தானே? மாணவர் களிடம் சமூகப் பொறுப்பே இல்லை என அங்கலாய்க்கும் ஆவணம் (1.22) இந்த முரண்பாட்டிற்கு என்ன பதில் சொல்கிறது? அந்நிய

மூலதனத்தை எதிர்த்து ஆர்ப்பாட்டம் செய்வதும் ஆபாசச் சுவரொட்டிகளைக் கிழிப்பதும் அரசியலெனில் சமூகப் பொறுப்பு என்றால் என்ன என்பதை ஆவணத்தைத் தயாரித்த அதிகாரவர்க்கம் விளக்கியாகவேண்டும்.

சமீப காலத்தில் அகில இந்திய அளவில் ஆசிரிய இயக்கங்கள் உறுதியான அமைப்புக்களை அமைத்து உரிமைக் குரல் எழுப்பி வருகின்றன. மேலும் மேலும் மாணவர்கள் இயக்க அடிப்படையில் இணைந்து சமூகப் பொறுப்புடன்கூடிய இயக்கங்களை நடத்த முன் வந்துள்ளனர். தேவையானால் நீண்ட போராட்டம் நடத்தவும் அவர்கள் தயாராக உள்ளனர். அஸ்ஸாம் போராட்டத்தை நாம் அறிவோம். இத்தகைய போராட்டங்களும் இயக்கங்களும் ஆளும் வர்க்கத்திற்கு எதிராகவே போய்முடியும் என்பதனாலேயே இந்த ஆவணம் மிகவும் கவனத்துடன் ஆசிரியர்-மாணவர் மத்தியில் அரசியலகற்றுதல் என்கிற முழக்கத்தை மிகவும் தந்திரமாக முன்வைக்கிறது.

> ஆசிரியர்களின் சிவில் உரிமைகளுக்கு நாங்கள் மிகவும் முக்கியத்துவம் அளிக்கிறோம். சமூக, அரசியல் வாழ்வில் ஆசிரியர்கள் பங்கேற்பது மிகவும் முக்கியம் என நாங்கள் கருதுகின்றோம்

என கோத்தாரி தலைமையிலான கல்விக் குழுவின் பரிந்துரை *(1964-66)* கூறியிருப்பதையும் அகில இந்திய பல்கலைக்கழக மற்றும் கல்லூரி ஆசிரியர்களின் கூட்டமைப்பு தனது கோரிக்கைகளில் ஒன்றாக இதை வைத்திருப்பதையும் இத்துடன் இணைத்துப் பார்க்கவும் வேண்டும்.

ஆசிரியர்களின் தரத்தை உயர்த்த வேண்டும் எனவும் மறு பயிற்சிகள் அளிக்க வேண்டும் எனவும் அடிக்கடி கூறும் ஆவணம் *(4.32, 4.127, 4.128, 4.129)* ஆசிரியர்களின் ஊதிய உயர்வு பற்றி சிறிதும் கவலைப்பட வில்லை என்பதும் குறிப்பிடத்தக்கது.

பல்கலைக்கழகத் துணைவேந்தர்கள் பல்கலைக்கழக அமைப்பு களுக்கு (சிண்டிகேட், செனட் போன்றவை) மேலும் மேலும் பொறுப்பாக இருக்க நேர்ந்துள்ளதையும் ஒரு அவலம்போல் *(3.38)* சுட்டிக் காட்டுகிறது ஆவணம். சமீப காலங்களில் சிண்டிகேட், செனட் போன்ற அவைகளில் தேர்ந்தெடுக்கப்பட்ட ஆசிரியர் சங்கங்களின் பிரதிநிதிகளின் எண்ணிக்கைகள் அதியமாகின்றன. முடிசூடா மன்னர்களாகத் துணைவேந்தர்கள் ஆட்சிசெய்த காலம் போய்

விட்டது. தேர்ந்தெடுக்கப்பட்ட ஆசிரியர் கழகங்களின் பிரதிநிதிகளின் சனநாயகப் பூர்வமான செயற்பாடுகள் அதிகாரவர்க்கத்திற்குப் பெருந் தலைவலியாக இருக்கின்றன. எனவேதான் துணைவேந்தரின் உரிமைகளைப் பற்றி ஆவணம் கவலைப்படுகிற சாக்கில் தேர்ந்தெடுக்கப் பட்ட பிரதிநிதிகளின் பங்கைக் குறைக்கும் வண்ணம் இந்தக் கருத்தையும் போகிற போக்கில் கூறிப் போகிறது. மேலும் மேலும் ஆசிரிய, மாணவ, மக்கள் பிரதிநிதிகள் இத்தகைய அவைகளில் பங்கு பெறுதல் அதிகரிக்க வேண்டும் என்கிற கருத்து வலிவு பெற்றுக்கொண் டிருக்கும் சூழலில் ஆவணத்தின் இந்தக் கருத்து, அடிப்படையில் சனநாயக விரோதமானது.

இந்த ஆவணம் சொல்லியுள்ள விஷயங்கள் தவிர சொல்லாமல் தவிர்த்துள்ள விஷயங்கள் மேலும் முக்கியமானவை. இந்தியா போன்ற ஒரு பல்தேசிய இன நாட்டில் கல்வி பற்றிய எந்தக் கொள்கையும் பயில்மொழி, மொழிக்கொள்கை பற்றிய கருத்துகளின்றி பூர்த்தியாகாது. ஆனால், இந்த ஆவணம் இவ்விரு விஷயங்கள் பற்றியும் குறிப்பிடத்தக்க மௌனம் சாதிக்கின்றது; அல்லது மிக மேலோட்டமாக அணுகுகிறது. தாய்மொழியில் கல்வி என்பது இன்று அனைவராலும் ஏற்றுக்கொள்ளப்பட்ட விஞ்ஞானபூர்வமான கல்விக் கொள்கையாகும். அறிவியல் மற்றும் தொழில்நுட்பங்களில் முன்னேறி யுள்ள நாடுகள் அனைத்தும் தாய்மொழியையே பயில்மொழியாகக் கொண்டுள்ளன. ஆனால் இந்தியாவில் மட்டுமே காலனிய எச்ச சொச்சங்களில் ஒன்றாகவும் இன்றைய அரைக் காலனியத்தின் வெளிப் பாடுகளிலொன்றாகவும் ஆங்கில மொழியில் கல்வி அதிக அளவில் பயிற்றுவிக்கப்படுகிறது. அனைவர்க்கும் கல்வி, கல்வியில் ஏற்றத் தாழ்வுகளை ஒழித்தல் ஆகியவற்றிற்கும் தாய்மொழியில் கல்வி அவசியமாகும். ஆனால் ஆவணம் முழுமையும் இந்தப் பிரச்சினை அதற்குரிய முக்கியத்துவத்துடன் அணுகப் படாததோடு, போகிற போக்கில் ஆங்கிலவழிப் பள்ளிகள் நீடிக்க வேண்டுமா வேண்டாமா என்பது விவாதத்திற்குப் பிறகு முடிவு செய்யவேண்டிய விஷயமாகும் எனக் கூறி நழுவிச் செல்வது (4.45) விஷமத்தனமானது. முற்போக்கான முழக்கங்களின் பின்னணியில் ஆளும் வர்க்கத்திற்குச் சாதகமான விஷயங்களைச் சாராம்சமாக வலியுறுத்தும் இந்த ஆவணம் பயில்மொழி விஷயத்தில் இந்தத் தந்திரத்தைக்கூடக் கையாளாதது ஆளும் வர்க்கத்தின் வெளிப் படையான ஏகாதிபத்திய விசுவாசத்தையே வெளிப்படுத்துகிறது.

அதே போல, மொழிக் கொள்கை பற்றியும் குறிப்பிடத்தக்க மௌனம் சாதிக்கிறது ஆவணம். மும்மொழித் திட்டத்தை (ஆங்கிலம், இந்தி, தாய்மொழி) நிறைவேற்ற முடியாமற் போனமைக்குப் பெருமூச்சு விடும் ஆவணம் (4.44), 'இந்தியா முழுமையும் ஒருவர் போய்வருவதற்குத் தடையாக மொழி அமைந்துவிடக் கூடாது (1.9)' என்று பூடகமாக அறிவுறுத்துவது இந்தி பேசாத தேசிய இனமக்கள் மத்தியில் இந்தித் திணிப்பு அச்சத்தை ஊட்டுவதாகவே அமைந்துள்ளது. இது உடனடியாக ஆசிரியர், மாணவர் மற்றும் முற்போக்கு இயக்கங்கள் கவனத்தில் எடுத்துக்கொண்டு எதிர்த்துப் போராட வேண்டிய இன்னொரு அம்சமாகும்.

இந்தியா ஒரு பல்தேசிய இன நாடு என்கிற உண்மையை இந்த ஆவணம் முற்றாகப் புறக்கணிக்கிறது. பல்வேறு தேசிய இனங்களும் பண்பாட்டு வேறுபாடுகளும் மிக்க நமது நாட்டில் இந்த ஆவணம் வலியுறுத்துவது போல (4.46) ஒரே மாதிரியான கல்வித் திட்டம், ஒரே மாதிரியான பாடத் திட்டம் என்பதெல்லாம் எந்த அளவு சாத்தியம் என்பது சிந்தனைக்குரியது. பல்தேசிய இனங்களின் தனித்துவத்தை வலியுறுத்தாமல் தேசிய ஒருமைப்பாடு (4.43), வேற்றுமையில் ஒற்றுமை (1.9), கலாச்சார ஒருமை (1.25) ஆகிய முழக்கங்களை வலியுறுத்துவதென்பது, ஒருமைப்பாட்டுணர்வை ஏற்படுத்துவதற்கு மாறாக சிறு தேசிய இனங்களின் மத்தியில் ஐயத்தையும் அச்சத்தையும் வளர்க்கவே செய்யும்.

இதே போல பண்பாடு, பாரம்பரியம், விழுமியம் போன்றவற்றைக் கல்வி உயர்த்திப் பிடிக்கவேண்டும் என்கிற கருத்தும் ஆவணம் முழுமையும் ஆங்காங்கு வலியுறுத்தப்படுகின்றன (4.97, 4.15, 1.24). பண்பாடு, பாரம்பரியம் போன்றவற்றைத் தெளிவாக வரையறுக் காமல் ஒட்டுமொத்தமாகவும் மேலோட்டமாகவும் கூறிச் செல்வது என்பது மீண்டும் சிறுபான்மையினரிடத்தில் அச்சத்தையும், ஐயத்தையும் வளர்க்கவே செய்யும். நமது ரேடியோ, பத்திரிகை போன்ற ஆளும் வர்க்கத்திற்குச் சார்பாக இயங்கும் வெகுமக்கள் தொடர்புச் சாதனங்களில் பண்பாடு என்பது இந்துப் பண்பாடாகவும், பாரம்பரியம் என்பது இந்துப் பாரம்பரியமாகவும் பொருள் கொள்ளப்பட்டுப் பரப்பப்படும் சூழலில், சிறுபான்மை மதங்களுக்கு எதிராகப் பெரு மதவெறி ஊட்டுகின்ற மதப் புத்துயிர்ப்பு நடவடிக்கை களில் அமைச்சர்களும் அதிகாரவர்க்கமும் வெளிப்படையாகவே கலந்துகொள்ளும் காலகட்டத்தில் மேற்குறிப்பிட்ட விளக்கமற்ற

முழக்கங்கள் என்பன மதச்சார்பிற்கு வித்திடும் என்கிற அச்சத்திற்கு அப்பாற்பட்டவையாக இல்லை.

இந்த ஆவணம் வலியுறுத்தும் இன்னொரு கருத்து வேலை உரிமையையும் கல்வியையும் பிரிக்கவேண்டும் (3.62, 4.28) என்பதாகும். ஏற்கனவே இவ்விரண்டும் மக்களால் எதார்த்தத்தில் பிரித்தே அறியப்படுகிறது. படித்தவர்கள் எல்லோருக்கும் வேலை இல்லை என்கிற நிலையில், பல்கலைக்கழகப் பட்டங்களைப் பற்றி வேலை கொடுப்போர் கிஞ்சித்தும் கவலைப்படாமல் தாங்களே தேர்வுகள் நடத்தும் சூழலில் இந்த ஆவணம் இவ்வாறு வலியுறுத்துவது என்பது படித்துவிட்டு வேலையின்றி வீதியில் அலையும் எண்ணற்ற இளைஞர்களுக்கு வேலை அளிக்கும் பொறுப்பிலிருந்து தட்டிக் கழித்து நழுவிச் செல்லும் முயற்சியேயன்றி பிறிதொன்றுமில்லை. வேலையில்லாப் பட்டதாரிகள் மத்தியில் அதிருப்தி வளர்ந்துள்ள சூழலில் படிப்பிற்கும் வேலை வாய்ப்பிற்கும் தொடர்பில்லை என்கிற பண்பாட்டு மதிப்பீட்டை உருவாக்கும் முயற்சியே இது.

எல்லாவற்றையும் தொகுத்துப் பார்க்கும்போது இன்று ஆர்ப்பாட்டமான விளம்பரங்களுடன் அரங்கேற்றப்படும் புதிய கல்விக் கொள்கை என்பது எந்தவிதமான உருப்படியான முற்போக்கான திட்டங்களையும் முன்வைக்காமல் இருக்கிற உரிமைகளையும் பறித்து, ஏற்றத்தாழ்வுகளை அதிகரிக்கும் பிற்போக்குத்தனமான ஒரு கல்வித்திட்டம்தான் என்பது தெளிவு. கல்வியிலும் சமுதாயத்திலும் அக்கறையுள்ள எவரும் இதன் ஆபத்தான கூறுகளைச் சுட்டிக் காட்டுவதும் எதிர்த்துப் போராடுவதும் அவசியம் ஆகும்.

1.2

ராஜீவ் அரசின் தேசிய கல்விக்கொள்கை தேசிய விவாதமா, தேசிய மோசடியா?

புதிய பிரதமர் ராஜீவ் காந்தி பதவி ஏறியிருந்த புதிது. 1985 சனவரி ஐந்தாம் தேதியன்று புதிய கல்விக் கொள்கை ஒன்று உருவாக்கப்படும் என அறிவித்தார். அதன் பிரதான அம்சங்கள் பற்றிப் பின்வருமாறு குறிப்பிட்டார்:

'தேசிய ஒருமையையும் பணி ஒழுக்கத்தையும் கல்வி வளர்க்க வேண்டும். நமது சுதந்திரப் போராட்டத்தின் மேன்மையையும், தேசிய ஒருமைப்பாட்டில் அதற்குள்ள முக்கியத்துவத்தையும் ஒவ்வொரு மாணவனுக்கும் அறிமுகப்படுத்த வேண்டும். நமது புராதனப் பாரம்பரியத்தையும் பண்பாட்டையும் இளைய தலைமுறைகளுக்கு நமது பள்ளிகளும், கல்லூரிகளும் அறிமுகப் படுத்த வேண்டும். நமது கலப்புப் பண்பாட்டிற்குக் குறுகிய நோக்குடனும், வகுப்புவாதக் கண்ணோட்டத்துடனும் விளக்க மளிப்பதை நமது பாடத்திட்டமும் பாடப் புத்தகங்களும் நிறுத்த வேண்டும்.'

'நமது பள்ளி அமைப்பில் பெரிய அளவில் தொடர்புச் சாதனம் தொடர்பான புதிய தொழில்நுட்பங்களைப் பயன்படுத்த நாங்கள் திட்டங்கள் தீட்டிக்கொண்டிருக்கிறோம். பட்டத்தையும் வேலையையும் துண்டிப்பது பற்றி அரசு தீவிரமாகப் பரிசீலித்துக் கொண்டிருக்கிறது. உயர்கல்வி எல்லோருக்கும் கிடைப்பதற்கேற்ப திறந்தவெளிப் பல்கலைக்கழகம் தொடங்குவதற்கான நடவடிக்கைகள் எடுக்கப்பட்டு வருகின்றன. மைய அரசுப் பள்ளிகள் விரிவாக்கப்படும். நமது நாட்டிலுள்ள ஒவ்வொரு மாவட்டத்திலும் இப்பள்ளிகள் திறமை மையங்களாகச் செயல்படும். தொழில், விவசாயம், தொடர்புச் சாதனம் போன்ற நமது நாட்டு உற்பத்தித் துறைகளுடன் கல்வியை நாங்கள் இணைத்து ஒழுங்கமைப்போம்.'

ஆக,

1. தேசிய ஒருமைப்பாட்டையும் பாரம்பரியத்தையும் வலியுறுத்துவது,
2. நவீன தொடர்புச் சாதனங்களைக் கல்வியில் பயன்படுத்துவது,
3. உயர்கல்விக்குத் திறந்தவெளிப் பல்கலைக்கழகங்களை அமைப்பது,
4. கல்வியையும் வேலையையும் பிரிப்பது,
5. மாவட்டந்தோறும் திறமையான மாணவர்க்கான மத்திய அரசு பள்ளிகளை நிறுவுவது

ஆகிய அம்சங்களைப் புதிய கல்விக் கொள்கையின் பிரதான அம்சங்களாக ராஜீவ் குறிப்பிட்டார்.

சில மாதங்களுக்குப் பிறகு 1985இன் பிற்பகுதியில் மத்திய கல்வி அமைச்சகம் புதிய கல்விக் கொள்கைக்கான நகலறிக்கையை வெளியிட்டது. 119 பக்கங்கள்கொண்ட இவ்வறிக்கை இன்றைய கல்விச் சூழலின் இழிநிலைகளை வெளிப்படையாக ஏற்றுக் கொண்டது. மற்றபடி இந்நகலறிக்கையில் முக்கால்வாசி வெறும் வாய்ச் சவடால்களாகவே இருந்தன. கல்வி அதிகாரங்களை மையத்தில் குவித்துக் கொள்ளும் போக்கும், முறைசாராக் கல்வி தொழில்சார் கல்வி ஆகியவற்றிற்கு முக்கியத்துவம் அளிக்கும் போக்கும் நகலறிக்கையில் தெளிவாகத் தென்பட்டது. மற்றபடி உடனடி நடவடிக்கைகளாகப் புதிய கல்விக் கொள்கை நகலறிக்கை அறிவித்தவை அனைத்தும் சனவரி 5இல் ராஜீவ் அறிவித்தவை மட்டுமே. ஆசிரியர்கள் மத்தியிலும் மாணவர்கள் மத்தியிலும் அரசியலகற்றல் என்கிற முழக்கமும் நகலறிக்கையில் கூடுதலாக முன் வைக்கப்பட்டது.

இந்த நகலறிக்கை சனநாயகபூர்வமான தேசிய விவாதத்திற்கு விடப்படுவதாக அறிவிக்கப்பட்டது. ஆசிரியர்கள், மாணவர்கள், பொது மக்கள் ஆகியோரின் கருத்துகளை வரவேற்று, தொகுத்து, கம்ப்யூட்டர் மூலம் பகுப்பாய்வு செய்து நகலறிக்கை திருத்தப்படும் என அறிவிக்கப்பட்டது. கல்வி நிறுவனங்களாலும், இயக்குனரகங்களாலும் இது தொடர்பான ஏராளமான கருத்தரங்குகளும் விளக்கக் கூட்டங்களும் நடத்தப்பட்டன. வானொலியிலும், தொலைக் காட்சியிலும் புதிய கல்விக்கொள்கைப் பிரச்சாரத்திற்காகப் பல மணி நேரங்கள் ஒதுக்கப்பட்டன. மொத்தத்தில் இந்த ஓராண்டு கால 'தேசிய விவாதத்தில்' கோடிக்கணக்கான ரூபாய்கள் செலவிடப்பட்டன.

ஆனால் இந்த விவாதங்களில் பல்வேறு ஆசிரியர் மாணவர் அமைப்புகளின் பிரதிநிதிகள் உரிய அளவில் அழைக்கப்படவில்லை. அடிவருடி அதிகாரிகளும் ஆமாஞ்சாமி பெரிய மனிதர்களுமே இந்த விவாதங்களில் பங்கேற்றனர். எனினும் சமூகப் பொறுப்புமிக்க பல தனிமனிதர்களும் ஆசிரியர்/மாணவர் அமைப்புகளும் தொழிற் சங்கங்களும் முற்போக்கு இயக்கங்களும் புதிய கல்விகொள்கை தொடர்பாகப் பல விரிவான கருத்தரங்குகளையும் விவாதங்களையும் நடத்தினர்; ஆபத்தான அம்சங்கள் பலவற்றைச் சுட்டிக் காட்டினர். தெளிவான தீர்மானங்களை இயற்றி மத்திய கல்வி அமைச்சகத்திற்கு அனுப்பி வைத்தனர்.

இந்த அமைப்புக்கள் அனைத்தும் மாதிரிப் பள்ளிகள், தேசிய ஒருமைப்பாடு என்கிற பெயரில் இந்தியைத் திணித்தல், அரசியலகற்றல் என்கிற பெயரில் தொழிற்சங்க உரிமைகளைப் பறித்தல், தொழில்சார் கல்வி மற்றும் முறைசாராக் கல்வி ஆகியவற்றை அதிக அளவில் விரிவாக்கல், கல்வி அதிகாரங்களை மத்தியப்படுத்தல், பாரம்பரியங்கள் என்ற பெயரில் விஞ்ஞான விரோதமான மூடக்கருத்துகளைப் புகுத்துதல், கம்ப்யூட்டர் போன்ற நவீன சாதனங்களுக்கு அதிக முக்கியத்துவம் கொடுத்தல் ஆகிய அம்சங்களைக் கருத்துவேறு பாடின்றி எதிர்த்தன. ராஜீவ் காந்தி சனவரி 5இல் சொன்ன கருத்துகள் அனைத்தும் இவற்றில் உள்ளடங்குவது குறிப்பிடத்தக்கது.

சனநாயக அடிப்படையிலான தேசிய விவாதத்தின் விளைவு என்ன என எல்லோரும் ஆவலுடன் எதிர்பார்த்திருந்தோம். ஆசிரியர்/மாணவர்களின் கருத்துகளுக்கெல்லாம் அரசு எந்த அளவிற்கு முக்கியத்துவம் அளிக்கிறது என அறிந்துகொள்ளத் துடித்திருந்தோம். கம்ப்யூட்டர் பகுப்பாய்வுகளெல்லாம் முடிந்து சென்ற 1986 ஏப்ரலில் 'திருத்தப்பட்ட நகலறிக்கை' தேசியக் கல்விக்கொள்கை என்ற பெயரில் இறுதி அறிக்கையாகப் பாராளுமன்றத்தில் நிறைவேற்றப் பட்டது.

சுமார் 15,000 சொற்களில் தயாரிக்கப்பட்டுள்ள இவ்வறிக்கையில் சுமார் இருநூறு சொற்கள் மட்டுமே தூலமான கொள்கைகளை அறிவிக்கின்றன. மற்ற முக்கால்வாசிச் சொற்களும் வழக்கம்போல வெற்று வாய்ப்பந்தல்தான்.

சரி. இந்தத் தூலமான கொள்கையில் என்னென்ன அம்சங்கள் வலியுறுத்தப்பட்டுள்ளன?

- சனவரி 5, 1985இல் பிரதமர் ராஜீவ் என்னென்ன அம்சங்களை வலியுறுத்தினாரோ,
- நகலறிக்கையில் என்னென்ன அம்சங்களுக்கு முக்கியத்துவம் கொடுக்கப்பட்டனவோ,
- விவாதத்தை உண்மையிலேயே மேற்கொண்ட ஆசிரியர்/ மாணவர்/முற்போக்கு இயக்கங்கள் என்னென்ன அம்சங்களை முழுமையாக எதிர்த்தனவோ

அவைதாம் இன்று திருத்தப்பட்ட அறிக்கையாய் இதோ நமது கைகளில்...

ஜனவரி 85இல் ராஜீவ் காந்தி அறிவித்த அம்சங்களையே ஓராண்டு கால 'தேசிய விவாத'த்திற்குப் பின் தேசியக் கல்விக் கொள்கை'யாக அறிவிக்கப்படுகின்றதென்றால், ஆசிரியர்/மாணவர்/முற்போக்கு இயக்கங்களின் கருத்துகள் தூக்கி எறியப்படுகின்றன என்றால்,

- ஓராண்டு கால தேசிய விவாதத்தின் பொருளென்ன?
- இதற்காகக் கோடிக்கணக்கான ரூபாய்கள், செலவழிக்கப்பட்ட தென்ன நியாயம்?
- சனநாயக பூர்வமான விவாதம் என்றார்களே நமது நாட்டுச் சனநாயகத்தின் லட்சணம் இதுதானா?
- நடத்தப்பட்டது தேசிய விவாதமா? தேசிய மோசடியா?

இப்போது விவாதமெல்லாம் முடிக்கப்பட்டு பு.க.கொ. வரவேற்பு மாநாடுகளும் கருத்தரங்குகளும் தொடங்கிவிட்டன. மத்திய செய்தி வெளியீட்டுத்துறை சார்பாக பி.வி. நரசிம்மராவ் போன்றோரின் பு.க.கொ. ஆதரவுக் கட்டுரைகளெல்லாம் பத்திரிகைகளுக்கு அனுப்பப் படுகின்றன. தினமணி போன்ற இதழ்கள் இக்கட்டுரைகளுக்கு முக்கியத்துவம் கொடுத்து தினந்தோறும் பிரசுரிக்கின்றன. ஆசிரியர் களுக்குப் பு.க.கொ. பற்றிப் பயிற்சி முகாம்கள் நடத்தப்படுகின்றன. சமூகத்தின் மேல்தட்டினராய் இருந்து காலங்காலமாய் கல்வி வாய்ப்புக்களைச் சுவீகரித்துக்கொண்டோர் இன்று பு.க.கொ.வை ஆதரித்து அறிக்கைகள் விடுகின்றனர். 'தேசிய ஆசிரியர் பேரவை' போன்ற பெயர்களில் ஆதரவு அறிக்கைகள் மக்கள் மத்தியில் விநியோகிக்கப்படுகின்றன.

நரசிம்மராவ் போன்றோரின் கட்டுரைகளிலிருந்தும் (தினமணி, ஜூலை 17, 1986), 'தேசியக் கல்வி ஆராய்ச்சி மற்றும் பயிற்சிக் குழு'வின் (NCERT) வெள்ளிவிழா மலர்க் கட்டுரைகளிலிருந்தும் (தினமணி, செப். 11, 1986) பு.க.கொ. அடிப்படையில் மேற்கொள்ளப்பட்டுள்ள

மற்றும் உடனடியாய் மேற்கொள்ளப்படபோகிற அம்சங்கள் நமக்குத் தெரிய வருகின்றன. அவை:

1. இந்திரா காந்தியின் பெயரால் திறந்தவெளிப் பல்கலைக்கழகம் தொடங்கப்பட்டுவிட்டது.
2. 59 மாதிரிப் பள்ளிகள் உடனடியாகத் தொடங்கப்படும் என அறிவிக்கிறது NCERT. தேசியத் திறன் ஆய்வுத் திட்டத்தின் கீழ் இந்தியா முழுமையிலும் 19 மையங்களில் நடைபெற இருக்கும் தேர்வுகளின் மூலம் சிறந்த மாணவர்கள் இதற்குத் தேர்ந் தெடுக்கப்படுவார்களாம்.
3. 'மும்மொழித் திட்டத்தின் கீழ் இம்மாதிரிப் பள்ளிகளில் மும்மொழிகள் கற்பிக்கப்படும்' என்கிறார் நரசிம்மராவ்.
4. 1990க்குள் உயர்நிலைப்பள்ளி மாணவர்களில் 10 சதவீதம் பேருக்குத் தொழிற்கல்வி அளிக்க உத்தேசிக்கப்பட்டுள்ளது. 1995ஆம் ஆண்டுக்குள் இந்த எண்ணிக்கை 25 சதவீதமாக உயரும் என்கிறார் நரசிம்மராவ்.
5. நாடு முழுவதிலும் கிட்டதட்ட 750 பள்ளிகளில் 11ஆவது வகுப்பில் 'கம்ப்யூட்டர் போதனை நடத்தப்படும்' என்கிறது NCERT. ஆங்கிலம் மற்றும் இந்தி மொழிகளில் வீடியோ படங்கள் தயாரிக்கப்படுகின்றன எனவும், இவை இந்த ஆண்டே வெளி யிடப்படும் எனவும் கூறுகிறது NCERT.
6. தேசிய அளவிலான பாடத்திட்டத்தின் கீழ் பாடப்புத்தகங்கள் தயாரிக்கப்படும் என அறிவிக்கும் NCERT 'தேசிய ஒருமைப் பாட்டைக் குலைக்கும் வகையில் உள்ள பாடங்களைக்களையும் பணியை முக்கியமாக மேற்கொண்டுள்ளது' என்கிறது.
7. 'கல்வியைப் பொதுப்பட்டியலில் சேர்க்க 1978ஆம் ஆண்டு நமது அரசியல் சாசனம் திருத்தப்பட்டது. தேசிய ஒற்றுமையை நிலைநாட்ட மத்திய அரசு புதிய கல்விக்கொள்கையின் மூலம் உயர்ந்தபட்சப் பொறுப்பை ஏற்றுக்கொண்டுள்ளது' எனக்கூறும் நரசிம்மராவ் பிறிதோரிடத்தில் 'கல்வி என்பது மாநில அரசுகளும் மத்திய அரசும் மக்களும் ஒருங்கிணைந்து ஏற்றுக்கொள்ள வேண்டிய ஒரு பொதுச் சவாலாகும்' என்றும் குறிப்பிடுகிறார். கல்வி அதிகாரங்களை மத்தியில் குவித்துக்கொள்ளும் அதே நேரத்தில் நிதிப்பொறுப்பை மாநில அரசின் மீதும் மக்கள் மீதும் சுமத்தும் உள்நோக்கம் கவனிக்கத்தக்கது.

8. 'அரசியல் சாசனத்தின் எதிர்பார்ப்புக்கள்' மாணவர்களுக்குப் போதிக்கப்படும் என தே.க.கொ. அறிக்கை இருமுறை (*3.4, 5.13*) பகர்கிறது. நடைமுறைப்படுத்தப் போகும் பொதுப் பாடத் திட்டத்தின் கீழ் 'இந்திய சுதந்திரப் போராட்ட வரலாறு, அரசியல் சாசனத்தின் எதிர்பார்ப்புக்கள், இந்தியப் பொதுக் கலாச்சாரப் பாரம்பரியம்' ஆகியவை அடங்கும் என்கிறார் நரசிம்மராவ். NCERTயும் 'இந்திய சுதந்திரப் போராட்ட வரலாறு, அரசியல் சாசன கொள்கை அமல், இந்தியாவின் பாரம்பரிய கலாச்சாரம்' போன்றவை பற்றிய பாடத்திட்டங்களும், கேசட்டுகள் தயாரிப்பும் உடனடிச் 'செயற் திட்டங்கள்' என அறிவிக்கிறது.

மேலே குறிப்பிடப்பட்டவைதாம் தே.க.கொ. அறிக்கையின் அடிப்படையில் உடனடியாக மேற்கொள்ளப்படப் போகும் நடவடிக்கைகள். இவை அனைத்துமே சனவரி 5, 1985இல் ராஜீவால் அறிவிக்கப்பட்டவை. நகலறிக்கையாய் முன்வைக்கப்பட்டவை. ஆசிரியர், மாணவர் மற்றும் பெற்றோரால் எதிர்க்கப்பட்டவைதான்.

இவை தவிர தே.க.கொ வில் வேறேதும் இல்லையா? ஏனில்லை? 'கரும்பலகைத் திட்டம்' என்ற பெயரில் ஆரம்பப் பள்ளிகளுக்கு அடிப்படை வசதிகள் செய்து கொடுக்கும் கருத்து, பெண்களுக்கும் தாழ்த்தப்பட்டவர்கட்கும் கல்வி வாய்ப்பில் முன்னுரிமை அளிக்கப்படும் என்னும் கருத்து ஆகியவையும் அறிக்கையில் உள்ளன. வரவேற்கப்பட வேண்டியவைதான். ஆரம்பக் கல்வி புறக்கணிக்கப்படுகிறது என நகலறிக்கை விவாதத்தின் போது சகல தரப்பினரும் சாடியதன் விளைவாகவே இக்கருத்துகள் தே.க.கொ. அறிக்கையில் இணைக்கப்பட்டுள்ளன. இதனை நாம் மகிழ்ச்சியோடு வரவேற்கிறோம். ஆனால் இவை குறித்து என்ன ஆக்கப்பூர்வமான செயற்திட்டங்கள் மேற்கொண்டிருக்கிறார்கள் என நரசிம்மராவ் கட்டுரையிலும் NCERT அறிவிப்புக்களிலும் தேடிப்பார்த்தால்... ம்ஹூம்... ஒன்றையும் காணோம். மாதிரிப் பள்ளி, இந்தித் திணிப்பு, முறைசாராக் கல்விக்கு முக்கியத்துவம் அளித்தல், கல்வியைக் கடைச்சரக்காக்குதல் ஆகிய விஷயங்களில் அவசரப்பட்டு செயற் திட்டங்களை அறிவிக்கும் அமைச்சர் பெருமானும் அதிகார வர்க்கமும் கரும்பலகைத் திட்டம் பற்றியும் தாழ்த்தப்பட்டவர் கல்வி முன்னுரிமை பற்றியும் மூச்சுவிடவில்லை.

ஆசிரியர், மாணவர் மத்தியில் 'அரசியலகற்றல்' என்கிற நகலறிக்கை முழக்கம் பற்றி ஒன்றும் அறிவிக்கப்படவில்லையே; எதிர்க்

கருத்துகளின் விளைவாக இவற்றை ஆட்சியாளர்கள் திரும்பப் பெற்றுக்கொண்டார்களோ என நாம் எண்ணினால் நம்மைவிட ஏமாளிகள் வேறு யாருமில்லை.

– உயர்கல்வி நிறுவனங்கள் விரிவாக்கத்தை நிறுத்தி முறைசாராக் கல்வியை ஆதரிப்பது என்ற பெயரில் மாணவர்களின் ஒருங்கிணைவைத் தடுப்பது,

– விசுவபாரதி பல்கலைக்கழகச் சட்டம் போன்றவற்றின் மூலம் ஆசிரியர் மாணவர்களின் சனநாயக உரிமைகளைப் பறிப்பது,

– போராடிப் பெற்ற பல்வேறு தொழிற்சங்க உரிமைகளைத் தினசரி உத்தரவுகள் மூலம் படிப்படியாய்ப் பறிப்பது,

– ஊதியவெட்டு, இடமாற்றம் போன்றவற்றின் மூலம் தொழிற் சங்க முன்னணியாளர்களைப் பழிவாங்குவது போன்ற நடவடிக்கைகள் மூலம் அரசியலகற்றல் என்பது அறிவிக்கப்படாத நடவடிக்கைகளாக ஏற்கனவே நடைமுறைப்படுத்தத் தொடங்கி யாயிற்று என்பதே உண்மை.

மொத்தத்தில்,

– நகலறிக்கை, தேசிய கல்வி அறிக்கை, இப்போது நடைமுறைப் படுத்தப்படும் செயல்திட்டம் எல்லாம் ஜனவரி 5, 1985இல் ராஜீவ் பேசியதே.

– ஆசிரியர், மாணவர், மக்கள் கருத்துகள் எல்லாம் மத்தியக் கல்வி அமைச்சகத்தின் குப்பைக் கூடையில் பத்திரமாய் உள்ளன.

– ஓராண்டு காலமாய் நடந்தது தேசிய விவாதமல்ல, தேசிய அவமானம்.

1.3

புதிய தேசிய கல்விக் கொள்கையில் வலியுறுத்தப்படும் அம்சங்கள்: மேலும் சில விளக்கங்கள்

நகலறிக்கையிலும் இப்போது வந்துள்ள தேசிய கல்விக் கொள்கை அறிக்கையிலும் ஒரே விஷயங்களே வலியுறுத்தப்படுகின்றன எனவும் அவை நடைமுறைப்படுத்தப்படத் தொடங்கப்பட்டுவிட்டன எனவும் நாம் அறிவோம். அவற்றைப் பற்றிப் பல விமரிசனங்களும் விளக்கங்களும் வெளிவந்துள்ளன. சில விடுபட்டுப்போன அம்சங் களையும் ஏற்கனவே சொல்லப்பட்டிருந்தாலும்கூட மீண்டும் வலியுறுத்தப்பட வேண்டிய சில அம்சங்களையும் இப்பகுதியில் காண்போம்.

1. மத்தியப்படுத்தல்

கல்வி அதிகாரங்களை மத்தியப்படுத்தும் போக்குக் காலனி ஆட்சியாளர்களால் முதன் முதல் தொடங்கப்பட்டது. 1961ஆம் ஆண்டு தொடங்கப்பட்ட 'தேசிய கல்வி ஆராய்ச்சி மற்றும் பயிற்சிக் குழு' (NCERT) பற்றி, 'கல்வி சம்பந்தமான ஆராய்ச்சிகள் மத்திய அரசின் பொறுப்பில் அமைய வேண்டும் என்ற 'ஒரே நோக்கத்துடன்' இந்த அமைப்பு தொடங்கப்பட்டது' என இந்நிறுவனமே கூறிக் கொள்கிறது.[1] மாநில அரசுப் பட்டியலிலிருந்து கல்வித்துறை நெருக்கடி காலத்தில் பொதுப்பட்டியலுக்குப் போனது. துணைவேந்தர்கள் நியமனம் போன்ற விஷயங்களில் மாநில அரசின் கல்வி அதிகாரங ்களில் மத்திய அரசு தலையிடுவதென்பது வரவர அதிகமாயிற்று. திருமதி மாதுரிஷா தலைமையில் நியமிக்கப்பட்ட (1982) பல்கலைக்

---

[1] ஷிப் கே. மித்ரா, NCERT அதன் பின்னணி, தினமணி (மதுரை) செப். 11, 1986, ப. 6.

கழக மான்யக் குழுவின் 'பரிசீலனைக் குழு' (Review Committee) பல்கலைக்கழக ஆசிரியர்கள் மத்தியப்படுத்தப்பட்ட தேர்வுமுறை மூலம் தேர்ந்தெடுக்கப்பட வேண்டும் எனத் தனது அறிக்கையில் வலியுறுத்தியது (பக்: 53-54). 1984இல் நடைபெற்ற துணைவேந்தர்கள் மாநாட்டில் இக்கருத்து ஒரு தீர்மானமாக இயற்றப்பட்டது (Group on Management, VC's Conference, p.2). துணைவேந்தர் நியமனங்களில் 'அரசு தலையீடு' (அதாவது மாநில அரசு தலையீடு) இல்லாத அளவிற்குப் பல்கலைக்கழகச் சட்டங்கள் அமைக்கப்பட வேண்டும் எனவும் அம்மாநாடு வலியுறுத்தியது. அதேசமயத்தில் பாராளு மன்றத்தில் கொண்டுவரப்பட்ட விஸ்வபாரதி பல்கலைக்கழக மசோதாவின் போது அன்றைய கல்வி அமைச்சர் திருமதி ஷீலா கவுல், நாடெங்கிலுமுள்ள பல்கலைக்கழகங்களுக்கான ஓர் இறுக்கமான மசோதா தயாரிக்கப்படுகிறது என அறிவித்தார்.

சென்ற ஆண்டு வெளியிடப்பட்ட பு.க.கொ. நகலறிக்கையில் கல்வி அதிகாரங்கள் மத்தியப்படுத்தப்படும் போக்கு எவ்விதம் வெளிப் படுகின்றது என்பதைப் பலரும் சுட்டிக்காட்டியுள்ளனர்.[2]

சமீபத்தில் வெளியிடப்பட்டுள்ள தேசிய கல்விக் கொள்கை அறிக்கையிலும் இப்போக்குத் துல்லியமாய்த் தெரிகிறது. கல்விக்கான மத்திய ஆலோசனை வாரியம், இந்தியக் கல்விப் பணியம், தேசிய தேர்வுப் பணியம், அகில இந்தியத் தொழிற்கல்விக் குழு என்பன போன்ற மத்தியப்படுத்தப்பட்ட அதிகார வர்க்க மையங்கள் உருவாக்கப்படும் என அறிக்கை பகர்கிறது.

'கல்வி தொடர்பான மாநில அரசின் பங்கும் பொறுப்பும் அடிப்படையில் மாறாதிருக்கும் அதே நேரத்தில்' பண்பாடு, தேசிய ஒருமைப்பாடு ஆகியவற்றை வலியுறுத்தும் உள்ளடக்கத்தைத் தீர்மானித்தல், தர நிர்ணயம், நாட்டுத் தேவையை அடிப்படையாகக் கொண்ட மனித வளத்தைத் திட்டமிடுதல் ஆகியவற்றில், 'மத்திய அரசு அதிகப் பொறுப்பை எடுத்துக்கொள்ளும்' என அறிக்கை கூறுகிறது (3.12; 3.13). அதாவது நிதிப் பொறுப்புக்கள் மாநில அரசு தலையிலும், கல்வித் திட்டமிடுதல் மத்திய அரசு கையிலும் இருக்குமாம். இது தவிர கல்வித் திட்டமிடுதல் தொடர்பான மாநில அரசு நிறுவனங்கள் மத்திய மனிதவள அமைச்சகத்தால் கட்டுப் படுத்தப்படும் எனவும் (10.4) அறிக்கை அறிவிக்கிறது. இவை

[2] R.L. Nigam , 'Leave Education to Educationists', *I.E.* (Madurai), Feb 27, 1986, p. 8.

தவிர மத்திய அரசின் கட்டுப்பாட்டில் மாவட்டங்கள் தோறும் அமைக்கப்படப் போகும் 'நவோதயா பள்ளிகள்' பற்றியும் அவற்றிற்கான தேர்வு மத்தியப்படுத்தப்பட்ட தேர்வுமுறையின் கீழ் நடத்தப்படும் என்பதையும் நாம் அறிவோம்.

இவை தவிர, நாடெங்கிலுமுள்ள கல்வி நிறுவனங்களுக்கான ஒலி, ஒளி கேசட்டுகள் இந்தியிலும், ஆங்கிலத்திலும் தயாரிக்கப் படுகின்றன எனவும் மைசூர், புவனேசுவர், அஜ்மீர் முதலான இடங்களில் மீடியா மையங்கள் அமைக்கப்படுகின்றன எனவும் நாம் அறிவோம்.[3] இவையும் இன்சாட் மூலம் பாடம் ஒளிபரப்புதல் ஆகியவையும் மத்தியப்படுத்தப்படும் நடைமுறையின் ஓரங்கமே என்பதில் ஐயமில்லை.

இனி, இந்தியா போன்ற ஒரு நாட்டில் இத்தகைய மத்தியப்படுத்தல் எந்த அளவிற்கு நியாயமானது என்பதைப் பார்ப்போம். எந்த ஒரு நாட்டிற்கும் தேசிய அளவிலான மனிதவளத் திட்டமிடுதல் குறித்தான ஓர் அடிப்படைக் கோட்பாடு தேவைதான் என்பதில் யாருக்கும் கருத்து வேற்றுமை இருக்க முடியாது. தேசிய இனங்களுக்கு முழுமையான சமத்துவமும் சுயநிர்ணய உரிமையும் அளிக்கப்பட்ட, உண்மையான சனநாயக அமைப்பில்கூட இத்தகைய கோட்பாடு அடிப்படைத் திசை வழியைக் காட்டுகிற தன்மையுடையதாகத்தான் இருக்க முடியுமே ஒழிய நாடு முழுமைக்குமான ஒரே பாடத்திட்டம், ஒரே பாடப் புத்தகம், ஒரே தேர்வுமுறை என்பது அப்போதுகூடச் சாத்தியமில்லை. தேசிய இனங்கள் ஒடுக்கப்படுகிற, சனநாயகமற்ற இன்றைய சூழலில் இது ஒடுக்குமுறை நடவடிக்கையாக மட்டுமே இருக்க முடியும். புரட்சிக்குப் பிந்திய ரஷிய, சீன சமுதாயங்களில்கூட அடிப்படையான திசை வழிதான் உருவாக்கப்பட்டதேயொழிய கல்வியில் முழுமையான சுயாட்சி உரிமை பகுதிகளுக்கு வழங்கப்பட்டன.[4]

வேறுபட்ட பண்பாடு, பாரம்பரியம், வரலாறு, உற்பத்தி நடவடிக்கைகள், பூகோள அமைப்பு, கனிமவளம், தொழில் வாய்ப்பு ஆகியவற்றைக் கொண்டது நமது நாடு. மொத்த உற்பத்தியில் எழுபது

---

[3] பி.எல். மல்ஹோத்ரா: திட்டங்களும் நோக்கங்களும், தினமணி (மதுரை) செப். 11, 1986 பக். 6.

[4] a. Anatoli Lunacharsky, *On Education*, Progress, 1981.
   b. *Education in China Today* (official reports), India Book Exchange, Calcutta.

சதவீதம் விவசாயம் சார்ந்ததாக உள்ள நமது நாட்டில் வறட்சியான (arid), அரை வறட்சியான (semi-arid), ஈரமான (humid), பாசன வசதி பெற்ற (irrigated), மலைப்பாங்கான (hilly) என ஐந்து வகை நில அமைப்புக்கள் உண்டு. இங்குள்ள விவசாயத் தொழில் நுட்பங்கள் ஒன்றுக்கொன்று தொடர்பற்றவை. தொழில்துறையும் இப்படித்தான். இத்தகைய சூழலில் கல்வித் திட்டமிடுதல் என்பது பிரதேச அளவிலேயே இருக்க முடியும். இது ஒட்டுமொத்தமான தேசியத் திட்டமிடுதலுடன் ஒத்திசைந்து இருக்கவேண்டும் என வேண்டுமானால் வலியுறுத்தலாம்.[5]

காலனிய ஆட்சிக்கு முன் நமது கல்வியில் பல்வேறு குறைபாடுகள் இருந்தபோதிலும் குறிப்பிட்ட சூழலுக்கான (milieu) கல்வியைத் தீர்மானிப்பதில் நிறுவனங்களுக்கும் ஆசிரியர்களுக்கும் பரிபூரண சுதந்திரமிருந்தது. பொருளாதார ரீதியாகவுட, கருத்தியல் ரீதியாகவும் காலனிய ஆட்சிமுறைக்கு ஏற்றவகையில் மனித சக்தியை வார்த்தெடுப்பதற்கான முதல் நடவடிக்கைகளில் ஒன்றாகக் கல்வியை மத்தியப்படுத்தும் நடவடிக்கை காலனிய ஆட்சி காலத்தில்தான் முதன் முதலாக மேற்கொள்ளப்பட்டது.

காலனிய ஆட்சியாளர்களுக்கு இது உகந்ததுதான். ஆனால் மக்களைப் பொறுத்தமட்டில் அன்றுஞ் சரி, இன்றுஞ் சரி, நாளையுஞ் சரி... இது எதிரானதே.

2. தொழில்சார் கல்வி

இன்று உயர்நிலைப் பள்ளி அளவில் 2.5 சதவீதமாக உள்ள தொழில்சார் கல்வி 1995க்குள் 25 சதவீதமாக்கப் படப்போகிறது.

ஒரு சரியான கல்வி முறை என்பது தொழிலுடன் இணைந்ததாகவே இருக்க முடியும் என்பதில் ஐயமில்லை. புரட்சிக்குப் பிந்திய சீனாவிலும், ரசியாவிலும் கல்விமுறை இப்படித்தான் அமைக்கப்பட்டது. ஒவ்வொரு பகுதிக்கும் ஏற்ற தொழில்களுடன் கல்வி ஆங்காங்கு இணைக்கப்பட்டது. தொழிற்சாலைகளும், விவசாயப் பண்ணைகளும் 'பெரிய வகுப்பறைகள்' என சீனாவில் அழைக்கப்பட்டன. 'கரும்பலகையில் சாகுபடி செய்வது' கைவிடப்பட்டு மாணவர்கள் கூட்டுப்பண்ணைகளுக்கே அழைத்துச் செல்லப்

---

[5] M.R. Bhiday, 'How to meet challenges of Education', Main Stream, Jan 18, 1986, P. 10-12.

பட்டனர். ரசியாவில் இவை 'ஒருங்கிணைக்கப்பட்ட தொழிற் பள்ளிகள்' (unified labour schools) எனப்பட்டன. இவற்றில் ஆசிரியர்கள் தவிர தொழிலாளர்களும் மாணவர்களுக்குப் பயிற்சி அளித்தனர்.

நமது நாட்டில் அறிமுகப்படுத்தப்படும் தொழில்சார் கல்விக்கும் இதற்கும் வேறுபாடுண்டு. அங்கே எல்லா மாணவர்களுமே இந்தப் பள்ளிகளில்தான் பயின்றனர். இருபத்தைந்து சதவீதம் மாணவர் களுக்கு இந்த மாதிரியான பள்ளிகள், மற்றவர்களுக்கு மேல் வகுப்பிற்குத் தகுதி உள்ள வேறு வகையான பள்ளிகள் என்கிற நிலைமை அங்கில்லை. அத்தோடு இங்கே அறிவிக்கப்பட்டுள்ள தொழில்சார் கல்வியில் ஒரு குறிப்பிட்ட தொழிலுக்கான பயிற்சி மட்டும் மாணவனுக்கு அளிக்கப்படவிருக்கிறது. ஒரு குறிப்பிட்ட தொழிலில் பயிற்சி பெற்ற பயிற்சியாளனாய் அவன் வெளிவருவான். அவனுக்கு மொத்தத் தொழிலின் ஒழுங்கமைப்பு பற்றியோ, நிர்வாகம் பற்றியோ, அடிப்படையான அறிவியல், தொழில்நுட்பக் கோட் பாடுகளோ போதிக்கப்படப் போவதில்லை. ஆனால் ஒரு சரியான தொழில்சார் கல்வி என்பது இத்தகையது அல்ல. சரியான தொழில்சார் கல்வியில் பயிற்சி பெறும் மாணவன் ஒரு குறிப்பிட்ட பயிற்சி மட்டுமே பெற்றவனாய் இல்லாமல் மொத்தத் தொழில் அமைப்பு, நிர்வாகம், அடிப்படையான விஞ்ஞான விதிகள் முதலியவற்றையும் அறிந்திருப்பான். வெறும் ஏட்டுச் சுரைக்காயாய் இல்லாத முழுமை யான கல்வி பெற்றவனாக உருவாக்குவதே இதன் குறிக்கோள்.

அத்தோடு சரியான தொழில்சார் கல்வியில் கலைத்துறைப் பாடங்களும் போதிக்கப்படும். ஆனால் இப்போது வரலாறு, பொருளியல், இலக்கியம், கலை போன்ற துறைகள் பொதுவாகவே புறக்கணிக்கப்பட்ட போக்கையும் நகல் அறிக்கையில் கண்டோம் (4.58). மனிதன் உணர்வுகளால் ஒழுங்கமைக்கப்பட்டவன். எனவே அவன் முழுமையான மனிதனாக உருவாக்கப்பட வேண்டுமெனில் அவனது உணர்வுகளும் ஒழுங்கமைக்கப்பட வேண்டும். இதற்கு கலைக்கல்வி மிகவும் அவசியமாகும். எனவே ஒவ்வொரு மாணவனுக்கும், அவன் பொறியாளனாய் இருந்தாலும் சரி, மருத்துவனாய் இருந்தாலும் சரி அவனுக்கு ஒரு குறிப்பிட்ட அளவிற்குக் கலைக்கல்வி வழங்கப்பட வேண்டும். ஆனால் பு.க.கொ. யில் கலைக்கல்வி புறக்கணிக்கப்படும் போக்கும் அப்படியே போதிக்கப்பட்டாலும் அவை ஆட்சியாளர்களின் உள்நோக்கிற்கு

ஏற்பத் திருத்தி அமைத்துப் போதிக்கப்படும் போக்கும் காணப்படுவது (நகல்: 4.122) குறிப்பிடத்தக்கது.

புதிய கல்விக் கொள்கை வலியுறுத்தும் தொழில்சார் கல்வி மூலம் பயிற்றுவிக்கப்பட்டு வெளியே அனுப்பப்படப்போகிற மாணவர்கள் இத்தகைய முழுமையானவர்கள் இல்லை. குறிப்பிட்ட தொழிலில் குறிப்பிட்ட பயிற்சி பெற்ற நுண் திறனாளர்கள். நுண்பயிற்சி என்பது ஒருவனை முடமாக்கும் என்பர்.[6] இதன் பொருள் தொழிற்கல்வி, மருத்துவர் கல்வி என்பதெல்லாம் தேவையல்ல என்பதல்ல; ஆனால் அவர்கள் ஒரு குறிப்பிட்ட துறையில் சிறப்புப் பயிற்சி பெற்று இருந்தாலும் இதர துறைகளிலும் அவர்களுக்கு அடிப்படை அறிவு இருக்க வேண்டும் என்பதுதான். பொதுக் கல்வியற்ற பயிற்சிக் கல்வி முழுமையற்ற மனிதனையும், பயிற்சிக் கல்வியற்ற பொதுக் கல்வி ஏட்டுச் சுரைக்காய்த்தனத்தையும் உருவாக்கும். இரண்டையும் இணைப்பதே சரியான கல்விமுறையாக இருக்க முடியும்.

ஓர் இயந்திரத்தின் குறிப்பிட்ட ஓர் உதிரிப் பாகம் (ஸ்குரு) போன்ற ஒரு பயிற்சியாளனைத் தொழில்சார் கல்வி மூலம் தயாரிப்பதே இவர்கள் குறிக்கோள். நாளை இந்த இயந்திரத்தின் இடத்தில் புதிய இயந்திரம் வந்தால் இந்த உதிரிப் பாகம் பயனற்றுப் போய்விடும். நாம் குறிப்பிடுகிற முழுமையான தொழில்சார் கல்வியில் புதிய இயந்திரம் வந்தாலும் இந்தப் பாகம் பயன்படும். அதற்கேற்ற வகையில் முழுமையாக அந்தத் தொழிலின் ஒழுங்கமைப்பை அவன் அறிந்திருப்பான்.

என்னதான் ஒரு வானொலி பழுது பார்ப்பவரையும் ஒரு ஃபிட்டரையும் ஒரு தொழிற்பயிற்சி மையம் தயாரித்து அனுப்பினாலும் நடைமுறைப் பயிற்சி என்பது அவன் பள்ளியை விட்டு வெளியே வந்து நடைமுறைக்குப் போன பின்பே அவனுக்குக் கிடைக்கிறது. அடிப்படை அறிந்திருந்தால் குறைந்த நேரத்தில் இந்தப் பயிற்சியை ஒரு தொழிலாளி அறிந்திட முடியும். எல்லாவற்றையும் தொகுத்துப் பார்க்கும்போது நவீன தொழிலமைப்பு பற்றி அறிந்த அடிப்படைப் பொதுக்கல்வி பெற்ற முழுமையான மனிதரை உருவாக்குகிற தொழில்சார் கல்வியாக நமது கல்வி அமைப்பையே மாற்றவேண்டும் என்பதே சரி. இந்த நோக்கில் நாம் கல்விக்

[6] *over specialisation cripples a man* - Lunacharsky: இந்தக் கருத்தை ஐன்ஸ்டின் போன்றவர்களும் வலியுறுத்தியுள்ளனர்.

கூடங்களில் அளிக்கும் தொழிற்பயிற்சி என்பது கல்வி ரீதியாய் நியாயப்படுத்தப்பட வேண்டும் (It should be educationally justified).

ஆனால் மேற்படிப்புக்கு வக்கற்ற, சொன்னதைக் கேட்கிற, தூக்கி எறியும் பந்தை ஓடி எடுத்துக்கொண்டு வந்து கொடுத்துவிட்டு மற்ற நேரங்களில் காலுக்கடியில் சுருண்டு கிடக்கும் பயிற்சிபெற்ற மந்தைகளை உருவாக்குவதே பு.க.கொ. அறிவிக்கும் தொழில்சார் கல்வியின் நோக்கம்.

3. மாதிரிப் பள்ளிகள் எனப்படும் திறமை மையங்கள்

அடுத்த ஆண்டு முதல் நாடெங்கிலும் 59 மாதிரிப்பள்ளிகள் தொடங்கப்படும் எனவும் இதற்காக இந்தியா முழுமையும் 19 மையங்களில் ஐந்து லட்சம் மாணவர்களுக்குத் தேர்வு வைத்து மாணவர்கள் தேர்ந்தெடுக்கப்படுவர் எனவும் அறிகிறோம்.[7]

இந்தப் பள்ளிகள் மூலம் இந்தி-ஆங்கிலம் திணிக்கப்படுகிற விஷயம் இங்கு பரவலாகப் பேசப்பட்டுள்ளது. இதர ஆபத்தான அம்சங்களை இங்கு நாம் விவாதத்திற்கு எடுத்துக்கொள்வோம். கிராமப்புறம் சார்ந்து இப்பள்ளிகள் அமைக்கப்படும் என்கிறது தே.க.கொ. அறிக்கை (5.15). இட ஒதுக்கீடுகள் பின்பற்றப்படும் என வாக்குகள் கொடுக்கப்பட்டாலும் ஆதிக்க சக்திகளே இவற்றைப் பயன்படுத்துவர். இந்தியா போன்ற பரந்த எல்லைப் பகுதியில் பத்தொன்பதே இடங்களில் இதற்கான தேர்வுகள் நடத்தப்படும் எனில் எந்த அளவிற்கு இதில் அடித்தட்டு மக்களின் பிள்ளைகள் பங்கு பெறுவார்கள் என்பதை ஊகித்துக்கொள்ள வேண்டியதுதான். இது மட்டுமல்ல. பத்து வயதுக்குட்பட்ட குழந்தைகளில் திறமை யானவர்களைத் தேர்ந்தெடுப்பது என்பது அடிப்படைக் குழந்தை உளவியல் விதிகளுக்குப் புறம்பானது. பிள்ளைகள் மனிதர்களாய் உருவாகும் ஆண்டுகளாகிய (formative years) இந்த வயதில் திறமையாளர்களைத் தேர்ந்தெடுப்பது என்பது சாத்தியமேயில்லை.[8]

எனவே இந்த வயதில் தேர்ந்தெடுக்கப்படும் குழந்தைகள் அவர்கள் எந்த அளவிற்குத் திறமையானவர்கள் என்கிற அடிப்படையைக் காட்டிலும் இதற்குமுன் எந்த அளவிற்கு அவர்கள் ஒழுங்கமைக்கப்

---

[7] பி.எல். மல்ஹோத்ரா: Op. Cit.

[8] தினேஷ் மோகன், 'National policy on Education', EPW, May, 24, 1986.

பட்ட கல்வி (Organised Education) பெறும் வாய்ப்புப் பெற்று இருந்தார்கள் என்கிற அடிப்படையிலேயே தேர்ந்தெடுக்கப்படுவர். நல்ல கல்விச் சூழலுள்ள, தனிப் பயிற்சி வாய்ப்புப்பெற்ற மேல்தட்டு வர்க்கக் குழந்தைகளே இவ்வாறு தேர்ந்தெடுக்கப்படும் வாய்ப்புண்டு என்பதில் ஐயமில்லை.

இவ்வாறு தேர்ந்தெடுக்கப்பட்ட மாணவர்களுக்கு எல்லாவிதமான வசதிகளுமுள்ள இலவசக் கல்வி வழங்கப்படும். அதுவும் தங்கும் வசதியுள்ள பள்ளிகளாகவே அமையும். நான்கு சுவர்களுக்கு மத்தியில் எல்லா வசதிகளும் அளிக்கப்பட்டு, சமூகச் சூழலிலிருந்து பிரிக்கப்பட்டு இவர்கள் பயிற்றுவிக்கப்படுவார்கள். இந்தி, ஆங்கிலம் மொழிகள் மூலம் மக்கள் பண்பாட்டிலிருந்து அந்நியப்படுத்தப்பட்டு வளர்க்கப்படுவர். 'நாம் திறமையாளர்கள், இந்த அமைப்பு நியாயமானது; தகுதியானவர்களாக இருந்தால் அவர்களுக்கு நல்ல வாய்ப்பு இந்த அமைப்பிற்குள்ளேயே கிடைக்கும்; மற்றவர்கள் கஷ்டப்படுகிறார்கள் என்றால் அது அவர்கள் திறமையற்றவர்களாய் இருப்பதால்தான்' என்கிற மமதையோடு இன்றைய ஆதிக்க சக்திகளின் பிள்ளைகள் நாளைய அமைச்சர்களாகவும், அதிகாரிகளாகவும், இந்த மாதிரிப் பள்ளிகள் மூலம் உருவாக்கப்படுவர்.

இன்னொன்றும் கவனிக்கத்தக்கது. மாதிரி என்பது அதனையொத்த மற்றவற்றால் இலட்சிய நோக்குடன் பின்பற்றக்கூடியதாகும். தேர்ந்தெடுக்கப்பட்ட மூளைகளுக்குக் கோடிக்கணக்கான ரூபாய் செலவில் பயிற்சியளிக்கும் இந்தப் பள்ளிகள் அடிப்படை வசதிகளற்ற மற்ற பள்ளிகளுக்கு எந்த விதத்தில் மாதிரியாக இருக்க முடியும் என்கிற கேள்வியும் நியாயமானதே.[9]

மொத்தத்தில் மற்ற மந்தைகளை ஆளப்போகும் நாளைய மேய்ப்பர்களை உருவாக்குவதே மாதிரிப் பள்ளிகளின் நோக்கமாகும்.

4. முறைசாராக் கல்வி/தூரக் கல்வி முறைகள்

இந்திரா காந்தியின் பெயரில் இன்று திறந்த வெளிப் பல்கலைக்கழகம் தொடங்கப்பட்டுவிட்டது. முறைசாராக் கல்விமுறை விரிவாக்கப்படும் முயற்சிகளும் மேற்கொள்ளப்பட்டுள்ளன.

---

[9] M.Arangarajan, 'Model Schools, Are they really models?', The Hindu, Sep.16, 1986.

முறைசார் கல்வி/முறைசாராக் கல்வி ஆகியவற்றையும் ஒழுங் கமைக்கப்பட்ட கல்வி (organised education)/ ஒழுங்கமைக்கப்படாத கல்வி (unorganised education) ஆகியவற்றையும் நாம் பிரித்தறிய வேண்டும்.[10]

காலனிய ஆட்சிமுறைக்கு முன்னதாக உள்ள நமது கல்வி முறையை 'முறைசாராத ஆனால் ஒழுங்கமைக்கப்பட்ட கல்வி முறை' எனலாம். கற்றறிந்த ஆசிரியர்களால் வரையறுக்கப்பட்ட பாடத் திட்டம் அதில் போதிக்கப்பட்டது. குறிப்பிட்ட திறமை கைவரப் பெற்ற பின்பே மாணவன் வெளியே வந்தான். ஆனால் அவனுக்கு அங்கீகரிக்கப்பட்ட சான்றிதழ் எதுவும் கொடுக்கப்படவில்லை.

இன்று காளான்களாய் முளைத்திருக்கும் பல சுயநிதிக் கல்லூரிகளில் ஒழுங்கான சோதனைக்கூடங்கள், நூலகங்கள் முதலியவை இருப்பதில்லை. குறைந்த ஆசிரியர்களே பணியாற்றுகிறார்கள். ஆனாலும் இதன் மூலம் படித்து வெளிவரும் மாணவர்களுக்கு அங்கீகரிக்கப்பட்ட சான்றிதழ்கள் கொடுக்கப்படுகின்றன. இதனை 'முறைசார்ந்த ஆனால் ஒழுங்கமைக்கப்படாத கல்விமுறை' எனலாம்.

சங்கீதம், நாட்டியம் போன்றவை இன்று 'முறைசாராத ஒழுங்கு அமைக்கப்படாத' முறையில் தனிமனிதர்களால் பயிற்றுவிக்கப் படுவதை நாம் அறிவோம்.

நமது பள்ளி, கல்லூரிகளில் பயிற்றுவிக்கப்படும் கல்வியை 'முறைசார்ந்த ஒழுங்கமைக்கப்பட்டது' எனலாம்.

முறைசார்ந்த கல்வி என்பது இன்று வேலை வாய்ப்போடும், சமூக கௌரவத்தோடும் இணைந்ததாக உள்ளது. வேலை இல்லாத் திண்டாட்டம் அதிக அளவில் தலைவிரித்தாடினாலும் நிலைமை இதுதான்.

தொழில் வளர்ச்சியுற்ற மேல்நாடுகளில் இரண்டாம் உலக யுத்தத்திற்குப் பின்பு திடீரென பயிற்சி பெற்ற மனித சக்தி தேவை அதிகரித்தபோது, அதனை முறைசார்ந்த கல்வி நிறுவனங்கள் மூலமாகப் பூர்த்தி செய்ய இயலாததால் திறந்தவெளிப் பல்கலைக் கழகங்கள், முறைசாராக் கல்வி போன்றவை தொடங்கப்பட்டன. எனினும் முறைசாராக் கல்வி மூலம் கல்வித்தரம் வீழ்கிறது என்கிற

---

[10] S.M. Bhave, 'Universities and Non-Formal Education', AIFUCTO Conference, June 1985.

எதிர்ப்பும் கூடவே கிளம்பியது. எனவே அங்கு முறைசாராக் கல்வி/ தூரக்கல்வி ஆகியவை முறைசார்ந்த கல்விக்கு மாற்றாகத் தோற்றுவிக்கப்படவில்லை என்பது கருதத்தக்கது. முறைசார்ந்த கல்விக்கே முக்கியத்துவம் கொடுக்கப்பட்டு அதற்கு வாய்ப்பற்றவர் களுக்கும் உடனடி மனித சக்தித் தேவையைப் பூர்த்தி செய்து கொள்வதற்கும் மட்டுமே முறைசாராக் கல்வி தோற்றுவிக்கப்பட்டது. முறைசார்ந்த கல்வி மூலம் கற்பிக்கப்படுபவை கல்வி (Education) எனவும் முறைசாராக் கல்வி மூலம் வழங்கப்படுவது தகவல் (Information) எனவும் அறிஞர்களால் வகைப்படுத்தப்பட்டது. மற்ற மாணவர்களுடன் இருந்து பயிலும் சிறந்த வாய்ப்பும், ஆசிரிய–மாணவர் பரஸ்பரத் தாக்கமுமில்லாத இக்கல்விமுறை, முறைசார்ந்த கல்வியுடன் ஒப்பிடும்போது இரண்டாம் பட்சமானதாகவே அமைய முடியும்.

எனினும் படிக்க வேண்டிய வயதில் வாய்ப்பற்றுப் போனவர் களுக்கு வாய்ப்பளிக்கும் வகையில் இரண்டாம்பட்சமானதாய் இருந்தாலும் ஒவ்வொரு நாட்டிலும் முறைசாராக் கல்விமுறை இருக்கத்தான் வேண்டும். இதில் ஐயமில்லை. ஆனால் தே.க.கொ. இந்த நோக்குடன் இங்கு முறைசாராக் கல்வியை அறிமுகப்படுத்த வில்லை.

இன்று நமது நாட்டில் 150 பல்கலைக்கழகங்களும் 5000 கல்லூரிகளும் உள்ளன எனவும் இதற்கு மேல் உயர்கல்வி விரிவாக்கப்பட மாட்டாது எனவும் தே.க.கொ. கூறுகிறது (5.26). கி.பி.2000த்தில் மேலும் 130 லட்சம் மாணவர்களுக்கு உயர்கல்வி வசதி செய்து கொடுக்க வேண்டும். இதற்கு மேலும் 5000 கல்லூரிகள் தேவைப்படும் என எதிர்பார்க்கப்படுகிறது.[11]

எனவே செலவு இரட்டிப்பாகும். மூன்றாம் உலக நாடுகளை அதிகக் கடன் வாங்குமாறு ஊக்குவிக்கும் உலக வங்கி, கடன்களைத் திருப்பிக் கொடுக்கச் சிரமப்படாமல் இருப்பதற்குச் சொல்லும் அறிவுரைகளில் ஒன்று கல்விச் செலவைக் குறைக்கச் சொல்வது ஆகும். முறைசாராக் கல்வி மூலம் 5000 கல்லூரிகளைக் கட்டாமலேயே 'உயர்கல்வி வாய்ப்பை' வழங்கிவிடலாமல்லவா?

மேலும் முறைசாராக் கல்வி மூலம் ஏகாதிபத்தியங்களின் கட்டுப்பாட்டில் இயங்கும் தன்னார்வக் குழுக்களின் கையில் கல்விச்

[11] P.K. Gopalakrishnan, 'Education, Towards a Relevant Policy', *Mainstream*, Jan 18, 1986, P. 7-10.

செலவின் ஒரு பகுதியை ஒப்படைக்கலாம் எனவும் வெளிப்படையாகவே கூறுகிறது தே.க.கொ. ஆவணம் (5.11). கல்வித்துறையில் ஏகாதிபத்திய ஊடுருவல் இவ்வாறு சட்ட பூர்வமாக முறைப்படுத்தப்படுகிறது.

முறைசாராக் கல்விக்கு முக்கியத்துவம் கொடுப்பதற்கு இன்னொரு காரணமுமுண்டு. மாணவர்கள் அமைப்பு ரீதியாய்த் திரண்டெழுவது, போராடுவது என்பது முறைசாராக் கல்வியில் அவ்வளவு சாத்தியமில்லை. 'பல்கலைக்கழகங்களில் மாணவர்கள் அரசியல்மயமாகும் வாய்ப்பிருப்பதால் அதனைத் தடுப்பதற்காகவே' ஈரானில் திறந்த வெளிப் பல்கலைக்கழகம் தொடங்கப்பட்டதாக ரம்பிள், ஹாரி ஆகியோர் தொகுத்துள்ள தூரப் பயிற்சிப் பல்கலைக்கழகங்கள் என்னும் நூலில் கூறப்பட்டுள்ளது (பக். 208).[12] எனவே அரசியலகற்றல் என்கிற நகலறிக்கை வாசகம் தேசியக் கல்விக் கொள்கை அறிக்கையில் காணப்படாவிட்டாலும் அந்த நோக்கத்தை நிறைவேற்றும் பல்வேறு நடவடிக்கைகளில் ஒன்றாகவும் இங்கு முறைசாராக் கல்வி ஊக்குவிக்கப்படுகிறது என்பதையும் கவனத்தில் எடுத்துக்கொள்ள வேண்டும்.

நாம் முறைசாராக் கல்விமுறையை எதிர்க்கவில்லை. ஆனால் முறைசார்ந்த உயர்கல்விப் பொறுப்பைத் தட்டிக் கழிக்கும் நோக்குடனும், ஏகாதிபத்திய ஊடுருவலுக்கு வாய்ப்பளிக்கும் நோக்குடனும், அரசியலகற்றும் நோக்குடனும் முறைசாராக் கல்வியைப் புகுத்துவதையே நாம் எதிர்க்கிறோம்.

இறுதியாக ஒன்று; தூரக் கல்வி என்பதெல்லாம் சனத்தொகை பரவலாய் உள்ள, அதிக தூரங்களால் பிரிக்கப்பட்டுக் கொத்துக் கொத்தாய் மக்கள் வசிக்கும் நாடுகளுக்குத்தான் பொருந்துமேயொழிய நெருக்கமான மக்கள்தொகையுள்ள இந்தியா போன்ற நாடுகட்குப் பொருந்தாது.

5. நவீனமயமாக்கல்

முறைசாராக் கல்வி பற்றிக் குறிப்பிட்டது இதற்கும் பொருந்தும். கல்வியை நவீனமயமாக்கலை நாம் எதிர்க்கவில்லை. ஆனால் அடிப்படை வசதிகளை அனைத்துப் பள்ளிகளுக்கும், அனைத்து மக்களுக்கும் அளிக்கிற வாய்ப்பைத் தியாகம் செய்துவிட்டு

---

[12] Ajit Singh Vats, 'Distance Education in India: Concepts and Realities', AIFUCTO Conference, June 1985.

நவீனமாக்கிக் கொண்டிருக்க முடியாது. மனிதவளம் மிகுதியாயுள்ள நமது நாட்டில் இந்த மனிதவளத்தை முழுமையாகப் பயன்படுத்தத் தக்கனவாகவே அனைத்துத் திட்டங்களும் தீட்டப்படவேண்டும். ஆட்குறைப்பு நோக்குடன் கம்ப்யூட்டர் போன்றவை புகுத்தப் படுதலை நவீனமயமாக்கல் என்கிற போர்வையில் நாம் ஆதரித்துவிட முடியாது.

750 பள்ளிகளில் 11ஆவது வகுப்பில் கம்ப்யூட்டர் போதனை கட்டாயமாய் நிறைவேற்றப்படும் என்கிறது NCERT. யுனிகார்ன் என்னும் பிரிட்டிஷ் கம்ப்யூட்டர் நிறுவனத்தில் தேங்கிப்போன பழைய தலைமுறைக் கம்ப்யூட்டர்களை நம் தலையில் கட்டும் ஏகாதிபத்திய முயற்சிகளில் ஒன்றே இது என்கிறார் தினேஷ் மோகன்.[13]

இதே போலத்தான் வீடியோ, தொலைக்காட்சி, இன்சாட் போன்றவற்றைப் பயன்படுத்துவதென்பதும். ஆங்கிலம், இந்தி திணிப்பதற்கும், அதிகாரங்களை மையப்படுத்திக்கொள்ளும் நோக்கிற்கும் இது எவ்வாறு பயன்படுகிறது என்பதை நாம் முன்னரே விளக்கினோம். ஏகாதிபத்திய ஊடுருவலுக்கும் இது எவ்வாறு பயன்படுகிறது என்பதை NCERT அறிக்கையில் உள்ள கீழ்க்காணும் தகவல்கள் தெளிவாக்கும்.[14]

- *இந்திய விண்வெளி ஆராய்ச்சி நிலையம், கோலாலம்பூரில் உள்ள ஆசிய-பசிபிக் ஒலிபரப்பு வளர்ச்சிக் கழகம்-பிபிஸி போன்ற அமைப்புகளுடன் ஸிஐஇடி (தொழில் நுணுக்கக் கல்வி மத்தியக் கழகம்) நெருங்கிய தொடர்பு கொண்டுள்ளது.*
- *ஸிஐஇடி தயாரித்தளிக்கும் நிகழ்ச்சிகளை அகில இந்திய ரேடியோவும் டெலிவிஷனும் இன்ஸாட்-1பியும் அஞ்சல் செய்து வருகின்றன.*
- *யுஎன்டிவி, யுனெஸ்கோ, யுனிசெப் போன்ற சர்வதேச அமைப்பு களும் ஸிஐஇடியின் திட்டங்களை ஊக்குவிப்பதற்காக ஒருங்கிணைந்து செயல்படுகின்றன. குறிப்பாகத் தொழில் நுணுக்கக் கல்வி தகவல் தொடர்பு சம்பந்தப்பட்ட பணிகளில் ஈடுபட்டு வருகின்றன.'*

[13] தினேஷ் மோகன்: *Op. Cit.*

[14] *ரெய்ஸ் அகமது : விஞ்ஞானக் கல்வியும் தேசியக் கல்வி ஆராய்ச்சி மற்றும் பயிற்சிக் கவுன்சிலும், தினமணி (மதுரை) செப். 11, 1986 - பக். 7.*

மேலும், கருவிகள் மூலம் பயிற்றுவிக்கும்போது ஆசிரியர் - மாணவர் பரஸ்பரத் தாக்கம் இல்லாமற் போகிறது. படைப்புத் திறனும், கேள்வி கேட்கும் அறிவியல் மனப்பான்மையும் அற்ற, தொடர்பு சாதனப் பெட்டிமுன் வாய்பிளந்து அமர்ந்து கேட்டுச் செல்லும் செயலூக்கமற்ற மந்தை மனப்பான்மையும் உருவாக்கப்படுகிறது.

6. கல்வியையும் வேலை வாய்ப்பையும் பிரித்தல்

வேலைவாய்ப்பு தொடர்பான நோக்கத்தைக் காட்டிலும் உயர்கல்வி வாய்ப்பைக் குறைக்கும் நோக்கத்தையே இது உள்ளடக்கியது. இது உயர்கல்வி விரிவாக்கம் நிறுத்தப்படும் என்கிற குரலோடு தொடர்புடையது. குறிப்பாக பி.ஏ., பி.எஸ்.ஸி., பட்டக் கல்வியைக் குறைக்கும் நோக்குடையது. பொறியியல், மருத்துவம் போன்ற துறைகளுக்கு இது பொருந்தாது என்கிறது தே.க.கொ. அறிக்கை *(5.39)*. இன்றளவும் வேலை வாய்ப்பு, சமூக கௌரவம் ஆகியவற்றின் அடிப்படையாக உயர் கல்வி இருந்துவருகிறது. அதோடு உயர்நிலைப் பள்ளிப் படிப்பு முடித்தவர்களுக்கு உடனடி வேலை வாய்ப்பு இல்லாத சூழலில் இலவசக் கல்வி, உதவித்தொகை ஆகியவற்றைப் பயன்படுத்திக்கொண்டு பி.ஏ, பி.எஸ்.ஸி., பட்டப் படிப்புக்களில் பிள்ளைகளைச் சேர்ப்பது என்பது இப்போது வழக்கமாக இருக்கிறது. இந்தப் பாடத் திட்டங்கள் வெறும் ஏட்டுச் சுரைக்காய்களை உருவாக்குவனவாகவே உள்ளன என்பதென்னவோ உண்மைதான். ஆனால் இந்தக் குறைபாடுகளைப் போக்குவதென்பது இதனைப் பயனுள்ளதாக மாற்றியமைக்கும் நோக்குடன்தான் அமைய வேண்டுமேயொழிய இதனையே அகற்றுவதென்பதாக இருக்க முடியாது. ஆனால் இந்த நோக்குடன்தான் பு.க.கொ. ‘வேலை வாய்ப்பையும், கல்வியையும் பிரிப்பது’ என்கிற முழக்கத்தை முன் வைக்கிறது - இதன் மூலம் பட்டப்படிப்பிற்கான போட்டி குறையும் என்ற எதிர்பார்ப்புடன்.

ஒரு குறிப்பிட்ட வேலைக்குப் பட்டம் தேவையில்லை என அறிவித்தாலுங்கூட இன்றுள்ள வேலை இல்லாத் திண்டாட்டச் சூழலில் பட்டம் பெற்றவர்களும் பட்டம் பெறாதவர்களும் அந்த வேலைக்குப் போட்டியிடும்போது பட்ட வகுப்பளவு படிக்கும் சமூக வாய்ப்புள்ள ஒருவர் அதுகூடப் படிக்கும் வாய்ப்பற்றவரைப் போட்டியில் வென்றுவிடுவார் என்பதே உண்மை.

7. அரசியலகற்றல்

இந்த முழக்கம் நகலறிக்கையில் இருந்தது. தேசியக் கல்விக் கொள்கை அறிக்கையில் இல்லை. எனினும் இந்த முழக்கம் கைவிடப் பட்டதாகவும் குறிப்பிடப்படவில்லை. முறைசாராக் கல்விக்கு முக்கியத்துவம் அளிப்பதன் மூலம் மாணவர்கள் ஒருங்கிணைவைத் தடுப்பது, படிப்படியாகச் சங்க உரிமைகளைப் பறிப்பது, 'ஸ்பெஷல் செல்களை'க் கல்வி நிறுவனங்களில் அமைப்பது போன்ற நடவடிக்கைகள் மூலம் அரசியலகற்றும் நோக்கம் மறைமுகமாய் நடைமுறைப்படுத்தப்படுவதை நாம் ஏற்கனவே சுட்டிக்காட்டி யுள்ளோம்.

மொத்தத்தில் கவர்ச்சிகரமான முழக்கங்களின் பின்னணியில் பாசிச உள்நோக்குடனேயே மேற்குறிப்பிட்ட அம்சங்கள் இங்கு புதிய தேசியக் கல்விக் கொள்கை மூலம் அறிவிக்கப்பட்டுள்ளன என்பதைப் புரிந்துகொள்வது அவசியம்.

உசாத்துணை

1. *Challenge of Education - a Policy Perspective, Ministry of Education,* New Delhi, Aug. 85.
2. 'Investment in Education as an industry', Jandhyala, B.G. Tilak, *Eastern Economist,* Annual Number 1980.
3. 'Education in five year plans', Jandhyala, B.G. Tilak, *Eastern Economist,* April 15, 1977.
4. *Report of the Education Commission (1966);* Education And National Development, Ministry of Education, New Delhi.
5. 'New Education Policy - Promises, Promises, Promises', Dinesh Mohan, *Economic And Political weekly,* Sep. 21, 1985.
6. 'Education And the Social Order - Book Review', S. Shukla, *Economic And Political weekly,* Aug. 17 1985.
7. 'Towards Universal Elementary Education - Promise and Performance', John Kurien, *Economic And Political weekly,* Oct. 3, 1981.
8. 'Employment And Educational Planning', N.G., Bodar, *Social Scientist,* Jan. 1973.
9. 'Employment And Educational Planning', N.G. Bodar, *Social Scientist,* Jan. 1973.
10. 'Trends in Educational Expenditure', The Ministry of Education and

Social Welfare, *Economic and Political Weekly*, Aug, 29, 1981.
11. *Social problems and Social Disorganisation in India*, C.B. Marmoria Kirabmahal, Allahabad, 1981.
12. *On Education*, Anatoli Lunacharsky, Progress, Moscow, 1981.
13. *On Education*, Marx and Engels, APRSU Publication, 1985.

2

அரசும் கல்விக் கொள்கைகளும்:
நோக்கமும் பின்னணியும்

2.1

புதிய கல்விக் கொள்கைக்கான அவசரமும் அவசியமும்

தான் உலக மாயைகளிலிருந்து விடுபட்டுத் தெய்வம் என்பதோர் சித்தமுண்டாகித் தேர்ந்த கதையை மாணிக்கவாசகர்,

> ஈர்க்கிடை போகா இளமுலை மாதர்தம்
> கூர்த்த நயனக் கொள்ளையில் பிழைத்தும்
> பித்த உலகர் பெருந்துறைப் பரப்பினுள்
> மத்தக் களிறு எனும் அவாவிடைப் பிழைத்தும்
> கல்வி என்னும் பல்கடல் பிழைத்தும்
> செல்வம் என்னும் அல்லலில் பிழைத்தும்
> நல்குரவு என்னும் தொல்விடம் பிழைத்தும்
> புல் வரம்பு ஆய பல்துறை பிழைத்தும்
> தெய்வம் என்பதோர் சித்தம் உண்டாகி...
>
> *(போற்றித் திரு அகவல் - தில்லை)*

என்று விவரிப்பார். தெய்வச் சித்தத்தைத் தடுப்பவற்றுள் இள முலை மாதர்தம் கூர்த்த நயனக் கொள்ளை, மத்தக் களிறொத்த அவா, செல்வம் என்னும் அல்லல், நல்குரவு என்னும் தொல்விடம் ஆகிய மாயை களுடன் சமமாகக் கல்வி என்னும் பல்கடலையும் அடிகள் குறிப்பிடுவது நமக்கு வியப்பாக இருக்கிறது. 'திருவாசகத்திற்கு உருகாதோர் ஒரு வாசகத்திற்கும் உருகார்' எனப் புகழ்பெற்ற மணிவாசக அடிகள், தான் கல்வி என்னும் பல்கடலிலிருந்து தப்பி வந்ததாகக் குறிப்பிடுவது முரண்பாடாகவும் தோன்றுகிறது.

ஆனால் ஆழ்ந்து சிந்திக்கையில் இதில் முரண்பாடேதுமில்லை என்பது தெளிவாகிறது. உருகாத உள்ளத்தையெல்லாம் உருக்கும் திருவாசகத்தைப் படைக்கும் ஆற்றலைத் தந்த கல்வியையும், தெய்வச் சித்தத்தைத் தடுத்து நிறுத்தும் ஆற்றலை அளிக்கும் கல்வியையும்

அடிகள் வேறுபடுத்திப் பார்த்ததுபோல நாமும் வேறுபடுத்திப் பார்த்தல் அவசியம்.

ஆம். வர்க்கமாய்ப் பிளவுண்ட சமுதாயங்களில் எல்லாவற்றிலும் இரண்டிருப்பதுபோலவே கல்வியும் இரண்டாக உள்ளது. ஆளும்வர்க்கம் தனது நிறுவனங்கள் மூலமாகத் தனது குடிமக்களிடம் திணிக்கும் கல்வி ஒன்று. இதுவே மணிவாசகப் பெருமானை உருவாக்கிய கல்வி. தெய்வம் போன்ற கருத்துருவங்களைக் கேள்விக்குள்ளாக்கும் கல்வி மற்றது. இதுவே உண்மைக் கல்வியும்கூட. இன்றைய சூழலில் இந்த இரண்டிற்கும் அடிப்படைத் திறவுகோலாக இருப்பது எழுத்தறிவு. அன்ன சத்திரம், ஆலயம் போன்றவற்றை நிறுவுவதைக் காட்டிலும் புண்ணியமிக்க தருமச் செயலாகப் பாரதியால் போற்றப் படும் எழுத்தறிவித்தல் என்பது இந்தத் திறவுகோலைக் கரங்களில் அளிப்பதுதான்.

வர்க்கங்களுக்கு முற்பட்ட புராதனக் கூட்டுடமைச் சமுதாயங்களில் கல்வி என்பது தனி நிறுவனமாக வளர்ந்திருக்கவில்லை. மனிதன் சமுதாயத்தின் ஓர் உறுப்பினன் என்கிற வகையில் சமுதாய நடவடிக்கைகளில் பங்குபெறும் செயற்பாடுகளினூடே அன்றைக்குத் தேவையான கல்வியைப் பெற்றுக்கொண்டான். எல்லாவற்றிலும் வேலைப் பிரிவினைகள் இல்லாததைப் போலவே கற்பித்தல், கற்றுக்கொள்ளல் என்கிற வேலைப் பிரிவினையும் இல்லாதிருந்தது. வேலைப்பிரிவினை, தனிச்சொத்து, வர்க்கங்கள் ஆகியவற்றின் தோற்றத்திற்குப்பின் கல்வி என்பது உற்பத்திக்கான உழைப்பு நடவடிக்கைகளிலிருந்து பிரிக்கப்பட்டது. அருவமாகப் போதிக்கப் பட்டது. கற்பிக்கும் ஆசிரியன் ஆளும் வர்க்கத்தின் அங்கத்தவனானான். கல்வி ஆளும் வர்க்கத்தின் நிறுவனமாகியது.

வர்க்கமாய்ப் பிளவுண்ட சமுதாயங்களில், வர்க்கங்களுக்கு இடையேயான முரண்பாடுகளின் விளைவாக அரசு உருவாகிறது. இந்த அரசின் அடக்குமுறைக் கருவிகள் இரு வகைப்பட்டன. படை, அதிகாரவர்க்கம், நீதி நிறுவனம் போன்ற நேரடியான அடக்குமுறைக் கருவி முதல் வகைப்பட்டது. மற்றது, கருத்துநிலை அரசுகருவி (Ideological State Apparatus). இதன் ஓரங்கமாகக் கல்வி காலங் காலமாக ஆளும் வர்க்கத்திற்குச் சேவை செய்து வந்துள்ளது. இதனை,

அரசால் நிறைவேற்றப்பட்ட உண்மையான 'பொதுக்' கல்வி என்பது அரசின் நியாயமான பொது இருத்தலில் அடங்கியுள்ளது.

> மக்களைத் தனது உறுப்பினர்களாக ஆக்கிக்கொள்வதன் மூலமும், தனிநபர் குறிக்கோள்களைப் பொதுக் குறிக்கோள்களாக மாற்றுவதன் மூலமும் திருத்தப்படாத அகத் தூண்டல்களை ஒழுக்க ஆர்வமாக மாற்றுவதன் மூலமும் இயற்கையான சுதந்திரத்தை ஆன்மிக விடுதலையாக ஆக்குவதன் மூலமும் தனிநபர் தனது முழுமையை மொத்தத்தில் காணவைப்பதின் மூலமும் தனிநபரின் மன எல்லைக்குள் முழுமையைக்காண வைப்பதன் மூலமும் அரசு தனது உறுப்பினர்களுக்குக் கல்வி புகட்டுகிறது (Marx-Engels, Collected works, vol. I. p.193)

என்பார் பேராசான் மார்க்ஸ். அதாவது அரசின் கல்விக் கொள்கையின் நோக்கம் குடிமக்களை அதிகாரத்திற்குப் பணிந்தவர்களாக ஒழுங்கமைப்பதுதான் என்று இதைச் சுருக்கமாகச் சொல்லலாம். புரட்சிக்குப் பிந்திய சோவியத் ஒன்றியத்தில் கல்வி நிர்மாணப் பணியை மேற்கொண்டிருந்த அனதோலி லூனாசார்ஸ்கி,

> ஒரு வர்க்க சமுதாயத்தின் குறிக்கோள்களுக்குப் பொருந்துகிறவாறு வெகுமக்களின் உளவியலைச் சரிசெய்கிற கருவியாகவே கல்வி என்பது அரசு நடவடிக்கைகளில் ஒன்றாக எப்போதுமே இருந்து வந்திருக்கிறது (A Lunacharsky, On Education p. 54)

என்று கூறுவதும் இதையேதான்.

இந்தக் கல்வியையும் முதலாளியத்திற்கு முற்பட்ட சமுதாயங்களில் அனைத்து மக்களும் பெறுகிற உரிமை மறுக்கப்பட்டிருந்தது. உடலுழைப்பில் ஈடுபட்ட அடித்தட்டு மக்கள் தங்கள் தொழிலுக்குத் தேவையான திறனை மட்டும் தங்களின் உழைப்புப் போக்கில் கற்றுக் கொண்டனர். இதர இயற்கை அறிவியல்கள், தத்துவம், ஆன்மிகம் தொடர்பான முறையான கல்வி என்பது அடிப்படை வர்க்கத்திற்கு மறுக்கப்பட்டது; அல்லது பழமொழிகள், கதைகள், நாட்டுக்கலை வடிவங்கள் மூலமாக முறைசாராத வகையில் தப்புந் தவறுமாகப் போதிக்கப்பட்டது. இதுவும்கூட எளிதில் திருத்தியமைக்கக்கூடிய அகவயக் கூறுகள் அதிகம்கொண்ட சமயம், தத்துவம் போன்ற துறைகளால்தான் சாத்தியமானதேயொழிய புறவயமான இயற்கை அறிவியல் துறைகள் அடிப்படை வர்க்கத்திற்கு அறிமுகப்படுத்தப் படவேயில்லை. எப்படியோ இந்த இரண்டாம்பட்சமான போதனையும் அன்றைய கருத்துநிலைசார்ந்த அரசு கருவியின் ஓரங்கமாகவே அமைந்தது.

முதலாளியச் சமுதாயத்தின் தோற்றத்திற்குப் பின்பே கல்வி என்பது வெகுமக்கள் அளவில் பொதுவாக்கப்பட்டது. அரசு நேரடி நிர்வாகங்களில் ஒன்றாகவே கல்விப் பொறுப்பை ஏற்று வெகுமக்கள் கல்விக்கூடங்களை நிறுவியது. முதலாளியத்தோடு பரவலாக நடைமுறைக்கு வந்த சனநாயகத்தின் தோற்றத்தோடு இதனை இணைத்துப் பார்ப்பது அவசியம். ஆனால் பெயரளவில் கல்வி இவ்வாறு பரவலாக்கப்பட்டாலும் தொடர்ந்து அடிப்படை வர்க்கத்திற்கு அது எட்டாக் கனியாகவே இருந்துவந்தது. எந்திர உற்பத்தி என்பது பொருளுற்பத்திக்கு அடிப்படையான கூட்டு உழைப்பை (Compound Labour) நீக்கி எளிய உழைப்பு (Simple Labour) போதுமென்றாக்கியது. குழந்தை உழைப்பே உற்பத்திக்குப் போதும் எனவும் உற்பத்திக்கு அடிப்படைக் கல்வி அதிகம் தேவையில்லை எனவும் ஆக்கியது. அடிப்படை வர்க்கக் குழந்தைகளெல்லாம் பள்ளிக்குச் செல்வதற்குப் பதிலாகத் தொழிற்சாலைகளுக்குச் செல்லத் தொடங்கினர். இந்தியாவில் காலனிய ஆட்சிக்குப் பின்னரே கல்வி என்பது வெகுமக்கள் அளவிலாக்கப்பட்டது. அதற்குமுன் சிறுசிறு திண்ணைப் பள்ளிக்கூடங்களில் மேல்தட்டு வட்டத்திற்குள்ளேயே முடங்கியிருந்தது.

பல்வேறு சமூகப் பொருளாதார வளர்ச்சியினூடே இன்னுங்கூட கல்வி என்பது அடிப்படை வர்க்கத்திற்கு எட்டாக் கனியாகவே இருந்து வருகிறது என்பதை பு.க.கொ. ஆவணமே ஏற்றுக்கொள்கிறது. கல்லாமை, இடையில் நிறுத்துதல் போன்றவையெல்லாம் அடிப்படை வர்க்கத்திடமே அதிகமாக உள்ளன என்கிற உண்மை இதனையே பறைசாற்றுகிறது.

எட்டாக் கனியாகவே கல்வி இருந்துவந்ததென்றாலும் அது எட்டுகிற அளவில் ஆளும் வர்க்கத்தின் கருத்து நிலை அரசு கருவி என்கிற பணியை அவ்வக் காலத்தில் செவ்வனே நிறைவேற்றியது. வேறு வார்த்தைகளில் சொல்வதென்றால் மணிவாசகர் பல்கடலென ஒதுக்கும் உண்மைக் கல்வி ஆளும் வர்க்கத்தால் முற்றாக மறைக்கப் பட்டே வந்ததெனலாம். ஆளும் வர்க்கம் தனது நிறுவனங்களின் மூலமாகப் போதித்து வந்துள்ள கல்வி அவ்வக்காலச் சமூகப் பொருளாதார நிறுவனங்களுக்கேற்ற உளவியற் சூழலை உருவாக்கும் பணியை அவ்வக் காலங்களில் நிறைவேற்றி வந்திருக்கிறது. சமூகப் பொருளாதார வளர்ச்சியினூடாகக் கல்விக் கொள்கைகளும் மாறி வந்துள்ளன.

பண்டைய கிரேக்க 'சனநாயக' அரசமைப்பிற்கு (அடிமைகளைத் தவிர்த்த அன்றைய சனநாயகம்) ஏற்ற சமத்துவச் சூழலுக்குப் பொருந்துகிற ஒரு கல்விக் கொள்கை அன்று நிலவியது. சமூகத்தின் மூலமான, சமூகத்திற்கான கல்வியாக அது இருந்தது. உடலும் அறிவும் ஒத்திசைந்து வளர்ச்சியுற்ற உறுதியும் திறமையுமிக்க, மேலான தனிச் சிறப்புத் தன்மையற்ற குடிமகன்களை உருவாக்குவது என்பது அன்றைய கல்விக் கொள்கையாக இருந்தது.

மத்திய கால நிலமான்யச் சமுதாயத்தின் படிநிலைக் கட்டுமானத் திற்கு விசுவாசமிக்க உறுப்பினர்களை உருவாக்கும் பணியை அன்றைய மத நிறுவனங்கள் ஏற்றுக்கொண்டன.

போட்டியின் அடிப்படையிலான முதலாளியச் சமுதாயத்தில் தனித்துவமிக்க சிறப்பாளர்களை உருவாக்குவதென்பது கல்விக் கொள்கையாகியது. சிறப்பு நிபுணத்துவம் (specialisation) முக்கியத்துவம் பெற்றது.

புதிய சமூக உருவாக்கம் நிகழும்போது மட்டுமே அதற்குப் பொருத்தமான புதிய சமூக உளவியலை உருவாக்கும் புதிய கல்விக் கொள்கை உருவாகுமென்பதில்லை. நிலவுகிற சமூக அமைப்பிலேயே சிக்கல்களும் நெருக்கடிகளும் அதிகமாகி சமூக அழுத்தம் மிகும்போது அமைப்பைச் சமநிலை குறையாமல் காக்க சமூக உளவியலைத் திருத்த வேண்டிய அவசியம் ஆளும் வர்க்கத்திற்கு ஏற்படுகிறது. இதற்கான பல்வேறு வழிமுறைகளில் கல்விக் கொள்கைகளில் சிறு திருத்தங்கள் செய்து புதிய கல்விக் கொள்கையாக அரங்கேற்றுவதும் ஒன்று.

முதலாளியச் சமூக அமைப்பு ஏகாதிபத்தியங்களின் சந்தைக்கான போட்டிக் களமாக மாறியபோது 'தாயகத்தைக் காப்போம்' போன்ற கவர்ச்சியான முழக்கங்களுடன் அரசுக்காக உயிரையும் விடுகிற விசுவாசமிக்க உறுப்பினர்களை உற்பத்தி செய்கிற 'சிவிக் கல்வி' (civic education) போன்ற கல்விக் கொள்கைகளை பிரெடரிக் பார்ஸ்டர் போன்றோர் முன்வைத்தனர். ஆனால் அரசின் உண்மையான உருவத்தை விளங்கிக்கொள்ளும் எவனும் அரசைப் போற்ற மாட்டான்; அரசுக்கு விசுவாசமாக இருக்க மாட்டான் என்பது உறுதி. எனவே கடவுள், சொர்க்கம், நரகம், மதம், பாரம்பரியம் போன்ற வற்றிற்கு முக்கியத்துவம் கொடுப்பதன் மூலம் கல்வியில் ஒருவித மர்மப்பண்பை (mysticism) ஊட்டும்தன்மை சிவிக் கல்வியுடன் இணைக்கப்பட்டது.

மெக்காலே அறிமுகப்படுத்திய ஆங்கிலக் கல்வியைக்கூட குமாஸ்தாக்களை உருவாக்கும் கல்வி என இயந்திர கதியில் விமர்சித்து ஒதுக்காமல், காலனிய ஆட்சியின் விளைவாக உருவான புதிய முரண்பாடுகள், நெருக்கடிகள், சமூக அழுத்தங்கள் ஆகியவற்றைச் சமனப்படுத்தும் கருத்து நிலைசார்ந்த அரசுக் கருவியாக மெக்காலேயின் கல்விக் கொள்கை எவ்வாறு செயற்பட்டது என்பதைப் பார்ப்பது மேலும் பல சிக்கல்களை விளங்கிக்கொள்ள உதவும்.

இன்று நாட்டில் முற்றியுள்ள நெருக்கடிகள், சிக்கல்கள் வெளிப்படை. வறுமையும் வேலையில்லாத் திண்டாட்டமும் வேறெப்போதைக் காட்டிலும் உச்சமாகியுள்ளன. தேசிய இன ஒடுக்குமுறைக்கெதிரான எதிர்ப்புக் குரல்கள் உரக்கத் தொடங்கியுள்ளன. பாசிசத்தையும், அடக்குமுறைச் சட்டங்களையும் மீறி மக்கள் போராட்டங்களும் தொடங்கியுள்ளன.

இன்னொரு பக்கம் இராணுவம், அரசியல், பொருளாதாரம் போன்ற துறைகளில் இங்கு ஏகாதிபத்தியங்களின் கிடுக்கிப் பிடிகள் அதிகமாகியுள்ளன. தேசிய தொழில் வளர்ச்சி முடக்கப்படுவதும், வேலையில்லாத் திண்டாட்டம் உயர்வதும், பஸ் கட்டண உயர்வு போன்ற அன்றாடப் பிரச்சினைகளும் இதன் விளைவுகளாகியுள்ளன. இன்னொரு புறம் நிலப்பிரபுத்துவக் கொடுமைகளும் அதன் பண்பாட்டு ஆதிக்கங்களும் அதிகமாகிக்கொண்டே போகின்றன. புதிய புதிய சாமியார்கள் உருவாகிக் கொண்டிருக்கின்றனர். மத மீட்பு இயக்கங்கள் புத்துயிர்ப்புப் பெறுகின்றன. இதன் விளைவாக இட ஒதுக்கீட்டு எதிர்ப்புக் கலவரங்களும், சாதி, மதச் சண்டைகளும் பெருகுகின்றன.

மொத்தத்தில் சமூக நெருக்கடிகளும் சமூக அழுத்தங்களும் அதிகமாகியுள்ளன. அடக்குமுறைச் சட்டங்களை இயற்றியும் இராணுவம், போலீஸ் ஆகியவற்றை வலுப்படுத்தியும் அதிகார வர்க்கத்தை விரிவாக்கியும் இதர கருத்தியல் நடவடிக்கைகள் மூலமாகவும் இந்தச் சூழலை அரசு எதிர்கொள்கிறது; இத்தகைய கருத்துநிலை சார்ந்த அரசு நடவடிக்கைகளில் ஒன்றுதான் புதிய கல்விக் கொள்கை.

சிதைவுப்போக்கைத் தடுப்பதும் சகிப்புத்தன்மையையும் கூட்டுறவையும் வளர்ப்பதுமே தனது குறிக்கோள் எனக் கூறும் இந்த கல்விக்கொள்கை (1986) நகல் ஆவணம்,

இத்தகைய அக, புறச் சவால்களை இந்நாடு வெற்றிகரமாகச் சந்திக்கப் போகிறதா என்பது நாளைய குடிமக்களாலேயே தீர்மானிக்கப்படும். இந்தச் சவால்களைச் சந்திக்கும் திறன்வாய்ந்த கருவி கல்வியேயாகும். *(1, 2)*

என்றும்,

இருக்கும் நிலையைத் தக்கவைத்தல் என்பதைக் காட்டிலும் மாற்றம் என்பதே வெற்றிகரமான வாழ்வின் முழக்கமாகிவிட்டது. மாற்றங்களை அமைதியான முறையில் இட்டுச்செல்லும் கருவியாகக் கல்வியே கருதப்படுகிறது. *(1, 6)*

என்றும் கூறும்போதும் இந்த உண்மை அப்பட்டமாகிறது.

இன்றைய கல்வி இழிவுகளுக்குக் காரணமான ஏற்றத்தாழ்வுகளை நீக்குவதில் எள்ளளவும் அக்கறை காட்டாமல் கல்வியையும் வேலை வாய்ப்பையும் துண்டித்தல்; தனியார் மூலதனங்களைக் கல்வித் துறையில் ஊக்குவித்தல்; தொழில்சார் கல்வி, முறைசாராக் கல்வி, கருவிகள் மூலம் கல்வி போன்றவற்றை விரிவாக்குதல்; ஆசிரியர், மாணவர் மத்தியில் அரசியலகற்றுதல்; தேசிய ஒருமைப்பாட்டை வலியுறுத்தல்; இந்தியா முழுமைக்குமாக ஒரே பாடத்திட்டம்; பாரம்பரியம்; விழுமியங்கள் ஆகியவற்றை உயர்த்திப் பிடித்தல் போன்ற முழக்கங்களுடன் புதிய வடிவிலான கருத்தியல் அரசுக் கருவியாகப் புதிய கல்விக் கொள்கையை அறிமுகப்படுத்துவதன் பின்னணி இதுதான்.

மக்களுக்கு அரசின் மீது நம்பிக்கையற்ற சூழலில் அரசு உருவாக்கும் கல்விக் கொள்கையில் மதம், பாரம்பரியம் போன்ற வற்றின் மூலம் மர்மப்பண்பு ஏற்றப்பட்டு அடக்குமுறையானது, கருத்தியல் ரீதியாக நடைமுறைப்படுத்தப்படும் என்கிறோம்.

இன்றைய சூழலில் தன்னை மதம் சாராத நாடு என அறிவித்துக் கொள்ளும் ஒரு நாட்டில் இதனை வெளிப்படையாக நிறைவேற்ற முடியாது என்பது வெளிப்படை; எனவேதான் பாரம்பரியம், விழுமியங்கள், தேசிய ஒருமைப்பாடு என்கிற பெயர்களில் இது நிறைவேற்றப்படுகிறது.

கருத்தியல் நடவடிக்கைகளில் வன்முறையும் வன்முறை நடவடிக்கைகளில் கருத்தியலாதிக்கமும் இணைந்தே செயற்படும் என்பார் அல்துஸ்ஸர். இந்தக் கல்விக் கோட்பாட்டின் சாராம்சங்களை

நிறைவேற்றத் தேவையானால் சட்டங்களைத் திருத்தவும் தயங்கமாட்டோம் என்பன போன்ற மிரட்டல்கள் அரசியலகற்றுதல், தேசிய ஒருமைப்பாடு, பாரம்பரியம் போன்ற முழக்கங்களினூடாக வெளிப்படுவதும் கவனத்திற்குரியது.

2.2

அரசும் கல்வியும்

மனிதன் கல்வியால் உருவாக்கப்படுபவன்; மிருகங்களிடமிருந்து மனிதனைப் பிரித்துக் காட்டுகிற பண்புகளில் இது ஒன்று. ஒரு மிருகம் அல்லது பறவை அது தோன்றியவுடன் பிறந்த சூழலிலிருந்து அகற்றப்பட்டு அதன் வகையினமே இல்லாத ஓர் இடத்தில் வளர்த்து ஆளாக்கப்பட்டாலும் உரிய பருவம் வரும்போது தனது இனத்தின் சகல பண்புகளுடனும் அது விளங்கும். இரை தேடுவதிலோ, இருப்பிடம் அமைத்துக் கொள்வதிலோ எவ்வித மாற்றமும் இருக்காது. அந்த அளவிற்கு மனிதர்களல்லாத உயிரினங்களின் அடிப்படை உடற்கூற்றில் பாரம்பரிய இனப் பண்புகள் பதிவு செய்யப் பட்டுள்ளன. எனவேதான் இவை அகத் தூண்டல்களால் (instincts) இயங்குபவை என்பர். அவற்றின் வளர்ச்சிப் போக்கில் ஒவ்வொரு கட்டத்திலும் செய்ய வேண்டியவற்றை யாரும் கற்பிக்காமலேயே அவை உணர்ந்து செயல்படுகின்றன.

மனிதன் அப்படியில்லை. அவன் சமூக மிருகம் (Social Animal), அரசியல் மிருகம் (Zoon politican) ஆவான். ஒரு மனிதக் குழந்தையை, அது பிறந்தவுடன் மனித சமூகத்திலிருந்து அகற்றி வளர்த்தால் அது மனிதனாய் வளர்வது இல்லை; மனிதப் பண்புகளை அது பெறுவ தில்லை. ஓநாய்கள் தூக்கிச் சென்று பாலூட்டி வளர்த்த குழந்தைகளைப் பற்றி இதழ்களில் நாம் படித்திருக்கிறோம். அவற்றை மீட்டு வந்து வளர்த்தாலும் அவை மனிதப் பண்புகளை அடைவதில்லை. மனித சமூகச் சூழல் அவை வாழ்வதற்குத் தகுதியற்றதாய் ஆகிவிடுகின்றது.

ஆக, மனிதன், மனித சமூகத்திலேயே மனிதனாகிறான். மிருகங்களைப் போல மனித உடற்கூற்றில் மனித இனப் பாரம்பரியப் பண்புகள் பதிவு செய்யப்படவில்லை. ஆப்பிரிக்கக் குழந்தை ஒன்றைப் பிறந்தவுடன் தமிழகத்திற்குக் கொண்டுவந்து வளர்த்தால்,

அது தமிழ்ப் பண்பாட்டுச் சூழலுக்கு ஏற்ற குழந்தையாய் வளர்கிறது. அரிசி உண்கிறது; தமிழ் பேசுகிறது; எனவே, மனிதன், மனிதப் பண்புகளை, மனித சமூகத்தில் வாழ்கிற நடைமுறை மூலமே 'கற்றுக் கொள்கின்றான்.' இந்த வகையிலேயே மனித உருவாக்கத்தில் கல்வியின் பங்கை நாம் காணவேண்டும்.

எனவே ஒரு சரியான கல்வி என்பது முழுமையான மனிதனை உருவாக்குவதாக இருக்க வேண்டும். அன்பு, இரக்கம், அநீதி எதிர்ப்பு போன்றவை மனிதனின் சிறப்புப் பண்புகள். இவை மிருகங்களிடமும் காணப்பட்டாலும் மனிதனிடமே இவை சிறப்பாய்ப் படிந்துள்ளன. ஒரு நல்ல கல்வி என்பது இத்தகைய மனிதாயப் பண்புகளை மனிதனிடத்தில் பெருமளவிற்கு விகசிக்கச் செய்வதாய் அமைய வேண்டும். அத்தகையவனே முழுமையான மனிதனாய் அமைய முடியும். ஒரு சரியான கல்வி முழுமையான மனிதனை உருவாக்கும் என்கிறபோது ஒரு சரியற்ற கல்வி முழுமையற்ற மனிதனை உருவாக்காது என்பதையும் நாம் மறந்துவிடக் கூடாது.

இனி அரசுக்கு வருவோம். சமூக ஏற்றத்தாழ்வுகளின் விளை பொருளே அரசு. ஆதிக்கத்திலிருப்பவர்களுக்குச் சாதகமாக இந்த ஏற்றத்தாழ்வுகளை மீண்டும் மீண்டும் புதுப்பித்துக்கொண்டிருக்க வேண்டிய பணி - அதாவது மறு உற்பத்தி செய்கிற பணி அரசுடையது. இந்த ஏற்றத்தாழ்வுகளுக்கான பொருளாதார அடிப்படையைக் காப்பது, புதுப்பிப்பது ஆகியவற்றோடு இந்த ஏற்றத் தாழ்வுகளை அறிந்தேற்று அவற்றுடன் உடன்பட்டுப் போகும் கருத்தியற் சூழலைச் சமூக உறுப்பினர்கள் மத்தியில் ஏற்படுத்துவதும் அரசின் பணியாகின்றது.

ஆனால் ஏற்றத்தாழ்வுகள் உருவாகும்போது 'சமூகம்' என்கிற கருத்தோட்டத்தில் சில சிக்கல்கள் ஏற்பட்டுவிடுகின்றன. 'சமூகம்' என்று சொல்கிறபோது சமூகத்தின் எந்தப் பகுதி என்கிற கேள்வி எழுந்துவிடுகின்றது.[1] இன்று இந்தியாவில் 'சமூகம்' (Community) என்பதே இல்லை எனவும் ஒரு கருத்து உண்டு. சமூக நலப் பணி (Community Health Service) போன்றவை இங்கு தோல்வியுறுவதற்

[1] Community, Society என்கிற இரு ஆங்கிலச் சொற்களையும் வேறுபடுத்தி உணர்வது அவசியம். இரண்டிற்கும் பொருத்தமான தமிழ்ச் சொற்கள் புழக்கத்தில் இல்லை. இன்றைய Society ஏற்றத்தாழ்வுகளுள்ள Community ஆகும். இங்கு சாதிகள்தான் உண்டு. இது ஒரு சமூகமாகப் பரிணமிக்கவில்லை எனும் பொருளில் டாக்டர் அம்பேத்கர் கூறியுள்ளது எண்ணத்தக்கது.

கான பல காரணங்களில் இங்கு சமூகம் என்பதே இல்லை என்பது முக்கியக் காரணமாகக் குறிப்பிடப்படுகிறது. ஆனால் முழுமையான மனிதன் சமூகத்தால்தான் உருவாக்கப்படுகிறான் என்கிறபோது நாம் ஒரு ஏற்றத்தாழ்வற்ற சமூகத்தையே மனதிற் கொள்கிறோம். ஏற்றத் தாழ்வுகளுள்ள சமூகம் (Society) சரியான சமூகமாகாது. ஏற்றத் தாழ்வுகளுள்ள சமூகம் உருவாக்கும் மனிதன் முழுமையான மனிதனாக இருக்கமாட்டான்.

அநீதியான இந்தச் சமூகத்தைச் சரியானது என்றோ, இல்லை தவறானது என்றால்கூட வேறு சாத்தியமில்லை என்றோ ஏற்றுக் கொள்ளும் உறுப்பினர்களை உருவாக்குவது இந்தச் சமூகத்தின் பொறுப்பாகிறது. இந்தக் கண்ணோட்டத்துடன் இந்தச் சமூகத்தின் நிகழ்வுகளைப் பார்ப்பதற்கும், புரிந்துகொள்வதற்கும் ஏற்றதான ஓர் உலகப் பார்வையை உறுப்பினர்களுக்குக் கற்பிப்பதன் மூலம் இந்த நோக்கம் நிறைவேற்றப்படுகிறது.

இத்தகைய உலகப் பார்வையே கருத்தியலாகும். இவ்வாறு ஒரு சமூகத்திற்குரித்தான உறுப்பினர்களின் மனித ஆளுமையை வார்த்தெடுக்கும் பணியைக் கருத்தியல் மேற்கொள்ளுகிறது. அதாவது ஒரு குறிப்பிட்ட ஏற்றத்தாழ்வான சமூக அமைப்பிற்கு அந்தச் சமூக உறுப்பினர்களை ஆட்படுத்தி (Subjection), அமைப்பிற்குள் தங்கள் பாத்திரத்தை நிறைவேற்றுகிற தகுதியுடையவர்களாக ஆக்குவது கருத்தியலின் பணி என்பார் அல்துஸ்ஸர்.[2] சமூக உறுப்பினர்களுக்குக் கீழ்க்கண்டவற்றைக் கற்பிப்பதன் மூலம் கருத்தியல் இதனை நிறைவேற்றிக்கொள்கிறது என்பார் கோரான் தெர்பார்ன்.[3] அவை:

1. இந்தச் சமூகத்தில் என்னென்ன இருக்கிறது, என்னென்ன இல்லை எனக் கற்பிப்பதன் மூலம் சமூகம், வாழ்க்கை, இயற்கை போன்றவை தொடர்பான நிகழ்வுகள் பற்றி எது உண்மை, எது பொய் என்கிற கேள்விகளுக்கு இந்த அமைப்பிற்குச் சாதகமாகச் சிலவற்றை வெளிச்சம் போட்டுக் காட்டியும், பாதகமானவற்றை இருட்டடிப்புச் செய்தும் பதிலளிப்பதன் மூலம் இது கற்பிக்கப் படுகிறது.

[2] Althusser: *Ideology and Ideological State apparatus in Lenin and Philosophy and Other Essays.* New Left Books 1971.

[3] Goron Therborn: *The Ideology of Power and the Power of Ideology,* Verso, 1980, P. 18.

2. **எது சரியானது, எது தவறானது** என்பதைக் கற்பிப்பதன் மூலம் சமூக நிகழ்வுகளில் எது சரியானது, நீதியானது, அழகானது, ஒழுக்கமானது என்பது குறித்தான பதில்கள் வெவ்வேறு சமூக அமைப்பில் வெவ்வேறு விதமாய் இருப்பதைக் காணலாம்.

3. **எது சாத்தியமானது, எது சாத்தியமற்றது** என்பதைக் கற்பிப்பதன் மூலம் இந்தச் சமூகத்தில் எது இருக்கிறது, எது சரியானது என்பதை எல்லாம் ஓர் உறுப்பினர் சரியாகவே புரிந்து கொண்டாலும் சரியான அமைப்பு சாத்தியமாகாது என அவநம்பிக்கை ஊட்டுவதன் மூலம் இது கற்பிக்கப்படுகிறது.[4]

இவ்வாறு தவறான பதில்களைக் கற்பிப்பதன் மூலம் முழுமையற்ற மனிதர்களை இச்சமூகம் உருவாக்குகிறது. கல்வி நிறுவனங்கள் மூலமாகவே இந்தத் தவறான பதில்கள் போதிக்கப்படுகின்றன எனச் சொல்ல முடியாது. வாழ்க்கை அனுபவத்தின் ஒவ்வொரு கணத்திலும் ஒவ்வொரு நடைமுறையினூடாகவும் இவை கற்பிக்கப்படு கின்றன. எனினும் நிறுவனங்களில் பயிற்றுவிக்கப்படும் கல்வி சரியானதாக அமையுமானால் மேற்குறிப்பிட்ட தவறான பதில்கள் கேள்விக்குள்ளாக்கப்படும் என்பதால் ஒரு சமூக அமைப்பில் ஆதிக்கம் செலுத்தும் அரசு தனது நிறுவனங்கள் மூலமாகக் கற்பிக்கும் கல்வியில் எத்தகைய பாடத்திட்டத்தை மேற்கொண்டாலும், எவ்விதமான

---

[4] இந்தக் கேள்விகளைக் கீழ்க்கண்டவாறு புரிந்துகொள்க:

அ. இந்தச் சமூகத்தில் சுரண்டல் இருக்கிறதா, இல்லை சுரண்டலே இல்லை.

ஆ. அப்படியானால் சிலர் மேலும்மேலும் வசதி படைத்தவர்களாகவும் சிலர் மேலும் மேலும் வறுமையாளர்களாகவும் ஆவது நியாயந்தானா? நியாயந்தான். தகுதியுள்ளவர்களும் முயற்சியுடையவர்களும் தங்கள் வசதிகளைப் பெருக்கிக் கொள்கிறார்கள். தகுதியற்றவர்களும் சோம்பேறி களும் தங்களை அழித்துக் கொள்கிறார்கள்.

இ. இந்த நிலையை மாற்றுவது சாத்தியம்தானே? சாத்தியமில்லை. ஐந்து விரல்களும் சமமாய் இருப்பதில்லை. எல்லா மனிதர்களும் ஒரே மாதிரியாய் இருப்பதில்லை. தகுதியுள்ளவர்களும் தகுதியற்றவர்களும் எப்போதும் இருந்தே தீருவார்கள்.

சில வேளைகளில் ஓர் உறுப்பினர், சுரண்டல் இருக்கிறது, இது அநீதியானது, என்று முதலிரண்டு கேள்விகளுக்கும் சரியான பதிலைக் கூட அறிந்திருக்கலாம். ஆனாலும் இதனை மாற்றியமைக்க முடியாது என்கிற அளவில் மூன்றாவது பதிலைப் பதிப்பதன் மூலம் கருத்தியல் தனது பணியை நிறைவேற்றிக் கொள்கிறது.

நடைமுறைகளைப் பின்பற்றினாலும், அவை அந்தச் சமூகத்தில் ஆதிக்கம் செலுத்தும் கருத்தியலைக் கேள்வி கேட்பதாக அமையா திருப்பதில் மிகுந்த கவனம் செலுத்துகிறது.

இதனைக் கொஞ்சம் விளக்குவோம்: அறிவியல் என்பது அடிப்படையில் பொருள்முதல்வாதத் தன்மையுடையது. அனைத்துக் கருத்துமுதல்வாத மூடநம்பிக்கைகளுக்கும் புறம்பானது. அறிவியலைச் சரியாகப் போதிப்பதன் மூலம் அறிவியற் சிந்தனைமுறையையும் அறிவியல் உலகக் கண்ணோட்டத்தையும் மாணவனுக்குப் புகட்டினால் அவன் ஒரு புரட்சிகரச் சிந்தனை உடையவனாக உருவாவது தவிர்க்க இயலாது. இவ்வுலக நிகழ்வுகளைச் சரியாகக் கவனித்து எது உண்மையானது, எது சரியானது என்பதைக் கண்டறிந்து, சரியானதைச் சாத்தியமாக்கும் நம்பிக்கையையும் பெறுவதன் மூலம் அவன் புரட்சியாளனாகின்றான்.

ஆனால் இப்படியாகி விடுமே என்பதற்காக ஆளும் வர்க்கம் அறிவியற் கல்வியை நவீன சமூகத்தில் மறுத்துவிட முடியாது. அறிவியலும் தொழில்நுட்பமும் அறிந்த உறுப்பினர்கள் இங்கே தேவைப்படுகிறார்கள். அறிவியலை அறிந்திருக்க வேண்டும். ஆனால் அறிவியற் கண்ணோட்டம் அடைந்திருக்கக் கூடாது. இந்த வகை யிலேயே அறிவியற் பாடத்திட்டம் வகுக்கப்பட்டு போதிக்கப் படுகிறது. இலக்கிய வரலாறும், பொருளாதாரச் சிந்தனை வரலாறும் பாடத்திட்டத்தில் இணைக்கப்பட்டுள்ளது போல[5] அறிவியற் கண்டுபிடிப்புக்கள் எந்தச் சூழலில் எந்தத் தேவையின் அடிப்படையில் தோன்றின என்பதெல்லாம் கற்பிக்கப்படுவதில்லை. அறிமுகப்படுத்தி நியாயப்படுத்தும் பின்னணியில்தான் அறிவியற் கண்டுபிடிப்புக்கள் கற்பிக்கப்படுகின்றனவேயன்றி சூழலின் பின்னணியில் கற்பிக்கப்படுவ தில்லை. கண்டுபிடிப்புச் சூழலிலிருந்து பிரிக்கப்பட்ட (de-context ualised) அறிவியலே இங்கு கற்பிக்கப்படுகிறது.[6] இவ்வளவு அற்புத மான வியக்கத்தக்க கொள்கைகளையும் நடைமுறைகளையும் இந்த விஞ்ஞானிகள் எப்படிக் கண்டுபிடித்தார்கள்! வரம்பெற்ற அதிர்ஷ்டசாலிகள்- என்பன போன்ற எண்ணம்தான் மாணவனுக்குத்

[5] இவைகூட ஆளும் வர்க்கக் கண்ணோட்டத்தில் திரித்தே போதிக்கப் படுகின்றன.

[6] S.M. Bhave: *Universities and Formal Education*, AIFUCTO Conference, Bangalore, 1985.

தோன்றுமேயொழிய ஒவ்வொரு அறிவியற் கண்டுபிடிப்பும் அவ்வக்காலத் தேவைகளின் அடிப்படையிலேயே உருவாகின்றது என்கிற கருத்தோட்டம் மாணவனுக்குள் புக அனுமதிப்பதில்லை. அறிவியலுக்கு அடிப்படையான தத்துவார்த்தப் பின்புலமும் விளக்கப்படுவதில்லை. மனனம் செய்வதற்கேற்ற வாய்ப்பாடுகளாக அறிவியல் சுருக்கப்பட்டுவிடுகிறது. இவை தவிர ஒருபக்கம் அறிவியலும் இன்னொரு பக்கம் எவ்வித விமர்சனக் கண்ணோட்டமும் இன்றி மதம்சார்ந்த மூடநம்பிக்கைகளும் சேர்ந்தே கற்பிக்கப்படும். மொத்தத்தில் அறிவியற் கண்ணோட்டம் வளராமல் பார்த்துக் கொண்டே இங்கு அறிவியற் கல்வி போதிக்கப்படுகின்றது.[7]

மனித சமூக வரலாற்றைப் பார்க்கும்போது அரசு பல்வேறு சந்தர்ப்பங்களில் கல்விக்கொள்கைகளில் மாற்றம் செய்திருப்பதை அறியமுடிகிறது. இந்த மாற்றங்களை நாம் இரு வகையாகப் பிரிக்கலாம்:

அ. சமூக அமைப்பில் புரட்சிகர மாற்றம் ஏற்பட்டுப் புதிய சமூக அமைப்பு தோன்றும்போது புதிய ஆளும் வர்க்கம் அதற்கேற்ற உற்பத்தி அமைப்பையும், கருத்தியற் சூழலையும் உருவாக்க முனைகிறது. இந்தப் புதிய சமூக அமைப்பிற்கு உறுப்பினர்களைத் தகுதி உள்ளவர்களாக்குவதற்காகக் கல்விக் கொள்கையில் ஏற்படுத்தும் மாற்றங்கள் ஒரு வகை.

அரசியல்துறையிலும் பொருளாதாரத்துறையிலும் எந்த ஒரு மாற்றத்தையும் கொண்டு வருவதற்கு முன்னதாக 'அறிவு மற்றும் ஒழுக்கத்துறைகளில்' ஒரு மாற்றம் செய்யப்படும் எனவும், இந்த மாற்றங்கள் புதிய அமைப்பை ஒவ்வொரு உறுப்பினரும் மனமுவந்து ஏற்றுக்கொள்ளும் நோக்கத்துடனும் செய்யப்படும் எனவும் கிராம்ஸ்சி குறிப்பிடுவார். இதர வர்க்கங்கள் அனைத்தும் ஆளும் வர்க்கத்தின் அரசியல், பண்பாட்டு, ஒழுக்க மதிப்பீடுகளைத் தங்களுடையதாக ஏற்றுக்கொள்ள வைப்பதில் எப்போது ஒரு வர்க்கம் வெற்றிபெறு கிறதோ அப்போதுதான் அதன் 'சிவில் மேலாண்மை' (Civil Hegemony)

---

[7] இதன் விளைவாகவே இங்கு டாக்டர் பகவந்தம் போன்ற விஞ்ஞானிகள் மோசமான மூட நம்பிக்கையாளர்களாகவும் இருக்கின்றனர். பார்க்க: A.Kovoor, *Begone Godmen: Encounters with spiritual frauds*, Jaico publishing, Mumbai.

அறிவியலுடன் சரியான தத்துவார்த்தப் பின்புலம் இணைக்கப்படாததன் விளைவாகவே சுஜாதா போன்றவர்கள் தவறான தத்துவத்தோடு அறிவியலை இணைத்து மக்களைக் குழப்பவும் ஏதுவாகிறது. பார்க்க: சுஜாதா, 'ஒரு விஞ்ஞானப் பார்வை.'

நிறுவப்படுகிறது எனவும், எந்த ஒரு வர்க்கமும் தன்னை ஆளும் வர்க்கமாய் நிலைநிறுத்திக்கொள்ள இந்தச் சிவில் மேலாண்மை நிறுவப்படுவது அவசியம் எனவும் அவர் குறிப்பிடுவார்.[8] மேற்கில் நிலப்பிரபுத்துவம் வீழ்ச்சியடைந்து முதலாளியச் சமூக அமைப்பு உருவானபோது ஜெர்மானியக் கல்வியாளர் பால்சன் உருவாக்கிய கல்விக் கோபாடுகளும், ரசியப் புரட்சிக்குப் பின்னும் சீனப் புரட்சிக்குப் பின்னும் அங்கே உருவாக்கப்பட்ட புதிய கல்விக் கொள்கைகளும் இதற்கு எடுத்துக்காட்டுக்களாகும்.[9]

ஆ. ஒரு சமூக அமைப்பில் நெருக்கடிகள் ஏற்படும்போது இருக்கிற ஆளும் வர்க்கம் தன்னை நிலைநிறுத்திக்கொள்வதற்காக மேற்கட்டுமானத்தில் ஏற்படுத்தும் மாற்றங்கள் இன்னொரு வகை. பொருளாதார அமைப்பிலும் சில மாற்றங்கள் நேர்ந்தாலும் அம்மாற்றங்கள் இருக்கிற ஆளும் வர்க்கத்தின் பொருளாதார ஆதிக்கத்தை வலுப்படுத்துவதாகவே இருக்கும்.

இதனைச் சற்று விரிவாகக் காண்போம். ஐரோப்பிய முதலாளியம், நிலப்பிரபுத்துவத்தை வீழ்த்தித் தன்னை நிலைநிறுத்திக்கொண்ட போது அங்கேயுள்ள கல்விமுறை பொருளியலடிப்படையிலும், கருத்தியல் அடிப்படையிலும் பொருத்தமற்றதாய் ஆனது. லத்தீன் மொழி, இலக்கணம், கிறிஸ்தவ வேதம் ஆகியவற்றை வரட்டுத் தனமாய்க் கற்பித்துக் கொண்டிருந்த பழைய கல்விமுறை (Classical Schools) அவர்களுக்குப் பயனற்றுப்போனது. புதிய சமூக அமைப்பிற்குப் புதிய மாதிரியான வணிக மேலாளர்கள், மாலுமிகள், கணக்காளர்கள், பொறியாளர்கள், வேதியலறிஞர்கள் ஆகியோர் தேவைப்பட்டனர். அது மட்டுமின்றிப் புதிதாய்த் தோன்றிய சனநாயக உணர்வு, அறிவியல் விழிப்புணர்வு ஆகியவற்றின் அடிப்படையிலான தாராள முதலாளிய (Liberal Bourgeois) கண்ணோட்டத்துடன் பழைய முறையின் அறிவியல் எதிர்ப்புத்தன்மை, வேதக் கல்வி, பணிவான மூட விசுவாசம் ஆகியவை முரண்பட்டன. இயற்கை என்பது மர்மப்படுத்தப்பட்ட வழிபாட்டிற்குரிய ஒன்று என்கிற கண்ணோட்டத்தினிடத்தில் அது ஓர் ஆய்வுக்குரிய பொருள்தான் என்கிற கண்ணோட்டத்தை உருவாக்க

[8] James Joll, *Gramsci,* Fontanna, 1983, P. 88-109.

[9] i. A. Lunacharsky: *On Education*, Progress Publishers.

ii. *Education in China Today 1981* (official report), India Book Exchange, Calcutta.

வேண்டியதாயிற்று. இந்தச் சூழலில்தான் பிரெடரிக் பால்சன் (1846-1908) போன்றோர் தாராள முதலாளியக் கண்ணோட்டத்துடன் தங்களின் கல்விக் கொள்கையை முன்வைத்தனர். பள்ளிகளிலிருந்து மதபோதனைகளும் புராணக் குப்பைகளும் வெளியேற்றப்பட்டன. அறிவியலை வேதத்தோடு இணைக்கக்கூடாது என்றார் பால்சன்.[10]

அறிவியற் கண்ணோட்டம் வளராமற் போய்விடுமே என்கிற ஆதங்கத்திற்குப் பின்னாலுள்ள அக்கறையையும் பால்சன் வெளிப் படையாகவே கூறிவிடுகிறார். அறிவியலையும் இறையியலையும் ஒன்றாகக் குழப்பினால் இறையியல் ஐயத்திற்குள்ளாகும். அத்தோடு சேர்ந்து முதலாளியச் சொத்து, அரசு ஒழுங்கு ஆகியன பற்றிய கண்ணோட்டங்களும்கூட ஐயத்திற்குள்ளாகும் வாய்ப்புண்டு என்பதனால் தூய அறிவியற் போதனையை முன்வைத்தார் பால்சன்.

நிலப்பிரபுத்துவத்தை வீழ்த்தி வெற்றிகொண்ட முதலாளியம் ஏகபோகமாகவும் காலனிய ஆதிக்கமாகவும் ஏகாதிபத்தியமாகவும் விசுவரூபம் எடுத்தது. கொடுமையான முதலாளியச் சுரண்டலுக்கு எதிராகக் கிளர்ந்தெழும் மக்களைக் கட்டுப்படுத்துவதற்கும் இத்தகைய காலனி ஆதிக்க 'விரிவாக்கங்கள்' தேவைப்பட்டன. தாராள முதலாளியப் பண்புகளையெல்லாம் உதறிவிட்டுத் தனது புதிய சொரூபத்தைக் கொண்ட முதலாளிய ஆளும் வர்க்கம் அதற்கேற்ற வகையில் தனது சிவில் மேலாண்மையை நிலைநிறுத்திக்கொள்ள வேண்டியதாயிற்று. பகுத்தறிவுக் கண்ணோட்டமும், சனநாயக உணர்வுமிக்க உறுப்பினர்களுக்குப் பதிலாக 'எனது நிறுவனம்' 'எனது நாடு' என முதலாளியத்திற்கும் காலனிய வேட்டைக்கான போர்களில் ஏகாதிபத்தியத்திற்கும் சேவைசெய்யும் 'நாட்டுப் பற்று' மிக்க விசுவாசி களாக உறுப்பினர்களைத் தகுதிப்படுத்த வேண்டியதாயிற்று. அறிவியற் கண்ணோட்டத்துடன் வளர்க்கப்பெற்ற எந்த ஓர் உறுப்பினனும் முதலாளிய நாட்டை அதாவது முதலாளிய ஆளும் வர்க்கத்தை நேசிக்கமாட்டான். எனவே முதலாளிய அமைப்பிற்குத் தேவையான பொறியாளர்களையும், மேலாளர்களையும் உருவாக்குகிற அதே நேரத்தில் அவர்களிடம் அறிவியல் கண்ணோட்டம் முளைவிடாமல் தடுக்க வேண்டியது அவசியமாயிற்று. இத்தகைய ஏகாதிபத்தியச் சூழலுக்கான கல்விக் கொள்கையை ஆஸ்திரியக் கல்வியாளரான பிரெடரிக் வில்ஹெல்ம் பார்ஸ்டர் (1869-1956) வகுத்தளித்தார்.

[10] A. Lunacharsky, P. 156

இந்தச் சூழலுக்குத் தேவையான விசுவாசமிக்க 'தேச பக்தர்களை' உருவாக்குவதற்கு கல்வியில் அறிவியற் கண்ணோட்டத்தை நீக்குவதும் மர்ம வாதத்தைப் புகுத்துவதும் அவசியம் என பார்ஸ்டர் வாதிட்டார்.[11]

குழந்தைகள் வாழ்க்கை முழுவதும் எதிர்கொள்ளப்போகும் பிரச்சினையை அவற்றின் உண்மையான வடிவத்தில் அவர்கள் முன் வைப்பதென்பது அந்தக் குழந்தைகளை முதலாளியத்திற்கு எதிராகத் தயாரிப்பதாகும் என வாதிட்ட பார்ஸ்டர், பால்சனுக்கு முந்திய பழைய கல்விக் கொள்கையின் பகுத்தறிவு எதிர்ப்புப் பண்பைப் புதியமுறையில் மீண்டும் இணைக்க வேண்டும் என்றார். இப்படி உருவானதுதான் பார்ஸ்டரின் 'சிவிக் கல்வி' முறை.

முதலாளியம் மிகவும் தாமதமாய் வளரத் தொடங்கிய ரசியாவில் பார்சன் காலத்துச் சீர்திருத்தங்கள் அவற்றின் முழுமையான வடிவத்தில் நிறைவேற்றப்படவில்லை. பார்ஸ்டர் காலக் கோட்பாடே அங்கு பின்பற்றப்பட்டன. 1870களில் உள்நாட்டு அமைச்சராக இருந்த பி. ஏ. வாலுயெவ், அன்றைய ஜார் மன்னன் இரண்டாம் அலெக்சாண்டருக்குப் பின்வருமாறு எழுதினார்.[12] 'பழைய கல்வி முறையைக் காட்டிலும் நவீன கல்விமுறை கரடுமுரடான சோசலிசக் கருத்துகளும் பொருள்முதல்வாதச் சிந்தனையும் வளர்வதற்கு வாய்ப்பளிக்கிறது. அறிவியலினிடத்தில் சமூகச் சிந்தனைகளும், மதத்தினிடத்தில் பொருள்முதல்வாதக் கண்ணோட்டமும் கல்விப் பணியில் அரசியலாசைகளும்' ஒழிக்கப்பட வேண்டுமானால் பழைய கல்வி முறையில் பகுத்தறிவு எதிர்ப்பு அம்சங்கள் மீண்டும் அரியணை ஏற்றப்பட வேண்டும் என்றார் வாலுயெவ்.

அக்டோபர் புரட்சி வரை ரசியாவில் இந்நிலையே நீடித்தது.

மேலை நாடுகளைப் போல இந்தியாவில் முதலாளியம் இயல்பாக வளர்ச்சியடையவில்லை. மாறாக இங்கேயிருந்த நிலப்பிரபுத்துவம் காலனிய உற்பத்தி முறைக்குள்ளாக்கப்பட்டது. தங்களது பாரம்பரிய மான உலகப் பார்வையை உதறிவிட்டு காலனி ஆதிக்க நாட்டின் உலகப் பார்வையை ஏற்றுக்கொள்வதன் மூலம் காலனிய மக்கள் காலனிய முறையின் உறுப்பினர்களாகக் கருத்தியல் ரீதியாக

---

[11] A. Lunacharsky, P. 36-39; 91; 157-159; 270-276.

[12] *Ibid* - P. 289

நிர்ப்பந்திக்கப்பட்டனர். இந்த மாற்றத்தை நடைமுறைப்படுத்துவதில் காலனியக் கல்விமுறை முக்கிய பங்கு வகித்தது. 1835இல் மெக்காலேயின் கல்விமுறை இங்கு உருவாக்கப்பட்டது.

காலனியக் கல்வி முறையின் ஐந்து முக்கிய அம்சங்களாகக் கீழ்க்கண்டவற்றைக் கிருஷ்ணகுமார் குறிப்பிடுவார்.[13]

1. கல்வியின் ஒவ்வொரு மட்டத்திலும் அரசுக் கட்டுப்பாடு.
2. ஆங்கில வாழ்க்கை முறைக் கண்ணோட்டம் ஆகியவற்றுடன் தயாரிக்கப்பட்ட இந்திய வர்க்கம் ஒன்றைப் படைக்கும் நோக்கம்.
3. இத்தகைய கலாச்சார வயமாக்கலுக்கு ஆங்கிலக் கல்வியை ஒரு கருவியாகப் பயன்படுத்தல்.
4. உள்நாட்டுக் கல்வி நிறுவனங்களை அரசு உதவி பெறும் நிறுவனங்களாக மாற்றுதல். உதவிக்கு நிபந்தனையாக அரசின் பாடத்திட்டத்தையும் பாடப் புத்தகங்களையும் ஏற்றுக்கொள்ள நிர்ப்பந்தித்தல்
5. உயர்கல்வி, உதவித் தொகை, வேலை வாய்ப்பு ஆகியவற்றிற்கு மையப்படுத்தப்பட்ட தேர்வு முறையைத் திணித்தல்.

காலனிய ஆட்சிக்கு முன்பாக வெளிப்படையாகவே இங்கு கல்வி என்பது சமூகத்தின் மேல்தட்டினரின் ஏகபோகமாகவே இருந்தாலும், அன்றைய கல்வி முறை இன்றுள்ளதைப் போல அரசுக் கட்டுப்பாட்டில் இருக்கவில்லை. நாடு முழுமைக்குமான பாடத் திட்டம், பாடப் புத்தகம், தேர்வுமுறை என்றெல்லாம் இருந்ததில்லை. இதன் விளைவாக அவ்வப் பகுதிக்குப் பொருத்தமான கல்விமுறையை ஆசிரியர்கள் முழுமையான சுதந்திரத்துடன் தீர்மானித்து நடைமுறைப்படுத்தினர். நமது பழைய கல்விமுறையின் பல குறைபாடுகளுக்கும் இடையில் இது ஒரு சிறப்புத்தன்மையாக இருந்தது.

காலனியக் கல்விமுறை உருவாக்க நினைத்த புதிய கருத்தியல் நடவடிக்கைகளுக்கு இந்தச் சுதந்திரமான கல்விமுறை பெருந்தடையாக இருந்தது. ஏக இந்தியாவும் ஓர் அந்நியக் குடையின் கீழ் என்பதை ஏற்றுக்கொண்டு, தன்னைப் புதிய காலனியச் சூழலுக்குத் தகுதிப் படுத்திக்கொள்ளும் உறுப்பினர்களை உருவாக்குவதற்கு முதலில் இந்தச் சுதந்திரத்தை ஒழிப்பது அவசியமாகியது. அரசு உதவி என்கிற

[13] Krishna Kumar, 'Text Books and Educational Culture', *EPW*, July 26, 1986.

அடிப்படையில் எல்லா நிறுவனங்களும் அரசுக் கட்டுப்பாட்டிற்குள் கொண்டுவரப்பட்டன. பிரதியாக அரசு நிர்ணயித்த பாடத்திட்டம், பாடப் புத்தகம், தேர்வு முறை ஆகியவற்றை இவர்கள் ஏற்றுக்கொள்ள வேண்டியதாயிற்று. அரசு கல்வி நிறுவனங்களும் நிறைய உருவாக்கப் பட்டன. காலனிய ஆட்சி முறைக்கு ஏற்ற உறுப்பினர்கள் பொருளியல் அடிப்படையிலும் கருத்தியல் அடிப்படையிலும் உருவாக்கப் பட்டனர். காலனிய அரசின் பண்பாட்டிற்கும் கருத்தியலுக்கும் விசுவாசமான ஆங்கிலம் அறிந்த, தங்களின் பண்பாடு குறித்தான தாழ்வு மனப்பான்மையுடைய விசுவாசிகள் உருவாக்கப்பட்டனர். முதல் நிலைத் தொழில் வளர்ச்சி இங்கு ஏற்படாததற்கேற்ப முதல் நிலைத் தொழில்நுட்பமும் அறிவியலும் இங்கு வளரவுமில்லை.

பார்சனின் தாராளவாதச் சீர்திருத்தங்கள் இங்கு அறிமுகப் படுத்தப்படவேயில்லை. காலனிய உற்பத்தி முறைக்கேற்ற எழுத்தர்கள், தொழில்நுட்பர்கள் ஆகியோர் உருவாக்கப்பட்டனர். உள்நாட்டு மேல் தட்டினரும், அந்நிய ஆட்சியாளர்களும் படிப்பதற்கேற்ற தரம் வாய்ந்த கல்வி நிறுவனங்கள் கிறிஸ்தவ மிஷன்களாலும், அரசின் நேரடிக் கட்டுப்பாட்டின் கீழும் உருவாக்கப்பட்டன. எனினும் கிறிஸ்தவப் பாதிரிமார்கள் கல்வி, எழுத்தறிவு ஆகியவற்றை இங்குள்ள அடித்தள மக்கள் மத்தியில் கொண்டு செல்ல ஆங்காங்கு உருவாக்கிய ஏராளமான பள்ளிகள், இலவசக் கல்வி ஆகியன இங்கு காலம் காலமாகக் கல்வி மறுக்கப்பட்டிருந்த அடித்தள மக்கள் மத்தியில் ஒரு மிகப்பெரிய விழிப்புணர்வை உருவாக்கியதையும் நாம் மனம் கொள்ளவேண்டும்.

1947க்குப்பின் இங்கு ஏற்பட்ட ஆட்சி மாற்றத்தினால் அரசியற் பொருளாதாரத் துறைகளில் அதிகம் மாற்றம் ஏற்படாததைத் தொடர்ந்து இங்கு கல்வி முறையிலும் அதிக மாற்றங்கள் ஏற்படவில்லை. அந்நியக் கட்டுப்பாட்டிற்குக்கீழ் இங்கே வளர்க்கப்பட்ட தொழில்துறை, விவசாயம் ஆகியவற்றிற்கேற்ற தொழில்நுட்பத் திறமைவாய்ந்தவர் களையும் விவசாயப் பட்டதாரிகளையும் உற்பத்தி செய்வதற்கேற்ப இங்கேயுள்ள கல்விமுறையும் மிக மிக மெதுவாக விரிவாக்கம் செய்யப்பட்டது.

ஆண்டுக்கு ஆண்டு, திட்டத்திற்குத் திட்டம் அரசியற் பொருளாதாரத் துறைகளில் இங்கு அந்நியப்பிடி இறுகியது. இதன் விளைவான கொடுஞ் சுரண்டல், வறுமை ஆகியவற்றால் பெரும்பான்மையான மக்களின் துன்பம் அதிகரித்தது. விவசாய எழுச்சிகளாகவும் உரிமைப்

அரசும் கல்விக் கொள்கைகளும் ♦ 71

போராட்டங்களாகவும் இவை வடிவெடுத்தன. இந்த நெருக்கடிகளிலிருந்து மீண்டும் மீண்டும் தன்னை நிலை நிறுத்திக்கொள்ள இந்திய ஆளும் வர்க்கம் மேலும் மேலும் ஏகாதிபத்தியங்களைச் சார்ந்து நிற்பதையும் கொஞ்சநஞ்ச சனநாயக உரிமைகளையும் அடக்கு முறைச் சட்டங்களின் மூலம் பறிப்பதையும் மதவாதம், தேசிய வெறி போன்ற கருத்தியல் நடவடிக்கைகளின் மூலமும் முயன்றது. தாத்தா நேருவின் காலத்திலிருந்து பேரன் ராஜீவின் காலம்வரை இந்த நடவடிக்கைகள் இடையீடில்லாமல் படிப்படியாய் வளர்ச்சியடைந்து வந்திருப்பதைக் காணலாம். இதன் உச்சகட்ட வெளிப்பாடாகத் தொழில்நுட்பத்திலும், சந்தையிலும், ஏற்றுமதி இறக்குமதியிலும் ஏகாதிபத்தியங்களைச் சார்ந்து நிற்பது, கட்டுமானப்பணிகளைப் புறக்கணிப்பது, தனியார்மயமாதலையும், வணிகமயமாதலையும் ஊக்குவிப்பது ஆகியவற்றிற்கேற்ற புதிய பொருளாதாரக் கொள்கை, புதிய வணிகக் கொள்கை, புதிய மருந்துக் கொள்கை, புதிய துணிக்கொள்கை, புதிய ஏற்றுமதி இறக்குமதிக் கொள்கை ஆகியவற்றை அறிவித்துள்ளது இன்றைய அரசு.

இந்தச் சூழலுக்கேற்ற வகையில் பொருளியலடிப்படையிலும், கருத்தியலடிப்படையிலும் உறுப்பினர்களைத் தகுதியாக்கும் நோக்குடன் இங்கே ஒரு 'புதிய கல்விக் கொள்கை' அறிவிக்கப்பட்டு, 'தேசிய விவாதத்திற்கும்' பிறகு 'தேசியக் கல்விக் கொள்கை'யாகப் பாராளுமன்றத்தில் நிறைவேற்றவும் பட்டுள்ளது. சில அம்சங்களை அமலாக்கவும் தொடங்கியாயிற்று.

2.3

பாசிசம்-புதிய கொள்கைகள்-கல்வி: ஒரு குறிப்பு

1920களில் ஐரோப்பாவில் உருவாகிய பாசிசமும் இன்று இங்கு நடைமுறைப்படுத்த முயல்கிற பாசிசமும் ஒரே வடிவத்திலிருக்க முடியாது. அரசியல், பொருளாதார நிலைமைகளில் இன்று குறிப்பிடத்தக்க வேறுபாடுகள் ஏற்பட்டுள்ளன. அத்தோடு அன்று உருவாகிய பாசிசத்தின் வீழ்ச்சியையும் அது மக்களிடையே அம்பலப்பட்டுப் போன தன்மையையும் இன்றைய ஆளும் வர்க்கம் கணக்கிலெடுத்துக்கொண்டு வடிவத்தை மேலும் செழுமையாக்கிக் கொள்ள வேண்டிய அவசியத்திற்குள்ளாகி இருக்கிறது. எனவே இந்த வேறுபாடுகளையும் தாண்டி நிற்கக்கூடிய அன்றைய பாசிசத்திற்கும் இன்றைய நடவடிக்கைகளுக்கும் இடையேயான தொடர்பு களை நாம் சுட்டிக்காட்ட வேண்டியவர்களாக இருக்கிறோம்.

இத்தாலியிலும், ஜெர்மனியிலும் பாசிசம் தோன்றுவதற்கு முன்னுள்ள நிலைமைகளைச் சுருக்கமாக இப்படிக் கூறலாம்:

1. பொருளாதார மட்டத்தில்
முதலாளிய நெருக்கடியின் விளைவான பொருளாதார வீழ்ச்சி, வறுமை மற்றும் வேலை இல்லாத் திண்டாட்டம்.

2. அரசியல் மட்டத்தில்
i   பொருளாதார நெருக்கடியின் விளைவாக மக்கள் மத்தியில் கடும் அதிருப்தி.

ii பாராளுமன்ற சனநாயக முறையின் ஊழல்கள் அம்பலப்பட்டுப் போய் அதன் மீதான மக்களின் வெறுப்பு.

iii நெருக்கடியைக் காலனி நாடுகளின் மீது சுமத்தும் முயற்சியில் ஏகாதிபத்தியங்களிடையே கடும் போட்டி.

iv தொழிலாளிகள் மத்தியிலும் மக்கள் மத்தியிலும் வளர்ந்து வந்த அன்றைய சமூக சனநாயகக் கட்சிக்கும் அன்றைய கம்யூனிஸ்ட் கட்சிக்கும் பெருத்த வேறுபாடுகள் உண்டு. சமூக சனநாயகக் கட்சி தொழிலாளி வர்க்கத்தைப் பிளவுபடுத்தி பாசிசத்திற்குத் துணை போனது. தொழிலாளி வர்க்கத்தில் நிகழ்ந்த இப்பிளவு அன்றைய பாசிச வெற்றிக்கு ஒரு காரணமாகவும் அமைந்தது.

3. பண்பாடு மற்றும் உளவியல் மட்டத்தில்[1]

I முதலாளியத்தோடு வளர்ந்திருந்த பகுத்தறிவுவாதமும், சனநாயகச் சிந்தனைகளும் பழைய நிலப்பிரபுத்துவப் பண்பாடு, விழுமியங்கள் ஆகியவற்றைக் குழி தோண்டி புதைத்திருந்தன. முதலாளியத்தோடு வளர்ச்சியடைந்த நகரப் பண்பாடு, குடும்ப உறவுகளில் மாற்றம் போன்ற அம்சங்கள் பழைய பண்பாட்டு நிறுவனங்கள் பலவற்றைச் சிதைத்திருந்தன. ஆனாலும் புதிதாய்ச் சுரண்டும் வர்க்கமாய்த் தன்னை நிலைநிறுத்திக் கொண்ட முதலாளியம் ஏகபோகமாகவும் ஏகாதிபத்தியமாகவும் வளர்ச்சி யடைந்து மக்கள் விரோதத்தன்மையைப் பெற்றவுடன் பழைய அடையாளத்தையும் நிறுவனங்களையும் இழந்து நின்ற மக்கள் புதிய விழுமியங்களுடனும் நிறுவனங்களுடனும் பூரண ஐக்கியப்படாமல் நின்றமை. இது ஐயவாதத்திற்கும் பகுத்தறிவு எதிர்ப்புத் தன்மைக்கும் காரணமாகியது.

II பொருளாதாரச் சீரழிவின் விளைவாகப் பாரம்பரியமாய் இருந்துவந்த பாதுகாப்பு உணர்வை இழந்து முடிவெடுக்கும் சுமையும் பாதுகாப்பின்மையும் மக்கள் மத்தியில் தலை விரித்தாடிய அவலம்.

III இழந்துபோன பாரம்பரியம் பண்பாட்டு நிறுவனங்கள் ஆகிய வற்றின் மீது ஒரு லயிப்பு.

IV ஏதேனும் ஓர் அடையாளத்தின் கீழ் தங்களை ஐக்கியப்படுத்தி அடைக்கலம் புகும் ஆர்வம்.

V அரசியல் ரீதியாகச் சமூக சனநாயகக் கட்சியுடன் ஐக்கியப் பட்டாலும் பண்பாட்டு ரீதியாய் ஐக்கியப்படுவதற்கு எதையும் காணாத குழப்பம்.

இந்தச் சூழலை முழுமையாய்க் கணக்கிலெடுத்துக்கொண்டு வளர்ந்து

---

[1] Talcott Parsons, *Some Sociological Aspects of Fascist Movements in Modern Political Thought*, William Ebenstein (Edn.) Oxford, New Delhi, 1970.

வரும் புரட்சிகரச் சூழலிலிருந்து —அதாவது கம்யூனிச ஆபத்திலிருந்து ஆளும் வர்க்கத்தைக் காப்பாற்றிப் புனர் நிர்மாணம் செய்வதற்காகப் பாசிசம் முன்வைக்கப்பட்டது. அதன் தன்மைகளாகக் பின்வருவன வற்றைக் குறிப்பிடலாம்:

அ. பூர்சுவா பாராளுமன்றம், சனநாயகம் ஆகியவற்றிற்கு எதிரான கடும் விமரிசனங்கள்.[2]

ஆ. முழுமையான கம்யூனிச எதிர்ப்பு.[3]

[2] அடால்ப் ஹிட்லர்: மெய்ன் கேம்ப் அல்லது ஹிட்லரின் சுயசரிதம், மொழிபெயர்ப்பு ஸா. ஸுப்ரமண்யம், மனோன்மணி விலாசப் புத்தக சாலை, கோலாலம்பூர், ஜூலை 1943.

'பெரும்பான்மையோரின் தீர்ப்பை ஆதாரமாகக் கொண்ட பார்லிமெண்டு முறையானது தனிநபரின் அதிகாரத்தை, அதாவது அவரது புத்தி சாதுரியத்தினால் ஏற்படக்கூடிய பலனை நிராகரிக்கிறது' (ப. 73).

'பொதுஜன வாக்குறுதிகள் மூலம் ராஜதந்திரிகளை சிருஷ்டித்துவிட முடியாது. சர்வஜன வாக்குரிமையிலிருந்து மேதாவிகள் ஜனிக்கிறார்கள் என்பதைக் காட்டிலும் மடத்தனமான எண்ணம் வேறெதுமில்லை' (ப. 78).

'தாராளமான போக்கைக் காட்டிலும் இரக்கமற்ற பலாத்காரத்துக்கு ஜனங்கள் ஆட்சேபணையின்றி அடிபணிவது இயற்கை சுபாவம்' (பக். 43.)

பாராளுமன்றம், சனநாயகம் ஆகியவற்றிற்கு எதிரான கருத்துகளை அறிய பக்கங்கள் 68-70, 71, 293 ஆகியவற்றையும் பார்க்கவும்.

'சனநாயகத் தத்துவம் என்கிற மொத்தச் சிக்கலான அமைப்பையுமே பாசிசம் கோட்பாட்டளவிலும் சரி, நடைமுறையிலும் சரி மறுக்கிறது. பெரும்பான்மையாக இருக்கிறோம் என்கிற ஒரே காரணத்திற்காக பெரும்பான்மையானது மனித சமுதாயத்தை இயக்க முடியும் என்பதையும் பாசிசம் மறுக்கிறது... அரசியல் துறையிலும், பொருளாதாரத் துறையிலும் தாராள (முதலாளியக்) கோட்பாடுகளைக் கடுமையாய் எதிர்க்கும் நோக்கத்தைப் பாசிசம் கொண்டுள்ளது.'

– பெனிட்டோ முசோலினி, Fascism, War, Dictatorship, in William Ebenstein, Op. cit.

[3] அடால்ப் ஹிட்லர் : பக்கம்: 62, 48-49, 151, 199, 200

'(மார்க்ஸ்) கொள்ளை நோயைப் பற்றியும் அது மானிட வர்க்கத்தின் அழிவிற்கான ஒரு தத்துவம் என்பதையும் எவரும் அறிந்துகொள்ளவில்லை' (பக். 137).

'(மார்க்ஸ்) கொள்கையானது நீதியையும் நாகரிகத்தையும் ஆதாரமாகக் கொண்ட மானிட வாழ்க்கையின் அஸ்திவாரத்தைத் தகர்த்து, சமுதாயத்தில் குழப்பத்தையும் கலக்கத்தையும் உண்டுபண்ணி, மானிட வர்க்கமே மறைந் தொழியும்படி செய்துவிடும்.' (பக். 62)

இ. பூர்சுவா சமுதாயத்தின் இழிவுகளுக்குக் காரணமான பொருளாதார அடிப்படையிலிருந்து கவனத்தைத் திசை திருப்பி,

i பாராளுமன்ற ஊழல்
ii விபச்சாரம், பால்வினை நோய்
iii யூத ஆதிக்கம்
iv திறமையின்மை

ஆகியவையே எல்லா இழிவுகட்கும் காரணம் என்ற கடும் பிரச்சாரத்தை மேற்கொள்ளல்.[4]

ஈ. இந்த இழிவுகளிலிருந்தும் பாதுகாப்பின்மையிலிருந்தும் மக்களை மீட்டெடுக்க,

i சனநாயக அடிப்படைகளைப் புறக்கணித்துத் 'தகுதியும் திறமையும் உள்ளவர்களிடம்' சகல அதிகாரங்களையும் அளிப்பது.

ii உலக இனங்களிலேயே தங்கள் இனமே முதன்மையானதாயும் ஆளத் தகுதியுடையதாயும் இருப்பதால் பிற இனங்களைப் பூண்டோடு அழிப்பது அல்லது வீழ்த்துவது.

iii போர் மூலம் நாட்டு எல்லையை விரிவாக்கி மக்கள்தொகைப் பிரச்சினையைச் சமாளிப்பது.

ஆகிய வழிமுறைகளை மக்கள் முன்பு வைத்தல்.[5]

உ. தேசிய வெறியின் அடிப்படையில் சகல அதிருப்தியாளர்களையும்

---

[4] அடால்ப் ஹிட்லர் : பக்கம்: 68-70, 117-118, 181, 207-215.

'உண்மையில் தேசத்திற்கும் ஒரு குறிப்பிட்ட பொருளாதார தத்துவம் அல்லது பொருளாதார அபிவிருத்திக்கும் எவ்வித சம்பந்தமுமில்லை. தேசமானது ஜீவராசிகளடங்கிய ஒரு சமாஜம். வாழ்க்கையில் அவர்களுக்கு இறைவனால் சில கடமைகள் வகுக்கப்பட்டிருக்கின்றன. அவற்றை நிறைவேற்றுவதற்கான பல வழிகளில் பொருளாதார நடவடிக்கையுமொன்று. எனினும் தேசத்தின் மூலகாரணமோ அல்லது லட்சியமோ பொருளாதார நடவடிக்கையல்ல.' (பக். 117).

'ஜனங்களின் ஒழுக்கத்திலிருந்தும் உயர்ந்த குணாதிசயங்களிலிருந்தும்தான் ஒரு தேசம் உருவாகின்றதேயொழிய ஜனங்களின் பொருளாதார நிலைமையால் அல்ல என்பதை ப்ரஷ்ய சரித்திரம் சிறிதும் சந்தேகமின்றி தெளிவாக நிரூபித்திருக்கிறது'(பக்.118). இதர செய்திகளுக்கு இந்நூலிலுள்ள 10ஆம் அத்தியாயமாகிய 'ஜெர்மன் சாம்ராஜ்யம் வீழ்ச்சியடைந்ததேன்?' என்பதைப் பார்க்கவும்: பக். 180-223.

[5] மேலது. பக். 185-257, 101-105.

ஒரு குறிக்கோளினடியாகத் திரட்டல்.[6]

ஊ. பகுத்தறிவிற்கு எதிராக மதம், பாரம்பரியப் பெருமை ஆகியவற்றை வெறியுணர்வுடன் பிரதிபலித்தல்.[7]

[6] மேலது. பக். 33, 109, 238, 282.

'ஜனங்களிடையே தேசிய உணர்ச்சி உண்டாக வேண்டுமெனில்... ஒருவருக்கு கலாச்சார, பொருளாதார அறிவும், எல்லாவற்றிற்கும் முக்கியமாகத் தன் சொந்த நாட்டின் அரசியல் பெருமையும் போதிக்கப் பெற்றிருக்க வேண்டும். அப்படியானால்தான் அவருக்குத் தன் தேசத்தைப் பற்றிப் பெருமையுணர்ச்சி ஏற்படுவது சாத்தியமாகும்.' (பக். 33).

பாமர ஜனங்களைத் தேசியமயமாக்க அரைகுறையான முறைகளுடன் திருப்தியடைந்துவிடக் கூடாது. அதிதீவிரமான முறைகளைக் கைக்கொள்ள வேண்டும்... பாமர ஜனங்கள் பண்டிதர்களல்ல; ராஜதந்திரிகளுமல்ல; பகுத்தறிவைக் கொண்டு உயர்ந்த கொள்கைகளை ஆராய்ச்சி செய்யும் ஆற்றல் அவர்களுக்கில்லை. ஒரு விஷயத்தில் அவர்களுக்கு நம்பிக்கை ஏற்பட்டு விட்டால், பின்னர் அந்த நம்பிக்கையை அசைப்பது முடியாத காரியம். எனவே அவர்களின் மனதில் உணர்ச்சியும் நம்பிக்கையும் ஏற்பட்டு, அவர்கள் வெறி கொண்டு செயலில் ஈடுபடும்படி செய்ய வேண்டும். அத்தகைய வெறியும் நம்பிக்கையுமே உலகில் மகத்தான புரட்சிகளை உண்டுபண்ணி இருக்கின்றன. அவ்விதம் செய்யத் தளரா உறுதிவேண்டும். அவசியமாயின் அதையொட்டிப் பலாத்காரத்தையும் உபயோகிக்கத் தயங்கக்கூடாது. பாமர ஜனங்களின் மனத்தைக் கொள்ளை கொள்ள விரும்புவோர் இந்த மர்மத்தை அறிந்துகொள்ள வேண்டும்.' (பக். 238-239).

சரித்திர பாட போதனை என்பது வெறும் ஜனன, மரண தேதிகளை உருப் போடும் விஷயமாக இராமல் மாணவர்களை மேற்கண்ட அடிப்படையில் தயாரிப்பதாக இருக்க வேண்டும் எனவும் ஹிட்லர் கூறுகிறார். பக். 282. 'தேசத்தின் கலாச்சார வாழ்க்கையில் சகலரும் பங்கு பெறுவதற்கு ஏற்றவாறு', 'தேசிய வழிகளில் (ஜனங்களுக்கு) கல்வியளித்தால்தான்' முடியும் எனவும் ஹிட்லர் எழுதினார்.' (பக். 238..')

[7] மேலது. பக். 62, 217, 219, 238, 243, 282.

'மத நம்பிக்கையின்றி, இவ்வுலக வாழ்க்கையைக் கற்பனை செய்துகொள்வதும் முடியாத காரியம். ஜனங்களை நேர்பாதையில் செலுத்த மதநம்பிக்கைக்கு ஈடு வேறெதுவுமில்லை. கட்டிடங்கள் இல்லாவிடில் எவ்விதம் சர்க்கார் இல்லையோ அதுபோலவே நம்பிக்கையின்றி மதமில்லை. அந்த நம்பிக்கை யைத் தர்க்க சாஸ்திரம் மூலமோ அல்லது விஞ்ஞான சாஸ்திரத்தின் மூலமோ ஆராய முற்படுவது அர்த்தமற்ற காரியம். சில லட்சக்கணக்கானவர்களின் சீரிய வாழ்க்கை, பகுத்தறிவை ஆதாரமாகக் கொண்டு உருவடையலாம். ஆனால் கோடிக்கணக்கான பாமரர்களின் வாழ்க்கை மதநம்பிக்கையின் மூலம்தான் உருவாக முடியும்.' (பக். 219). 'தங்களால் எதுவும் செய்ய முடியாத கபோதிகள் தான் புராதனப் பெருமைகளையும் உயர்ந்தோரையும் தூற்றுவர்.' (பக். 217).

எ. மேற்கண்ட பொருளாதார/பண்பாட்டு நிர்மாணத் திட்டங்களின் அடிப்படையில் தேசிய நலன்களுக்காகத் தன்னுடைய நலத்தைத் தியாகம் செய்யும் திடசித்தமுள்ள, வலிமையான போர் ஆர்வமுள்ள தேசிய மற்றும் இனவெறியுடன்கூடிய மக்கள் திரள்களை உருவாக்குதல்.

இறுதியாய்க் குறிப்பிட்ட அம்சம் மிகவும் கவனத்திற்குரியது. பாசிசம் ஒரு மக்கள் திரள் அமைப்பாக (Mass based movement) வளர்ந்தது. பொதுவாக வெகுமக்கள் இயக்கங்கள் முற்போக்கானதாகவே அமைந்தாலும், பிற்போக்கான நோக்கத்திற்கான வெகுமக்கள் இயக்கமாய்ப் பாசிசம் வளர்ந்தது என்பார், டால்காட் பார்சன்ஸ். பாசிசம் என்பது மக்கள் திரள் அடிப்படையிலான பயங்கரவாதம் என கிராம்ஸ்கி குறிப்பிடுவதும் இதைத்தான். சிறு குழுவாய்த் தோன்றிய ஹிட்லரின் தேசிய சனநாயகக் கட்சி அன்று செல்வாக்குடன் இருந்த சமூக சனநாயகக் கட்சியைக் காட்டிலும் பெரிதாய் வளர்ந்ததைக் கணக்கிலெடுத்துக் கொண்டு பார்க்கவேண்டும்.

இவ்வாறு முதலாளிய ஆளும்வர்க்கம் தானே நிறுவிய சன நாயகத்தைத் தனது தற்காப்பிற்காகவே அழித்துக்கொண்டு 'கம்யூனிச ஆபத்திலிருந்தும்' தன்னை மீட்டுக்கொண்டது. பொருளாதார அமைப்பில் குறிப்பிடத்தக்க மாற்றங்கள் எதையும் பாசிசம் செய்யவில்லை என்பதையும் பழைய ஆளும்வர்க்கம் மீண்டும் தன்னை முழுமையாய் நிலைநிறுத்திக் கொண்டதையும் நாம் கவனத்தில் இருத்திக்கொள்ள வேண்டும்.

மேற்கண்ட செய்திகளின் அடிப்படையில் பார்க்கும்போது இன்றுள்ள பாசிசம் கீழ்க்காணும் அம்சங்களில் பழைய வடிவத்திலிருந்து வேறுபடுகின்றதெனலாம்:

1. பழைய பாசிசம் முதலாளிய அமைப்பின் நெருக்கடியில் தோன்றியது. இன்றைய பாசிசம் ஒரு புதிய காலனியச் சூழலில் தோன்றியது.

2. பழைய பாசிசத்தில் அன்றைய முதலாளிய ஆளும் வர்க்கம் தனது தாராள முதலாளியச் சனநாயக அமைப்பைக் குழி தோண்டிப் புதைத்துத் தனது பழைய பிரதிநிதிகளுக்குப் பதிலாகப் புதிய பிரதிநிதிகளை அமர்த்திக் கொண்டது.

இன்றைய பாசிசத்தில் இன்றைய ஏகாதிபத்தியச் சார்பான ஆளும் வர்க்கம் இருக்கிற தனது பிரதிநிதிகளின் மூலமாகவே நிலவுகிற

அமைப்பை அதிக மாற்றமின்றித் தொடர நினைக்கிறது.

3. பழைய பாசிசத்தில் சீரழிந்து நின்ற பாராளுமன்றம் தூக்கி எறியப்பட்டு அதனிடத்தில் ஓர் ஆட்சி மாற்றத்தின் மூலம் பாசிச சர்வாதிகாரம் தன்னை நிலைநிறுத்திக்கொண்டது. இன்றைய பாசிசத்தில் பாராளுமன்றம் தூக்கி எறியப்படாமல் பாசிச சர்வாதிகாரம் படிப்படியாய்க் கொண்டு வரப்படுகிறது. அவசரச் சட்டங்கள், நெருக்கடி நிலை எனப் பல்வேறு நிலைகளில் இது வளர்ந்து வந்தது. புதிய பொருளாதாரக் கொள்கை, புதிய துணிக்கொள்கை, புதிய கல்விக் கொள்கை, பன்னாட்டு ஒப்பந்தங்கள் போன்ற கொள்கை அறிவித்தல்கள் மூலம் பாசிசம் தனது அடுத்த கட்டத்தை அடைந்துள்ளது.

4. பழைய பாசிசத்தில் யூத இனத்திற்கு எதிராக ஆரிய இன வெறியும், ஆக்கிரமிப்பு நோக்கிலான தேசியவெறியும் ஊட்டப்பட்டன. இன்றைய பாசிசம் ஒரு பல்தேசிய இன நாட்டில் உருவாவதாலும் ஏற்கனவே சிறுபான்மை இனங்களின் மத்தியில் சுயநிர்ணய உரிமை வேட்கை நிறைந்துள்ளதாலும் எந்த ஒரு குறிப்பிட்ட இனத்திற்கும் எதிரான வெறியை இங்கு ஊட்டமுடியாது. தேசிய ஒருமைப்பாடு, பாரம்பரியம், சுதந்திரப் போராட்ட வரலாற்றுணர்வு ஆகியவற்றின் மூலம் இங்கு தேசிய வெறியும், சிறுபான்மையினருக்கு எதிரான பெரும்பான்மையினர் உணர்வும் பகுத்தறிவு எதிர்ப்புக் கண்ணோட்டமும் ஊட்டப்படுகிறது.

5. ஆதிக்க விரிவாக்க நோக்குடன் அண்டை நாடுகளின் மீது வெறுப்பை விதைத்து பழைய பாசிசம் நாட்டை இராணுவமய மாக்கியது. யுத்தத் தொழில்நுட்பங்கள் பேரளவிற்கு வளர்ச்சி அடைந்துள்ள இன்றைய சூழலில் நாடு முழுமையையும் இராணுவ மயமாக்க வேண்டிய தேவையில்லாததால் இன்றைய பாசிசம் நாட்டை ஆயுதமயமாக்கியுள்ளது. இராணுவ முக்கியத்துவம், நிதி ஒதுக்கீடு ஆகியவை பேரளவில் அதிகமாகியுள்ளன.

இத்தனை வேறுபாடுகள் இருந்தாலும் சனநாயக எதிர்ப்பு, கம்யூனிச எதிர்ப்பு, தேசிய வெறியூட்டி மக்களைத் திரட்டுதல், நாட்டின் இழிவுகட்கு அடிப்படையான பொருளாதாரக் காரணிகளைச் சுட்டாமல் இதர காரணிகளின்பால் கவனத்தைத் திருப்பிப் பழிபோடல், மக்கள் திரளை வன்முறையில் இறக்கி அதன்மூலம் எதிர்ப்புகளைச் சமாளித்தல் ஆகிய நடவடிக்கை களும் இதற்கேற்ற கருத்தியற் சூழலை உருவாக்கும் பிரச்சாரம்,

கல்வி முறை ஆகியவற்றிற்கு முக்கியத்துவம் அளிப்பதும் பழைய பாசிசமும் இன்றைய பாசிசமும் சாராம்சத்தில் வேறுபடவில்லை என்பதை நிறுவுகின்றன.

அரசியல் ரீதியாகவும் பொருளாதார ரீதியாகவும் கருத்தியல் ரீதியாகவும் பாசிசம் தனது மேலாண்மையை நிலைநிறுத்திக் கொள்கிறது என்றோம். இனி, இன்றைய சூழலில் இது எவ்வாறு நிறைவேற்றப் படுகிறது எனப் பார்ப்போம்.

I. *அரசியல் ரீதியாக*

சற்றுமுன் விளக்கியது போல பழைய பாசிசம் மாதிரி இன்று ஓர் ஆட்சி மாற்றத்தின் மூலம் பாசிசம் தன்னை நிலைநிறுத்திக் கொள்ளவேண்டிய அவசியமில்லை. எனினும் சனநாயக உரிமைகள் இங்கு படிப்படியாகப் பறிக்கப்படுவதும் போராட்டங்களுக்கு எதிரான கடும் அடக்குமுறைகள் மேற்கொள்ளப்படுவதும் சரியான புரட்சிகர அமைப்புகள் மீதான அரசு வன்முறையும் எல்லோரும் அறிந்ததுதான்.

II. பொருளாதார ரீதியாக

ஆளும் வர்க்கம் தனது பொருளாதார ஆதிக்கத்தைத் தக்கவைத்துக் கொள்வதற்கேற்ப தனது பொருளா தாரச் சுரண்டலைத் தீவிரமாக்கு கிறது. இங்குள்ள ஆளும் வர்க்கம் ஏகாதிபத்தியச் சார்புடையது. ஏகாதிபத்தியச் சார்பை அதிகப்படுத்துவதும் ஆளும் வர்க்கத்திடம் அதிகாரங்களையும் பொருளாதார நலன்களையும் குவித்துக் கொள்வதுமே இன்று அறிவிக்கப்பட்டுள்ள புதிய கொள்கைகளின் சாராம்சமாக இருக்கின்றது என்பது பின்வருமாறு வெளிப்படுகின்றது.[8]

1. ஏற்றுமதியை மையமாக வைத்த உற்பத்திக்கு ஊக்கமளித்தல். இதர வெளிநாட்டு நிறுவனங்களுடன் போட்டியிடுவதற்கு ஏற்ப நவீன தொழில் நுட்பங்களை வெளிநாடுகளிலிருந்து தருவித்துக் கொள்வதற்கான கட்டுப்பாடுகளை நீக்குதல். குறிப்பாக எலக்ட்ரானிக்ஸ், கம்ப்யூட்டர், மோட்டார் வாகனத் துறைகளில் இறக்குமதிக் கட்டுப்பாடு தளர்த்தல் பேரளவிற்கு அதிகமாக்கப் பட்டுள்ளது.

   இதன் விளைவாக அரசு நிறுவனங்கள்கூட உள்நாட்டில் கிடைக்கக்கூடிய இயந்திரங்களைப் புறக்கணித்துவிட்டு இறக்குமதி செய்கின்றன. மாநில மின்வாரியங்களும் ரயில்வேயும் இப்படி பெல் (BHEL) முதலிய நிறுவனங்களால் உற்பத்தி

செய்யப்படும் எந்திரப் பகுதிகளைக்கூட இங்கேயே வாங்கிக் கொள்ளாமல் வெளிநாடுகளிலிருந்து இறக்குமதி செய்ய அனுமதிக்கப்பட்டுள்ளன.

தொழில்நுட்ப இறக்குமதி கட்டுப்பாடற்ற பொது உரிம (Open General License - OGL) முறைக்குக் கீழ்கொண்டு வரப்பட்டவுடன் குளிர்பானங்கள், ஐஸ்கிரீம் போன்றவற்றிற்குக்கூட வெளிநாட்டுக் கூட்டுகள் தொடங்கப்பட்டுள்ளன. துணி ஆலைகள் செயற்கை இழைகளைத் தருவித்துக்கொள்வதிலிருந்த கட்டுப்பாடுகள் தளர்த்தப்பட்டுள்ளன.

சுமார் 201 மூலப் பொருட்கள் (Capital goods) OGL பட்டியலின் கீழ் கொண்டு வரப்பட்டுள்ளதோடு 53 வர்த்தகப் பொருள்களுக்கு அரசு வர்த்தகக் கட்டுப்பாட்டிலிருந்து விலக்கு அளிக்கப் பட்டுள்ளது. தொழில் வளர்ச்சி நிதியத்தின் கீழ் தொழில்நுட்ப இறக்குமதி செய்வதற்கு ஐந்து இலட்சம் டாலர் என்பது இதுவரை உச்ச எல்லையாக இருந்து வந்தது. இந்த எல்லை இப்போது கம்ப்யூட்டர்களுக்கு 100 லட்சம் டாலராக உயர்த்தப்பட்டுள்ளது. மோட்டார் வாகன உற்பத்தி எந்திரங்கள், தோல் தொழில் எந்திரங்கள், உரத்தொழில் எந்திரங்கள் போன்றவற்றிற்கான இறக்குமதி வரிகள் சென்ற ஆண்டு நிதிநிலை அறிக்கையில் தளர்த்தப்பட்டுள்ளன.

2. வணிக நடைமுறை ஏகபோகத் தடுப்புச் (MRTP) சட்டத்தின் மூன்றாவது அத்தியாயத்தின் கீழ் விதிக்கப்பட்டிருந்த ரூ. 20 கோடி எல்லை என்பது ரூ. 100 கோடியாய்த் தளர்த்தப்பட்டுள்ளது. இதன் விளைவாக சுமார் 40 சதவீதத் தொழில்கள் MRTP கட்டுப்

---

[8] இந்தப் பகுதியை எழுதுவதற்குப் பின்வரும்கட்டுரைகள் ஆதாரமாய் இருந்தன:

H.K. Paranjape, 'New Lamps for old-A critique of the New Economic Policy', *EPW*, Sep. 7, 1985.

Sumita Rakshit, 'New import and Export Policy-Some Economic Implications', *EPW*, Sep. 14, 1985.

LC Jain, '1985 Textile Policy - End of Handloom Industry', *EPW*, July 6, 1985. B.M. - Following the world Bank - IMF line, *EPW*, Feb. 22, 1986.

A. Nagaraju Naidu, 'Imperialism is the Director of Indian Economy', *Third World Calling*, Aug. 1986 .

———. New Drug Policy, *EPW,* Sep. 7, 1985.

———.Tax Free Re-imbursement of Medical Expenses, *EPW*, Dec. 21-28, 1985.

பாடுகளிலிருந்து விலக்கப்பட்டுள்ளன. 1970 முதல் 'செயல்பட்டு' வரும் இந்தச் சட்டத்தின்கீழ் இதுவரை எந்த ஏகபோகமும், சட்டத்தின் 27ஆம் பிரிவைப் பயன்படுத்தி உடைக்கப்படவில்லை என்பது குறிப்பிடத்தக்கது. இதுவரை ஏக போகங்கள் சட்ட விரோதமாய்ச் செய்துகொண்டிருந்த பலவற்றைச் சட்டபூர்வ மாக்கும் நடைமுறையே இது.

3. கடந்த பன்னிரண்டு ஆண்டுகளாகவே வரி விலக்களிப்பது அதிகரித்துக்கொண்டே போகிறது. 1985ஆம் ஆண்டு நிதிநிலை அறிக்கையில் வருமான வரி 33 சதவீதம் குறைக்கப்பட்டது. மரணவரி முற்றாக அழிக்கப்பட்டுள்ளது. சொத்து வரி 72 சதவீதம் வரை குறைக்கப்பட்டுள்ளது. கம்பெனி நிர்வாகிகளுக்கு விளம்பரச் செலவு, பயணச் செலவு ஆகியவைகளில் ஏராளமான விலக்குகள் அளிக்கப்பட்டுள்ளன.

4. புதிய பொருளாதாரக் கொள்கைக்கேற்பப் புதிய துணிக் கொள்கை உருவாக்கப்பட்டுள்ளது. துணி ஆலைகளின் மீதிருந்த கட்டுப்பாடுகள் தளர்த்தப்பட்டுள்ளன. தங்களது உற்பத்திக் கொள்திறன்களைக் கூட்டவும் குறைக்கவும் மூடவும்கூட அவற்றிற்கு உரிமைகள் வழங்கப்பட்டுள்ளன.

எந்திரத் தறிக்கும் ஆலைகளுக்கும் உள்ள பல கட்டுப்பாடுகள் தளர்த்தப்பட்டிருப்பதன் விளைவாகக் கைத்தறித்துறை கடுமையாகப் பாதிக்கப்படும் எனவும் கைத்தறித் துறையில் சுமார் 10 லட்சம் பேர் முக்கியமாய்க் கிராமப்புறங்களில் வேலை இழப்பர் எனவும் நம்பப்படுகிறது. ஆலை, எந்திரத் தறி, கைத்தறி எனப் பிரித்து அணுகுவது கைவிடப்பட்டு நூற்பு நிலை, நெசவு நிலை, இறுதிநிலை என அணுகுவதன் மூலம் கைத்தறி முற்றாகப் புறக்கணிக்கப்படுகிறது.

5. புதிய மருந்துக் கொள்கையை உருவாக்கும் பொறுப்பே பன்னாட்டு நிறுவனப் பிரதிநிதிகளிடம் வழங்கப்பட்டுள்ளது. தடைசெய்யப்பட்ட மருந்துகள் பட்டியல், அவசிய மருந்துகள் பட்டியல் போன்றவற்றிற்குப் புதிய மருந்துக் கொள்கையில் முக்கியத்துவம் கொடுக்கப்படவில்லை எனக் கூறப்படுகிறது. பெரிய அளவில் மருந்து நிறுவனங்களுக்குச் சார்பாக இந்தப் பட்டியல்களில் மாற்றங்கள் செய்யப்பட உள்ளன.

அப்போலோ, இந்துஜா போன்ற நட்சத்திர மருத்துவமனைகளில் வெளிநாட்டில் வசிக்கும் இந்தியர்களின் மூலதனமிடுவதற்கான

கட்டுப்பாடுகள் தளர்த்தப்பட்டுள்ளன. இத்தகைய மருத்துவ மனைகளில் சிகிச்சை பெற்றுக்கொள்வதற்குச் செலவிடும் தொகைக்கு வரிவிலக்குகள் அளிக்கப்பட்டுள்ளன. நேரடியான வெளிநாட்டு மருத்துவமனைகளுடன் தொடர்புகொண்டு அமைக்கப்படும் இவற்றில் மருத்துவத்துறை உயர் ஆராய்ச்சிகளும் குவிகின்றன.

6. உலக வங்கி, சர்வதேச நிதியம் ஆகியவற்றின் அறிவுரைக்கு ஏற்பவே சமீபத்திய பொருளாதார நடவடிக்கைகள் அமைந் துள்ளன. சமீபத்திய உலக வங்கி அறிக்கை இந்திய வெளிநாடு களில் மூலதனம் திரட்டவேண்டும்; உள்நாட்டில் வரிவிலக்குகள் அளிக்கவேண்டும் எனவும் குறிப்பிட்டது. அதேசமயத்தில் மக்களைப் பாதிக்கும் மறைமுக வரிகள் அதிகப்படுத்தப்பட வேண்டும் எனவும் உலக வங்கி பூடகமாய்க் குறிப்பிட்டுள்ளது. மக்கள்மீது சிக்கன நடவடிக்கைகள் திணிக்கப்பட வேண்டும் எனவும் உலக வங்கி அறிவுறுத்தியுள்ளது.

7. புதிய கொள்கைகள் பற்றிச் சில பொருளாதார அறிஞர்களின் கருத்து: 'மக்களுக்கு' சிக்கனம்; இந்திய மற்றும் வெளிநாட்டுத் தொழில் துறைகளுக்கு ஊக்குவிப்பு - இதுவே உலக வங்கி/சர்வதேச நிதியம் ஆகியவை வலியுறுத்துவன. இந்திய அரசுக் கொள்கை கடந்த பல ஆண்டுகளாக இதே திசையில் செயற்பட்டு வந்தாலும் கடந்த ஓராண்டில் அதிவேகமாய் இது செயல்படுத்தப்படுகிறது'

- *EPW*, Feb. 22, 1986

சில வளமான சக்திவாய்ந்த குடும்பங்களின் கையில் தொழில் சாம்ராஜ்யங்களின் கட்டுப்பாடு; அவற்றின் சகபாடிகளின் கையில் அரசு எந்திரக் கட்டுப்பாடு என்கிற கருத்து புதிய கொள்கைக் காரர்களுக்குப் பிடிக்காத ஒன்றல்ல. அரசியலில் பரம்பரை ஆட்சி, தொழில் சாம்ராஜ்யங்கள் சில குடும்பங்களின் கையில் குவிவது என்பது அப்படி ஒன்றும் கண்டனத்துக்குரியதில்லைதானே!.

- எச்.கே. பரான்ஜேப்

அரசின் புதிய பொருளாதாரக் கொள்கைக்கும், புதிய துணிக்கொள்கைக்குமிடையே குறிக்கோளில் பல ஒற்றுமைகள் உள்ளன. பொருளாதார நடவடிக்கைகளில் தனியார் துறை மீதான கட்டுப்பாடுகள் தளர்த்தல் என்பது இரண்டிற்கும் பொதுவாக உள்ளது. இறக்குமதிக் கொள்கையில் ஏற்பட்டுள்ள தளர்வுகள் என்பன சர்வ தேசச் சந்தைக்கு இந்தியப் பொருட்களை ஏற்றுமதி

செய்யும் தரகமைப்புகளுக்குச் சாதகமாய் உள்ளன... அயல்நாடு களிலிருந்து உதிரி பாகங்களைத் தருவித்து வெறுமனே அவற்றை இங்கு இணைத்துத் தயாரிக்கப்படும் (Assemble) பொருட்களை உற்பத்தி செய்கிற பெரும் நிறுவனங்கள், முழுமையாகக் காப்பியடித்து உபபொருட்களை உற்பத்தி செய்யும் உப தொழில்துறை (Auxillary Section) ஆகியவையே இந்த (புதிய) நடவடிக்கைகளின் நீண்டகால விளைவாகும்.

- சுஸ்மிதா ரஷித்

8. புதிய பொருளாதார நடவடிக்கைகளுக்கு உலக வங்கித் தலைவரின் பாராட்டுக்கள்:

   'தனியார் துறையின் இயக்கு விசையைத் திறந்துவிடும் ஆர்வம் புதிய பிரதமருக்கு இருக்கிறது... புதிய கொள்கைச் சீர்திருத்தங் களின் விளைவாக பொருளாதார வளர்ச்சி வீத அதிகரிப்பு, ஏழ்மை ஒழிப்பு ஆகிய துறைகள் முன்னேற்றம் ஏற்படும் என நம்புவதற்கு இடமுண்டு...'

   'வெளிநாட்டுக் கடன்களை அதிகரித்தல், வெளிநாட்டு முதலீட்டுடன் ஏற்றுமதியை வளர்த்தல், MRTP, FERA போன்ற சட்டங்களைத் தளர்த்தல்' ஆகிய 'அறிவுரை' களையும் கிளாசன் இந்தியாவிற்கு வழங்கினார்.

- *The Hindu,* Aug. 17, 1985 and Aug 23, 1985

III. ***பண்பாட்டு ரீதியாக***

1. பழமையை உயர்த்திப் பிடித்தல், இதன் மூலம் இங்கே பெரும்பான்மை மத, நிலப்பிரபுத்துவப் பண்பாடு உயிர்ப்பிக்கப் படுவதோடு தேசிய வெறியூட்டவும் இது பயன்படுகிறது. இந்த நோக்கிலேயே கோடிக்கணக்கான ரூபாய் செலவுகளில் இங்கு 'கலாச்சார மையங்கள்' தொடங்கப்பட்டுள்ளன.
2. ஆளும் கட்சிக்கும் முழு பாசிச அமைப்பாகிய ஆர்எஸ்எஸ்ஸுக்கும் கோட்பாட்டளவிலும் நடைமுறைகளிலுமுள்ள ஒருமை, ஆர்எஸ்எஸின் மீட்புவாதம், அதன் விளைவாக வன்முறை ஆகியவற்றைக் கண்டும் காணாமலும் இருப்பதோடு ஆதரவும் அளிப்பது.
3. சிறுபான்மை மதவெறுப்பு, வன்முறை ஆகியவற்றைக் கண்டு கொள்ளாமல் இருப்பது.

4. பாலியல் வக்கிரங்கள், வன்முறை ஆகியவற்றைத் திரைப் படங்கள், இதழ்கள் ஆகியவற்றில் தாராளமாக அனுமதித்தல்.
5. புதிய கல்விக் கொள்கையை அறிவித்தல். இதனைச் சற்று விரிவாகக் கீழே காண்போம்.

புதிய கல்விக் கொள்கையும் பாசிசமும்

இன்றைய பாசிச நடவடிக்கைகளின் ஓரங்கமாகவே பு.க.கொ. விளங்குகிறது என்பதைக் கீழ்க்காணும் உண்மைகள் தெளிவாக்கும்:

1. மேற்குறிப்பிட்ட பாசிசப் பொருளாதார நடவடிக்கைகளுக்கு ஏற்ப கல்வி முறையை மாற்றி அமைத்தல். தன்னார்வக் குழுக்கள் மூலமாகக் கல்வியில் ஏகாதிபத்திய ஊடுருவலைப் புதிய தேசியக் கல்விக் கொள்கை அனுமதிக்கிறது *(4.11), (10.9)*. புதிய கல்விக் கொள்கையை செயல்படுத்துவதில் பெரும் பொறுப்பை ஏற்றுக்கொண்டுள்ள தேசிய கல்வி ஆராய்ச்சி மற்றும் பயிற்சிக் குழு (NCERT) அது தொடங்கப்பட்ட காலத்திலிருந்தே கொலம்பியா மற்றும் ஓகியோ பல்கலைக்கழகத்தின் 'ஒத்துழைப் புடனேயே' செயல்பட்டு வந்துள்ளது. 'ஹெலன் வாக்கர் போன்ற பிரபல அமெரிக்கக் கல்வியாளர்கள் இந்த அமைப்பின் முழு வளர்ச்சிக்கு ஒத்துழைப்பு நல்கினர்.' ரசிய கல்வி நிபுணர்களும் இதில் பணியாற்றியுள்ளனர். விஞ்ஞானப் பாடத்திட்ட உருவாக்கத்தில் இவர்களின் பங்கு முக்கியமானது. 'விதை விதைத்தல், உரமிடுதல், பூச்சிக்கொல்லி மருந்து மற்றும் இடுபொருள்கள் சம்பந்தமாக விவசாயிகளுக்கு விஞ்ஞான அறிவு' ஊட்டுவதும் இதன் பணியாம். இந்திய விவசாயத்துறை உருவாக்கத்தில் ஏகாதிபத்தியங்கள் பெரும் பங்கு வகித்துள்ளன எனப் பேராசிரியர் ருத்ரா தெளிவாக நிறுவியுள்ளார். உரம், பூச்சிக்கொல்லி மருந்து ஆகியவை தொடர்பான பன்னாட்டு நிறுவனங்களுக்குச் சேவை செய்யும் உள்நோக்கத்துடனேயே விவசாயிகளுக்கு இங்கு விஞ்ஞான அறிவு ஊட்டுவது பற்றி NCERT மேற்கண்டவாறு கவலைப்படுகிறது என்பது தெளிவு. நவீன தொடர்பு சாதனங்களைப் பயன்படுத்துகிற புதிய கல்விக் கொள்கைத் திட்டத்தின்படி ஒலி, ஒளி கேசட்டுகள் தயாரிப்பது தொலைக்காட்சி நிகழ்ச்சிகள் தயாரிப்பது ஆகியவற்றில் பிபிசி போன்ற ஏகாதிபத்திய நிறுவனங்களுடனும் NCERT போன்றவை 'நெருங்கிய தொடர்பு கொண்டுள்ளது.'[9]

2. நவீன தொழில்நுட்ப இறக்குமதி, கம்ப்யூட்டர் இறக்குமதி ஆகியவற்றிற்கேற்பக் கம்ப்யூட்டர் கல்வியை உயர்நிலைக் கல்வியிலிருந்து செயல்படுத்துதலைப் பு.க.கொ. தனது முக்கிய திட்டங்களிலொன்றாக அறிவித்து நடைமுறைப்படுத்தவும் தொடங்கியுள்ளது *(6.5, 6.15)*.

3. 'மனிதர்களில் திறமையுடையோரும், திறமையற்றோரும் இருந்தே தீர்வர்.' இதில் திறமையுடையவர்களைத் தனியே பிரித்து சமூகச் செலவில் அவர்களுக்கு எல்லாவிதமான வசதி வாய்ப்பு களும் செய்து கொடுத்து தங்கும் வசதியுடன் கூடிய பள்ளிகளின் மூலமாக சமூகச் சூழலிலிருந்து பிரித்தொதுக்கி 21ஆம் நூற்றாண்டு இந்தியாவின் ஆட்சியாளர்களை உருவாக்குவது *(5.14, 5.15, 6.5)* புதிய தேசிய கல்விக் கொள்கையின் திட்டங்களில் முக்கியமானது.

   திறமையற்றவர்கள் சாதாரண பள்ளிகளில் பயிற்றுவிக்கப்படுவர். 1995க்குள் மேல்நிலைப் பள்ளிகளில் பயிலும் மாணவர்களில் 25 சதவீதம் பேருக்குத் தொழில்சார் கல்வி பயிற்றுவிக்கப்படும். *(5.23)*. தொழில்சார் கல்வி கற்பதன் மூலம் இவர்கள் மேற் படிப்புக்குத் தகுதியற்றவர்களாவதோடு ஒரு தொழிலுக்கு மட்டுமே பயிற்றுவிக்கப்பட்ட முழுமையற்ற மனிதர்களாய் இவர்கள் ஆக்கப்படுவர். நுண்திறமைக்கு முக்கியத்துவம் என்கிற பெயரில் இவர்களுக்குப் பொதுக்கல்வி மறுக்கப்படும் *(5.17, 5.29)*. தொலைக்காட்சி, வீடியோ போன்ற கருவிகளை அதிகம் பயன்படுத்துவதன் மூலம் செயலூக்கமற்ற மந்தைகளாய் 21ஆம் நூற்றாண்டிற்கு இவர்கள் தயாரிக்கப்படுகின்றனர்.

4. நமது பாரம்பரியம், விழுமியம் என்கிற பெயர்களில் பகுத்தறிவு மறுப்புக் கருத்துகளை அதிக அளவில் பயிற்றுவிக்கப்போகின்றனர் *(5.23; 8.1; 8.4; 8.5; 8.6)*. சுதந்திரப் போராட்ட வரலாறு, அரசியல் சட்டக் கட்டுப்பாடு (Constitutional obligations 3.4, 5.13) ஆகிய பெயர்களில் நாட்டின் பெயரிலான விசுவாசிகள் உருவாக்கப்படுவர்.[10]

5. கல்விக்கும் வேலை வாய்ப்பிற்குமிடையேயான தொடர்புகளைத்

[9] தேசிய கல்வி ஆராய்ச்சி மற்றும் பயிற்சிக் கவுன்சில் (வெள்ளி விழா மலர், தினமணி, மதுரை), செப். 11, 1986. நமது கட்டுரையில் உள்ள மேற்கோள்கள் இம்மலரிலுள்ள ஷிப். கே. மித்ரா, டி.எல். மல்ஹோத்ரா, ரெய்ஸ் அகமது ஆகியோரின் கட்டுரைகளிலிருந்து எடுக்கப்பட்டவை.

துண்டித்தல் என்கிற பெயரில் உயர் பொதுக் கல்வியில் மாணவர்களுக்கு ஆர்வமில்லாமல் செய்யப்படும் *(5.38, 5.39, 5.40, 5.41)*. முறைசாராக் கல்வி, திறந்தவெளிப் பல்கலைக்கழகம் என்கிற பெயர்களில் *(5.8, 5.9, 5.10, 5.11, 5.35, 5.36, 5.37)* மாணவர்கள் ஒருங்கிணைவதும் உரிமை வேட்கை பெறுவதும் தடுக்கப்படும். கல்லூரிகளும் பல்கலைக்கழகங்களும் இனி புதிதாய்த் தோற்றுவிக்கப்பட மாட்டாது. *(5.26)* என பு.தே.க.கொ. வெளிப்படையாகவே கூறுகிறது. மாணவர்கள் மத்தியில் அரசியலகற்றல் என்பது இப்படி மறைமுகமாய் நிறைவேற்றப் படுகிறது.

6. கல்வி அதிகாரங்களை மத்தியப்படுத்திக்கொள்ளும் போக்கு ஆவணம் முழுமையும் *(3.12)* காணப்படுகிறது.

மேற்குறிப்பிட்டவை புதிய தேசியக் கல்வி கொள்கையில் வெளிப்படையாய் அறிவிக்கப்பட்டுள்ள பாசிச உள்நோக்கம் கொண்ட நடவடிக்கைகள். பாசிசம் தனது உள்நோக்கங்களைக் கவர்ச்சிகரமான முழக்கங்களாய் எவ்வித தர்க்க நியாயங்களு மில்லாமல் திருப்பித் திருப்பி கடும் பிரச்சாரத்தின் மூலம் மக்கள் மனத்தில் திணித்து அவர்களைத் தனது நடவடிக்கைகளுக்கு ஆதரவாய்த் திரட்டுவதில் முன்நிற்கும் என்பது வரலாறு. தேசிய விவாதம் என்கிற பெயரில் இங்கு கோடிக்கணக்கான ரூபாய்கள் செலவிட்டு நடத்திய போலி விவாதமும் இன்று தினசரி பத்திரிகைகள் மூலமாய்ச் செய்யப்படும் பு.க.கொ. ஆதரவுப் பிரச்சாரங்களும் அடிவருடிகள் மூலமாகவும் அதிகாரவர்க்கம் மூலமாகவும் நிறுவனங்கள் மூலமாகவும் இன்று நாள்தோறும் மேற்கொள்ளப்படும் பிரச்சாரங்களும் மக்கள் திரளை மக்கள் விரோதமான நடவடிக்கைகட்காகத் திரட்டும் பாசிச நடவடிக்கையேயாகும். இப்படி வெளிப்படையாய் மேற் கொள்ளப் படும் நடவடிக்கைகள் தவிர அவசரச் சட்டங்கள் மூலம் ஆசிரியர், மாணவர்களின் உரிமைகளைப் பறித்தல் உயர்கல்வி நிறுவனங்களைப் போலீஸ் மயமாக்கல் மூலம் ஆசிரியர் — மாணவர்களின் தொழிற் சங்க உரிமைகளைப் பறித்தல், பு.க.கொ.வை விமர்சிப்பவர்கள்

[10] ஒப்பு நோக்குக : 'பாசிஸ்டு கட்சி மற்றும் அதன் தலைவர்களுடன் அடையாளம் காணக்கூடிய தேசத்தின் மீதான முழுமையான அர்ப்பணிப்பே பாசிசத்தில் கல்வியின் வழிகாட்டும் தத்துவமாக இருக்கும்.' (*Encyclopaedia Britanica* on Fascism.)

மீது வேறு காரணங்களைச் சொல்லி நடவடிக்கை எடுத்தல் என்கிற வகையில் சனநாயக உரிமைகள் சட்டபூர்வமாய்ப் பறிக்கப் படுவதையும் பாசிச நடவடிக்கைகளின் அங்கமாகவே நாம் காண வேண்டும்.

2.4

எனவே...

அந்நிய மூலதனப் பிடியிலிருந்து நாட்டை விடுவித்து பெரிய அளவில் சமூகப் பொருளாதார மாற்றங்களை நிறைவேற்றினாலொழிய கல்வியில் இன்று காணப்படும் ஏற்றத்தாழ்வுகள், சனாதன உள்ளடக்கம் போன்றவற்றை நீக்க இயலாது. இவற்றை இப்படியே வைத்துக்கொண்டு தொழில்சார் கல்வி, பாரம்பரியங்களின் மீது மதிப்பூட்டும் கல்வி, மனித உழைப்பை மேம்படுத்தும் கல்வி, முறைசாராக் கல்வி, நவீன விஞ்ஞானக் கண்டுபிடிப்புக்களைப் போதனைக்குப் பயன்படுத்தும் கல்வி என்றெல்லாம் முழக்கங்கள் எழுப்புவது இருக்கிற ஏற்றத்தாழ்வுகளை மிகுதியாக்கவே பயன்படும். புதிய கல்விக் கொள்கை முன்வைக்கும் இதர கோரிக்கைகளும் இந்த நோக்கத்தை வலியுறுத்துவனவாகவே உள்ளன. கல்வியில் தனியார் ஆதிக்கங்களை ஊக்குவித்தல், தேசிய ஒருமைப்பாடு என்ற பெயரில் இந்தித் திணிப்பை மறைமுகமாக வலியுறுத்தல், பயில்மொழியாக ஆங்கிலம் நீடிப்பதற்கு வாய்ப்பளிப்பதன் மூலம் எஜமான விசுவாசத்தை வெளிப்படுத்தல், கிராமப்புறக் கல்வியில் சமுதாயக் கட்டுப்பாடு, மாவட்ட மாதிரிப் பள்ளிகள் என்கிற பெயரில் நிலப் பிரபுத்துவ ஆதிக்கத்தைக் கல்வியில் அதிகப்படுத்தல், பாரம்பரியம் மற்றும் பண்பாடு என்கிற பெயர்களில் நிலப்பிரபுத்துவப் பிற்போக்குக் கருத்துகளைக் கல்வியில் திணித்தல் ஆகியவையே இந்தப் புதிய கல்விக் கொள்கை பின்விளைவுகளாக அமையும்.

மொத்தத்தில் அந்நிய மூலதன ஆதிக்கம், நிலப்பிரபுத்துவம், அதிகாரவர்க்கம் ஆகியவற்றிற்குச் சாதகமான ஒரு கல்வித் திட்டமாகவே புதிய கல்விக் கொள்கை அமைந்துள்ளது. இன்று நாட்டில் நெருக்கடிகளும் மக்கள் போராட்டங்களும் அதிகரித்துள்ளன. இதன் விளைவாக உருவாகியுள்ள சமூக அழுத்தத்தைச் சமநிலைப்

படுத்த கருத்தியல் ரீதியான அரசு நடவடிக்கைகளில் ஒன்றாக இன்று புதிய கல்விக் கொள்கை அறிமுகப்படுத்தப்படுகின்றது. இது அடிப்படையாக ஆசிரிய-மாணவ எதிர்ப்பு உள்ளடக்கங்களைக் கொண்டுள்ளது. அரசியலகற்றுதல் என்ற பெயரில் அதிகாரங்களைக் குவித்துக்கொள்ளும் தவறான நோக்கங்களை உள்ளடக்கியுள்ளது. ஆசிரியர்கள், மாணவர்கள் மற்றும் சனநாயக ஆர்வமுள்ள முற்போக்குச் சக்திகள் ஆகிய அனைவரும் ஒன்றிணைந்து எதிர்ப்புக் குரலெழுப்ப வேண்டிய பல்வேறு அம்சங்களைக் கொண்டுள்ள கல்விக் கோட்பாடிது.

மிகப் பெரிய அளவில் சமூகப் பொருளாதார மாற்றங்களை நிறைவேற்றுவதன் மூலமே இங்கு சனநாயகத்தையும் சரியான வடிவமும் உள்ளடக்கமுமுள்ள கல்வியையும் அளிக்க முடியும்; என்றாலும் புதிய கல்விக்கொள்கை என்ற பெயரில் ஆதிக்கச் சக்திகளுக்குச் சாதகமான ஒரு கல்விக்கொள்கை திணிக்கப்படும் இந்நேரத்தில் இதனை விமர்சிப்பதன் மூலமாகவும் சனநாயகப் போராட்டத்தின் ஓரங்கமாகவும் கீழ்க்காணும் முழக்கங்களை முன்வைப்பது அவசியமாகத் தோன்றுகின்றது.

கல்வியைச் சனநாயகப்படுத்துவோம், தொடக்கப்பள்ளி முதல் பல்கலைக்கழகங்கள்வரை திட்டமிடுவதிலும் அமல்படுத்துவதிலும் ஆசிரியர், மாணவர் பொதுமக்களின் பங்கை ஆதரிப்போம்.

1. கல்விக்கான நிதி ஒதுக்கீட்டை அதிகரிப்போம். ஆரம்பக் கல்விக்கு முக்கியத்துவம் அளிப்போம்.
2. கல்வியில் தனியார் ஆதிக்கத்தை முற்றாக ஒழிப்போம். சிறுபான்மை மதத்தினரின் சிறப்புரிமையைக் கல்வி விஷயத்தில் நீக்குவோம். நர்சரி கான்வென்ட் பள்ளிகளிலும் தனியார் ஆதிக்கத்தை ஒழிப்போம்.
3. வேலை பெறும் உரிமையை வலியுறுத்துவோம்.
4. தொடக்கக் கல்வி முதல் பல்கலைக் கல்விவரை தாய் மொழியையே பயில்மொழியாக்குவோம்.
5. இந்தியா என்னும் பல்தேசிய இன நாட்டில் தேசிய இனங்களின் தனித் தன்மையை வலியுறுத்தும் கல்வியை வலியுறுத்துவோம்.
6. கல்வியில் விஞ்ஞானபூர்வமான உள்ளடக்கத்திற்காகப் போராடுவோம்.
7. ஆசிரியர்களுக்கும் மாணவர்களுக்கும் அரசியல், சிவில்

உரிமைகளை வழங்குவோம்.

8. தொடக்கப்பள்ளி முதல் பல்கலைக் கல்விவரை இலவச மாக்குவோம். நன்கொடைகளை ஒழிப்போம்.

9. அனைத்து மட்டங்களிலும் ஆசிரியர்களின் ஊதியங்களை அதிகரிப்போம்.

10. தாழ்நிலை மக்கள் முழுக் கல்வி உரிமையையும் பெற, உழுபவனுக்கே நிலம் என்கிற அடிப்படையில் நிலச் சீர்திருத்தத்தை நிறைவேற்றுவோம்.

11. கல்வியில் அந்நிய ஆதிக்கத்தை அகற்றுவதற்கும் வேலை வாய்ப்புடன்கூடிய தொழிற் கல்வி பெருகுவதற்குமேற்ற தேசியத் தொழில் வளர்ச்சி பெருகுவதற்கும் நமது நாட்டின் பொருளாதார, அரசியல், இராணுவப் பண்பாட்டுத் துறைகளின் மீதுள்ள அந்நிய ஆதிக்கத்தை அகற்றுவோம்.

3
கல்வி-உணவு உரிமைச் சட்டங்கள்-2009
ஒரு விமர்சனம்

3.1

கல்வி உரிமைச் சட்டம்: வரமா, சாபமா?*

'குழந்தைகளுக்கான கட்டணமில்லாத, கட்டாயக் கல்வி உரிமைச் சட்ட'த்திற்குச் சென்ற ஜூலை 20 (2009) அன்று மாநிலங்களவை ஒப்புதல் அளித்துள்ளது. 2008 டிசம்பர் 15 அன்று தாக்கல் செய்யப்பட்ட இம்மசோதாவிற்குப் பதவி ஏற்ற ஆறு மாதங்களுக்குள் சட்ட வடிவம் கொடுத்துவிட்டார் என மனிதவள மேம்பாட்டுத்துறை அமைச்சர் கபில் சிபில் புகழப்படுகிறார். 'கல்வி உரிமைச் சட்டம்' எனச் சுருக்கமாக அழைக்கப்படுகிற இச்சட்டத்தை ஒரு புரட்சிகர நிகழ்வு எனவும், ஜனநாயகத்தை நோக்கிய பாதையில் இந்தியா கடந்துள்ள இன்னொரு மைல்கல் எனவும் பலர் பாராட்டுகின்றனர். எல்லோரும் கல்வி உரிமை பெறுவதைச் சட்டபூர்வமாக்குவது வரவேற்கத்தக்க ஒன்றுதான். எனினும் இச்சட்ட வரைவு பற்றிப் பேசத் தொடங்கிய காலத்திலிருந்து (2005) இது குறித்துக் கடுமையான விமர்சனங்களை முன்வைத்துவந்த கல்வியாளர் அனில் சடகோபால் போன்றோர் இதனைக் கடுமையாக எதிர்க்கின்றனர். ராஜீவ்காந்தி காலத்தில் அறிவிக்கப்பட்ட புதிய கல்விக் கொள்கை (1986) தொடங்கி, தொடர்ந்து மைய அரசுகள் உருவாக்கி அறிவித்துவரும் கல்விக் கொள்கைகளை ஆய்வு செய்து எழுதி வருபவன் என்கிற வகையில் இந்த எதிர்ப்புகள் மிகவும் நியாயமானவை என்றே கருதுகிறேன்.

நவதாராளவாதக் கொள்கைகளை நிறைவேற்றுவதில் வெறித்தனமான ஆர்வம் காட்டிவரும் மன்மோகன்சிங் அரசு இன்னொரு பக்கம் தகவலறியும் உரிமைச்சட்டம், கல்வி உரிமைச் சட்டம், உணவு உரிமைச்சட்டம் எனப் பல உரிமைச் சட்டங்களை இயற்றுவதன் பின்னணி என்ன? கல்வி, மருத்துவம் முதலான அடிப்படைச் சேவைகளைக் குடிமக்களுக்கு அளிக்கும் கடமைகள் எதுவும் அரசுக்குக்

---
* 2009இல் இயற்றப்பட்ட கல்வி உரிமைச்சட்டம் இந்தியக் கல்வி வரலாற்றில் ஒரு முக்கிய மைல்கல் எனலாம். அது குறித்த ஆய்வு.

கிடையாது என்பதே நவதாராளவாதத்தின் நெறிமுறையாக உள்ள போது இத்தகைய சட்டங்களை இயற்றுவது எப்படிச் சாத்தியமாகிறது என்கிற கேள்வியோடு இன்றைய கல்வி உரிமைச் சட்டத்தை அணுகுவோம். எல்லாவற்றையும் சந்தேகிப்பது ஒன்றுதானே அடித்தள மக்கள் எச்சரிக்கையாக இருப்பதற்கான ஒரேவழி.

நமது அரசியல் சட்டம் வழங்கும் அடிப்படை உரிமைகளில் ஒன்றான வாழ்வுரிமை (பிரிவு 21) கல்வி உரிமையையும் உள்ளடக்குவதாகவே கடந்த காலங்களில் இது குறித்த அக்கறையுள்ள எல்லோராலும் கருதப்பட்டு வந்தது. 1947க்குப் பிந்திய கல்விக் கொள்கைகள் பலவும் இந்த அணுகல்முறையின் அடிப்படையிலேயே அமைந்திருந்தன. குறிப்பாக கோத்தாரி ஆணையம் (1964-1966) எல்லோருக்கும் பொதுவான பொதுக் கல்வித் திட்டத்தை (common school system founded on neighbourhood schools) முன்வைத்தது. எனினும் இந்த நோக்கில் திட்டங்களை வகுக்கவோ, செயல்படுத்தவோ மத்திய மாநில அரசுகள் முனைப்பு ஏதும் காட்டவில்லை என்பதை நாம் அறிவோம். நவதாராளவாதக் கொள்கையை இந்திய அரசு வரித்துக்கொண்ட போது (1991), அனைவருக்கும் அடிப்படைக் கல்வி (Universal Elementary Education) என்கிற கொள்கை மேலும் பலவீனமடைந்தது.

இந்நிலையில்தான் வாராதுபோல வந்த மாமணியாக உன்னி கிருஷ்ணன் வழக்கில் உச்ச நீதிமன்றத் தீர்ப்பு (1991) வந்தது. இந்தியக் குழந்தைகள் அனைவருக்கும் கட்டாய, இலவசக் கல்வி பெறும் உரிமை உண்டு என 21ஆம் பிரிவிற்கு உச்ச நீதிமன்றம் இத்தீர்ப்பின் மூலம் விளக்கமளித்தது.

இந்த அடிப்படையில் கல்வியாளர்களும் மக்கள் இயக்கங்களும் அளித்த அழுத்தங்களின் விளைவாக மத்திய அரசு 2002ஆம் ஆண்டில் 86ஆவது அரசியல் சட்டத் திருத்தத்தை நிறைவேற்றியது. அரசியல் சட்டத்தின் 21ஆம் பிரிவில் '21 அ' என்கிற புதிய பிரிவும், அரசியல் சட்ட வழிகாட்டு நெறிமுறைகளின் (Directive Principle) 45ஆவது பிரிவில் கூடுதல் விளக்கமும் சேர்க்கப்பட்டது. எல்லோரும் மகிழ்ந்தோம்.

ஆனால் இந்தப் புதிய பிரிவு (21அ) பிற அடிப்படை உரிமைகள் வரையறுக்கப்பட்டுள்ளதுபோல எல்லோருக்கும் கட்டாய இலவசக் கல்வி பெறும் உரிமை உண்டு என நிபந்தனையின்றி அமையாமல்,

'அரசு இயற்றும் சட்டம் ஒன்றின்மூலம் தீர்மானிக்கும் வடிவில் கட்டாய இலவசக் கல்வி அளிக்கப்படும்' என்று வடிவமைக்கப் பட்டது—வேறு எந்த அடிப்படை உரிமையும் இப்படியான ஒரு நிபந்தனையோடு அமைக்கப்படவில்லை என்பது கருதத்தக்கது.

கல்வி உரிமைச் சட்ட வரைவைத் தயாரிக்க மத்திய கல்வி நிர்வாக வாரியம் (CABE) குழு ஒன்றை அமைத்திருந்தது (2005). அக்குழு தயாரித்த வரைவு கல்வியாளர்கள், பொதுமக்கள், ஆசிரியர்கள், மாணவர்கள் யாருடைய விரிவான விவாதத்திற்கும் விடப்படாமல் இன்று அவசர அவசரமாக நிறைவேற்றப்பட்டுள்ளது. பாராளுமன்ற நிலைக்குழுவின் பரிந்துரைகளும் கணக்கில் எடுத்துக்கொள்ளப் படவில்லை. 37 பிரிவுகளுடனும் ஒரு இணைப்புடனும் (schedule A) இது இன்று வெளியிடப்பட்டுள்ளது.

இச்சட்டத்தின் பாராட்டுக்குரிய அம்சங்களாகக் கருதப்படுபவற்றை ஒவ்வொன்றாக எடுத்துக்கொண்டு ஆராய்வோம்:

1. 'எல்லாக் குழந்தைகளுக்கும் அடிப்படைக் கல்வி இன்று இச்சட்டத்தின் மூலம் உறுதியாக்கப்பட்டுள்ளது.'

தவறு. எல்லாக் குழந்தைகளுக்கும் இச்சட்டத்தின் மூலம் கல்வி உரிமை அளிக்கப்படவில்லை. 6 முதல் 14 வரை என்கிற வயது எல்லை நிர்ணயிக்கப்பட்டுள்ளது. இது மிகப் பெரிய அநீதி. எந்த அடிப்படையில் இந்த வயது எல்லைகள் உருவாக்கப்பட்டன? 6 வயதிற்கு முந்திய அறிவு, உடல் வளர்ச்சிகள் குழந்தையின் எதிர்காலத்தைத் தீர்மானிப்பதில் முக்கியப் பங்கு வகிக்கின்றன. இன்று கல்வி மூன்றரை வயதில் தொடங்குகிறது. மூன்றரை வயதில் தொடங்கிப் பயிற்சி பெற்று வரும் குழந்தைகளோடு 6ஆம் வயதில் பள்ளிக்குச் செல்லும் ஒரு குழந்தை எப்படிச் சமமாக நிற்க இயலும். 'இளம் குழந்தைகளின் நலம் மற்றும் கல்வி (Early Childhood Care and Education) என்கிற கருத்தாக்கத்திற்குப் பதிலாக உலக வங்கி முதலான நிறுவனங்கள் முன்வைக்கும் 'ஒருங்கிணைக்கப்பட்ட குழந்தை வளர்ச்சிச் சேவைகள்' (Integrated Child Development Services - ICDS) என்கிற திட்டத்தை அரசு பதிலீடு செய்கிறது. அங்கன்வாடி முதலானவை இவ்வகையில் அடங்கும். ஆறு வயதிற்கும் குறைந்த குழந்தைகளில் வெறும் 20 சதவீதத்தை நோக்கி மட்டுமே இத்தகைய திட்டங்கள் செயல்படுத்தப்படுகின்றன என்பது குறிப்பிடத்தக்கது. தவிரவும் நர்சரிப் பள்ளிகளுக்கு இது ஈடாகாது. 6-14 என்கிற

வயதெல்லைகள் மூலம் இந்த எல்லைக்குள் வராத 16 கோடி குழந்தைகளின் உடல்நலம் (Nutrition and Health) மற்றும் தொடக்க நிலைக் கல்வி உரிமைகளைப் பறித்தெடுக்கும் சட்டமாகவே இது நடைமுறையில் உள்ளது. இவ்வாறு உரிமை பறிக்கப்படும் குழந்தைகள் பெரும்பான்மையும் தலித், பழங்குடி மற்றும் சிறுபான்மைப் பிரிவுகளைச் சேர்ந்தவர்களே. இந்த ஒவ்வொரு பிரிவிலும் 2/3 பங்கு பெண்குழந்தைகளாக இருப்பர். 86ஆவது திருத்தம் செய்யப்படுவதற்கு முன் நம் அரசியல் சட்டத்தில் 'எல்லோருக்கும் கல்வி' ஒரு அடிப்படை உரிமையாக்கப்படாத போதும், வழிகாட்டு நெறிமுறைகளில் ஒன்றாக (பிரிவு 45) ஏற்கப்பட்டிருந்தது. ஆரம்பக் கல்விக்கு முந்தைய நர்சரி கல்வி, குழந்தைநலம் ஆகியனவும் ஏற்கப்பட்டிருந்தது. 0-6 வயது வரையிலான கல்வி மற்றும் குழந்தை நலம் ஆகியவற்றையும் அது உள்ளடக்கியிருந்தது. இன்று 0-6 வயது வரையில் குழந்தைகளின் கல்வி மற்றும் நலப் பொறுப்புகளைத் தட்டிக் கழிக்கும் வகையில் இச்சட்டம் ஒரு முன்னேற்றமாகவன்றி பின்வாங்கலாகவே உள்ளது.

2. 'எல்லாத் தனியார் பள்ளிகளும் மொத்தமுள்ள இடங்களில் 25 சதவீதத்தை அருகிலுள்ள அடித்தளப் பிரிவுகளைச் சேர்ந்த குழந்தைகளுக்கு இலவசமாக அளிக்க வேண்டும்.'

ஏழாவது கல்வி ஆய்வின்படி (VII Educational Survey) 6-14 வயதுகளிலுள்ள 4 கோடி குழந்தைகள் தனியார் பள்ளிகளில் பயில்கின்றனர். மொத்தம் இவ்வயதிலுள்ள குழந்தைகள் சுமார் 19 கோடி. இச்சட்டத்தின் மூலம் இதில் நான்கில் ஒரு பங்கு, அதாவது ஒருகோடி குழந்தைகள் தரமான பள்ளிகளில் இலவசமாகப் பயிலலாம். மீதமுள்ள 15 கோடி குழந்தைகளின் நிலை என்ன? இப்போதுள்ள தர வேறுபாடுகள் மிக்க இதே கல்விமுறையில் அவர்கள் உழல வேண்டியதுதான். ஆக, இச்சட்டத்தின் மூலம் பொதுப் பள்ளிமுறை என இதுகாறும் பேசப்பட்டு வந்த கருத்து பின்னுக்குத் தள்ளப்பட்டு மேல் தட்டினருக்குத் தரமான கல்வி, அடித்தட்டினருக்குத் தரமற்ற கல்வி என்பது சட்டபூர்வமாக்கப் படுகிறது.

சரி. இச்சட்டத்தின் மூலம் தரமான பள்ளிகளில் கல்விபெறும் வாய்ப்புப்பெற்ற இந்த ஒருகோடி குழந்தைகளின் நிலை என்ன? கல்விக் கட்டணம் மட்டுமே இவர்களுக்கு இலவசம். இத்தகைய பள்ளிகளில் கூடுதலாக வாங்க வேண்டிய புத்தகங்கள், சீருடைகள்,

சுற்றுலா முதலான செலவுகளை இவர்களின் பெற்றோர்கள் எப்படிச் சமாளிப்பார்கள்? எப்படியோ சமாளிக்கிறார்கள் என்றே கொள்வோம். 14 வயதிற்குப்பின், அதாவது எட்டாம் வகுப்பிற்குப் பின் அந்தக் குழந்தைகளின் நிலை என்ன?

அரசு மான்யங்களில் பலவற்றைப் பெற்றுப் பயனடையும் அப்போலோ போன்ற கார்ப்பரேட் மருத்துவமனைகள் தாம் செய்து கொண்டுள்ள ஒப்பந்தபடி இலவச மருத்துவம் வழங்குவதில்லை என்பதை நான் பல கட்டுரைகளில் குறிப்பிட்டுள்ளேன். அதுதான் இங்கும் நடக்கப்போகிறது. பெரிய அளவில் ஊழல்களுக்கும் இதில் வாய்ப்புண்டு. தவறிழைக்கும் தனியார் பள்ளிகளைத் தண்டிக்க இச்சட்டத்தில் வழியில்லை. பாதிக்கப்பட்டவர்கள் நீதிமன்றம் செல்ல அரசு அனுமதி பெறவேண்டும். 25 சதவீதம் இடங்களை அருகில் வசிப்போருக்கு ஒதுக்கிவிட்டபின் மீதி 75 சதவீதத்தை எப்படி வேண்டுமானாலும் சேர்த்துக்கொள்ளலாம் என்பதும் இதன்மூலம் சட்டபூர்வமாக்கப்படுகிறது. தவிரவும் இந்த 25 சதவீத ஒதுக்கீட்டில் இடம்பிடிப்பதற்கு அடித்தள மக்களிடையே போட்டிகள் உருவா வதற்கும் விரோதங்கள் உருவாவதற்கும் இது வாய்ப்பளிக்கிறது. அடித்தள மக்களிலும் சாதி, அரசியல் முதலான செல்வாக் குள்ளவர்களே இதனால் பயனடைவர்.

இவ்வாறு தனியார் பள்ளிகள் 25 சதவீத ஒதுக்கீட்டைச் செய்வதால் அவற்றிற்கு ஏற்படும் இழப்பீட்டை அரசு ஈடுகட்டும் எனத் தெரிகிறது. 11ஆம் ஐந்தாண்டுத் திட்டத்தில் 'தனியார்–பொதுத்துறை ஒத்துழைப்பு' (Private Public Partnership) என்கிற பெயரில் இவ்வாறு ஒரு சில மாணவர்கள் பயில்வதற்கான செலவுகளை அரசு ஏற்கும் என அறிவிக்கப்பட்டுள்ளது. மாணவர்களுக்கு 'ஸ்கூல் வவுச்சர்களை' வழங்கி, அவர்கள் அதைத் தனியார் பள்ளிகளில் பணத்திற்குப் பதிலாகக் கொடுப்பது எனவும், பள்ளிகள் 'வவுச்சர்களை' அரசிடம் கொடுத்துத் தொகைகளைப் பெற்றுக்கொள்வது என்கிற கருத்தும் முன்வைக்கப்படுகிறது. அப்படிச் செய்தால் அது பொதுநிதியைத் தனியார்களுக்கு மாற்றீடு செய்யும் ஒரு நடைமுறையாகத்தான் அமையும்.

3. ***'பள்ளிகள் நன்கொடை வசூலிப்பது, ஆசிரியர்கள் தனிப் பயிற்சி வகுப்புகள் எடுப்பது, பெற்றோர்களுக்கு நேர்முகத் தேர்வு வைத்துக் குழந்தைகள் சிலரை ஒதுக்குவது முதலியவற்றை இச்சட்டம் தடைசெய்கிறது.'***

வரவேற்கத் தக்கவைதான். ஆனால் இவற்றை நடைமுறைப்படுத்த எந்த வழிமுறைகளும் இச்சட்டத்தில் இல்லை. ரசீது வழங்காமல் கட்டாயமாக வசூலிக்கப்படும் நன்கொடைகளை எப்படித் தடுப்பது? பெற்றோர்களுக்கு நேர்முகத் தேர்வு என்றில்லாமல் வேறு வகைகளில் இந்த ஒதுக்கல் தொடரவே செய்யும். ஆசிரியர்கள் தனிப்பயிற்சி அளிப்பதும் அப்படியே. ஏதோ கொள்கையளவிலேனும் இவை ஏற்றுக்கொள்ளப்பட்டுள்ளனவே என வேண்டுமென்றால் நாம் மகிழ்ச்சி அடையலாம்.

தவறுகள் செய்யும் தனியார் பள்ளிகள் மீது பாதிக்கப்பட்டவர்கள் நேரடியாக வழக்குத் தொடர இயலாது. உரிய அதிகாரியிடம் அனுமதி பெற வேண்டும் என்கிறது புதிய சட்டம். இது தவறு செய்யும் தனியார் நிர்வாகங்களைக் காப்பாற்றுவதற்கும் அதிகாரிகள் மத்தியில் ஊழல்கள் பெருகுவதற்குமே வழிவகுக்கும். அதேபோல 'நல்ல நோக்கங்களோடு அரசதிகாரிகள் மேற்கொள்ளும் நடவடிக்கைகள் தவறுகளுக்கு இட்டுச் சென்றால்' அதற்காகவும் அவர்கள் மீது நடவடிக்கை எடுக்க இயலாது. பாதிக்கப்படுபவர்கள் நீதி பெறுவதற்கும் பாதிப்பை ஏற்படுத்துபவர்கள் தண்டிக்கப்படுவதற்கும் வழி இல்லாத ஒரு சட்டம் எப்படி 'உரிமைச் சட்டமாக' இருக்க இயலும்?

அரசுப் பள்ளிகளில் கல்வித்தரம் குறைந்திருப்பதில் ஆசிரியர்களுக்குக் கணிசமான பங்குண்டு. ஆசிரியர் மதிப்பீடு (Teacher accountability) பள்ளிகளின் செயல்பாடுகளைக் கண்காணிப்பது ஆகிய வற்றிற்கு இச்சட்டத்தில் வழியில்லை. அரசுப் பள்ளி ஆசிரியர்கள் மக்கள்தொகைக் கணக்கெடுப்பு மற்றும் தேர்தல் பணிகள் செய்வது இச்சட்டத்தின் மூலம் கட்டாயமாக்கப்பட்டுள்ளது. இதனால் அரசுப் பள்ளிகளில் பயிலும் குழந்தைகளுக்கு ஏற்படும் பாட மணி இழப்பை ஈடு செய்ய எந்த வழியும் சொல்லப்படவில்லை. ஒவ்வொரு ஆண்டும் பல மணி நேரங்கள் இவ்வாறு அரசுப் பள்ளிகளில் பயிலும் மாணவர்களுக்கு மட்டும் இழப்பு ஏற்படுவது சிந்திக்கத்தக்கது.

இச்சட்டத்தின் மூலம் சிறுபான்மையினர் நடத்தும் பள்ளிகளில் இடஒதுக்கீடு கட்டாயமாக்கப்படுவதைச் சிறுபான்மை அமைப்புகள் எதிர்த்துள்ளன. சிறுபான்மைப் பள்ளிகள் தமது மதத்திற்குள் உள்ள ஒடுக்கப்பட்ட பிரிவினருக்கு இந்த ஒதுக்கீட்டை அளிக்கவேண்டும் என கபில் சிபில் சொல்வது ஏற்கத்தக்கதுதான். சச்சார் குழுவும் தனது பரிந்துரைகளை இந்நோக்கில் செய்திருப்பதைச் சிறுபான்மை யினர் மறந்துவிடலாகாது.

எட்டாவது வகுப்பு வரை தேர்வுகள் கிடையாது என இச்சட்டம் கூறுவது ஒரு வகையில் வரவேற்கத்தக்கதுதான். எனினும் அரசு கருதுவதுபோல இதன்மூலம் மட்டும் படிப்பைப் பாதியில் நிறுத்துவோரின் (dropouts) எண்ணிக்கையைக் குறைத்துவிட இயலாது. பின்புலமாக உள்ள சமூகப் பொருளாதாரக் காரணிகளைச் சரி செய்வது, குழந்தைகள் விரும்பும் இடமாகப் பள்ளிச் சூழலை மாற்றுவது ஆகியவற்றையும் செயல்படுத்துவதன் மூலமே இதைச் சாதிக்க இயலும். கல்வி, பயிற்றுவித்தல் முதலியன குறித்த அரசின் தற்போதைய பார்வையையும் அணுகல்முறையையும் மாற்றிக் கொள்ளாதவரை இது சாத்தியமில்லை. அத்தகைய புதிய நோக்கு எதையும் இச்சட்டம் முன்வைக்கவில்லை.

தாய்மொழியில் கற்பது, குறிப்பாகத் தொடக்கக்கல்வி தாய் மொழியில் அமைவது என்பது கல்வியாளர்கள் அனைவரும் ஏற்றுக்கொள்ளும் கருத்து. இக்கல்வி உரிமைச் சட்டம் இது குறித்து மௌனம் காப்பது குறிப்பிடத்தக்கது.

இடமின்மை காரணமாக வேறு சில முக்கியச் செய்திகளைப் பேச இயலவில்லை. ஒன்றைமட்டும் குறிப்பிட விரும்புகிறேன். எல்லோருக்கும் இலவசக் கல்வி அளிக்க அரசால் எப்படி முடியும்? பணத்திற்கு எங்கே போவது? என்கிற கேள்விகள் பொருளற்றவை. மொத்த தேசிய உற்பத்தியில் மூன்று சதவீதம்தான் தற்போது கல்விக்குச் செலவிடப்படுகிறது. 6 சதவீதமாக உயர்த்தப்பட வேண்டுமென இச்சட்டம் சொல்கிறது. 10 சதவீத ஒதுக்கீடு செய்தால் தரமான கல்வியை எல்லாக் குழந்தைகளுக்கும் அளிக்க இயலும். 6 முதல் 14 வயது வரை இலவசக் கல்வி அளிக்க ஆண்டுக்குப் 12 ஆயிரம் கோடி செலவாகும் என்கிறார் அமைச்சர். இராணுவத்திற்கு ஆண்டொன்றுக்கு ஒரு லட்சம் கோடிக்கும் அதிகமாகச் செலவிடப்படுவது குறிப்பிடத் தக்கது.

இன்னொன்றையும் இதில் கவனிக்க வேண்டும். 6-14 வயது இலவசக் கல்விக்கு ஆண்டொன்றுக்கு ரூ.14000 கோடி செலவாகும் என தபஸ் மஜூம்தார் குழு (1999) கணக்கிட்டது. அதாவது மொத்த உள்நாட்டு உற்பத்தியில் (GDP) வெறும் 0.78 சதவீதம். இரண்டு ஆண்டுகளுக்குப்பின் 2001ஆம் ஆண்டில் 93ஆவது அரசியல் சட்டத் திருத்தத்துடன் இணைந்த நிதிக் குறிப்பில் (financial memorandum) ஆண்டொன்றுக்கு 9800 கோடி போதுமெனக் கூறப்பட்டது. தபஸ் மஜூம்தாரின் கணக்கீட்டைக் காட்டிலும் இது 30 சதவீதம் குறைவு.

எப்படி அது? பணமதிப்புக் குறைவைக் கணக்கில் கொண்டால் கூடுதலாக அல்லவா செலவாகும்?

இங்குதான் நவதாராளவாத அணுகல்முறையின் தந்திரம் அதன் உச்சத்தை எட்டுகிறது. ஆசிரிய மாணவர் வீதத்தை 1:30 என்பதிலிருந்து 1:35 என்ற அளவிற்குக் குறைக்க அரசு தயாராக உள்ளது. தற்போது நடைமுறையில் 1:34 முதல் 1:29 வரை இந்த வீதம் உள்ளது. 1:20 என்கிற வீதம் நடைமுறைப்படுத்தப்பட்டால்தான் தரமான கல்வியை அளிக்க முடியும் என்பது இத்துறை வல்லுநர்களின் கணக்கு. இந்நிலையில் 1:35 முதல் 1:40 வரை என அரசு திட்டமிடுவது இந்த அம்சத்திலும் ஓரடி பின்னோக்கி எடுத்து வைப்பதுதான்.

தவிரவும் பயிற்சி பெற்ற முழுநேர ஆசிரியர்கள் என்பதற்குப் பதிலாக முழுப்பயிற்சி பெறாத கற்றுக்குட்டி ஆசிரியர்களை (Para teachers) நியமித்துக் குறைந்த தொகுப்பூதியம் வழங்குவது முதலான திட்டங்களையும் அரசு கருத்தில் கொண்டுள்ளது. பாஜக ஆட்சியின் போது தேசிய கல்வி ஆராய்ச்சி மையம் (NCERT) வெளியிட்ட 'தேசிய பாடத்திட்ட வரைவுச் சட்டகம் (NCF)' இப்படி முழுப் பயிற்சி பெறாத ஆசிரியர்களைப் பயன்படுத்துவது, தபால் மூலம் ஆரம்பக் கல்வி அளிப்பது முதலான திட்டங்களை முன்மொழிந்திருந்தது நினை விருக்கலாம். தபால் மூலம் தொடக்கக் கல்வி என்பதெல்லாம் ரொம்பவும் அபத்தமான விஷயம். சமையல் வேலை செய்து கொண்டே 'படிக்கும்' பெண்களையும், குலத்தொழில் செய்கிற மாணவர்களையும் உருவாக்கவே இது பயன்படும். தவிரவும் கூடிப் பயிலும் மனிதப் பண்பைப் பொசுக்கும் இரக்கமற்ற செயலாகவும் இது அமையும்.

இன்றைய கல்வி உரிமைச் சட்டமும் இதே அணுகல்முறையைத் தான் கடைப்பிடிக்கிறது. இச்சட்டத்தை நிறைவேற்ற அடுத்த ஏழாண்டு காலத்திற்கு 2,28,860 கோடி ஆகும் என அரசு இன்று மதிப்பிட்டு உள்ளது. அதாவது சராசரியாக ஆண்டொன்றுக்கு சுமார் 32,700 கோடி. அதாவது தபஸ் மஜூம்தாரின் மதிப்பைக் காட்டிலும் இது 2.3 மடங்கு அதிகம். இந்தப் பத்தாண்டுகளில் ஏற்பட்டுள்ள விலைவாசி உயர்வு, பணவீக்கம் எல்லாவற்றையும் கணக்கில்கொண்டால் இதுவும்கூடக் குறைவுதான். இருந்தாலும் சமாளிப்பதற்கு அரசு சில திட்டங்களை வெளிப்படுத்தியுள்ளது. ஆரம்பப் பள்ளி ஆசிரியர் களுக்கு ரூ.6000 மாத ஊதியம் அளிக்கப்படும் எனவும், 6 முதல் 8ஆவது வரை சொல்லிக் கொடுக்கும் இடைநிலை ஆசிரியருக்கு 8000 ஊதியம்

எனவும் அறிவித்து அந்த அடிப்படையில் மேற்கண்ட மதிப்பீடு உருவாக்கப்பட்டுள்ளது. ஆனால் 5ஆவது ஊதியக்குழுவின் பரிந்துரைப்படி இந்த ஊதிய விகிதம் முறையே ரூ.12,400 மற்றும் 15,000 எனத் தொடங்குகிறது. அதாவது கல்வி உரிமைச்சட்ட மதிப்பீட்டைக் காட்டிலும் இரு மடங்கு. இதன் பொருளென்ன? பயிற்சி பெறாத தொகுப்பூதிய ஆசிரியர்களைப் பெரிய அளவில் பயன்படுத்துவதுதான். இத்தோடு ஆசிரிய-மாணவ வீதத்தையும் நடைமுறையில் 1:40 என்கிற அளவில் வைத்துக்கொண்டால் 32,700 கோடியில் சமாளித்துவிடலாம் என்பதே அரசின் திட்டம்.

மாற்றுத் திறனுள்ள குழந்தைகளுக்கு (disabled children) ஒதுக்கப்படும் நிதியைக் குறைத்தல், சில சேவைகளுக்குத் தொண்டு நிறுவனங்களைப் பயன்படுத்துதல் முதலிய திட்டங்களும் அரசிடம் உள்ளன. முன்னாள் கல்வியமைச்சர் முரளி மனோகர் ஜோஷி ஒருங்கிணைக்கப்பட்ட குழந்தைநலத் திட்டத்தை (ICDS) கார்ப்பரேட்கள் மற்றும் தொண்டு நிறுவனங்களிடம் ஒப்படைக்கத் திட்டமுள்ளதாக ஒருமுறை (நவ. 28, 2001) கூறியது நினைவிற்குரியது. மிக விரைவில் 37 சதவீதம் தொடக்கப்பள்ளிகள் 2 ஆசிரியர்கள் இரண்டு வகுப்பறைகளை மட்டுமே கொண்டிருக்கும். 17 சதவீதம் பள்ளிகள் 3 ஆசிரியர்கள், 3 வகுப்பறைகள் என்ற வீதத்திலும் 12 சதவீதப் பள்ளிகள் மட்டுமே 4 ஆசிரியர்கள், 4 வகுப்பறைகள் வீதத்திலும் இருக்கும் எனவும் ஓர் ஆய்வு சுட்டிக்காட்டுகிறது (NEUPA — Elementary Education in India - Progress Towards UEE, Analytical Report 2006, 2007). 1986ஆம் ஆண்டு வெளியிடப்பட்ட 'தேசிய கல்விக் கொள்கை' ஒவ்வொரு ஆரம்பப் பள்ளியும் குறைந்தபட்சம் 3 ஆசிரியர்கள் 3 வகுப்பறைகளைக் கொண்டிருக்க வேண்டும் எனக் கூறியிருந்தது நினைவிற்குரியது. இன்று மூன்றில் இரண்டு பங்கு பள்ளிகள் மட்டுமே அந்தத் தரத்தை எட்டியுள்ளன. கல்வி உரிமைச் சட்டத்தில் இந்நிலையை மாற்றுவதற்கு எந்தத் திட்டமும் இல்லை.

நவதாராளவாத அணுகல்முறைக்குப் பங்கம் வராமலும், உலக நிதி நிறுவனங்களுக்கு எரிச்சல் ஊட்டாமலும் உன்னி கிருஷ்ணன் தீர்ப்பு எழுப்பிய சிக்கலிலிருந்து விடுபடுவதற்கான ஒரு முயற்சியாகவே 86ஆவது திருத்தத்தையும் இதனடிப்படையில் இயற்றப்பட்ட புதிய சட்டத்தையும் நாம் காண வேண்டும். 86ஆவது திருத்தம் மட்டும் செய்யப்பட்டிருக்காவிட்டால் உன்னிகிருஷ்ணன் தீர்ப்புதான் இங்கே சட்டமாக இருக்கும். எனவே 86ஆவது சட்டத் திருத்தத்தை

உடனடியாக நடைமுறைப்படுத்த வேண்டும் என மனிதவளத் துறை அமைச்சகம் சென்ற ஆண்டில் குறிப்பொன்றை மத்திய அமைச்சரவைக்கு அனுப்பியது குறிப்பிடத்தக்கது. அதாவது உன்னிகிருஷ்ணன் தீர்ப்பின்படி 0-14 வயது வரை அரசு கல்விப் பொறுப்பை ஏற்க வேண்டும். 86ஆவது சட்டத் திருத்தத்தைச் சட்டமியற்றி அமுலாக்கினால் 0-6 வயதுக் குழந்தைகளுக்கான பொறுப் பிலிருந்து அரசு கழற்றிக்கொள்ளலாம். மனித வளத்துறை அமைச்சகம் அனுப்பிய குறிப்பின் உள்ளர்த்தம் இதுவே.

கல்வி உரிமை குறித்த விவாதத்தைத் தொடங்கி வைத்தவர் மகாத்மா ஜோதிராவ் புலே. 125 ஆண்டுகளுக்கு முன்பு முதல் கல்விக் குழுவின் (Hunter Commission) முன் அவர் முன்வைத்த அறிக்கையில் (1882) இந்தப் பிரச்சினையை எழுப்பினார். பிரிட்டிஷ் அரசு கல்விக்கெனச் செலவிடும் பணம் முழுவதும் பார்ப்பனர் மற்றும் இதர உயர் சாதியினருக்கே சென்றடைகிறது என அதில் அவர் சுட்டிக்காட்டினார். ஆனால் அடித்தள வர்க்கத்தின் உழைப்பிலிருந்தே பிரிட்டிஷ் அரசு இந்த நிதியைப் பெறுகிறது. அவர்களோ அறியாமையிலும் ஏழ்மை யிலும் உழல்கின்றனர் என்றெல்லாம் அவர் கூறியவற்றை அன்றைய அரசு பெரிதாய் எடுத்துக்கொள்ளவில்லை.

அதன்பின் 1911இல் அன்றைய மத்தியச் சட்ட அவையில் (Imperial Legislative Assembly) காந்தியடிகளின் அரசியல் குரு கோபால கிருஷ்ண கோகலே 'தொடக்கக் கல்வி மசோதா'வை முன்மொழிந்தார். எல்லோரும் கல்வி பெறுவதற்கான சில முற்போக்குக் கூறுகளை அது கொண்டிருந்தது. அன்றைய சட்டமன்ற உறுப்பினர்களாக இருந்த நிலப்பிரபுக்களும், மகாராஜாக்களும் அதைக் கடுமையாக எதிர்த்தனர். தர்பங்கா மன்னர் மட்டும் 11 ஆயிரம் கையொப்பங்களை இதற்கு எதிராகச் சேகரித்தார். நிலப்பிரபுக்களாலும் இளவரசர்களாலும் நிரப்பப்பட்டிருந்த அந்த மன்றம் எல்லோருக்கும் கல்வி அளிப்பதற் கான காலம் இன்னும் கனியவில்லை என அம்மசோதாவை நிராகரித்தது. எல்லோரும் பள்ளிக்குப் போய்விட்டால் வயல்களில் யார் வேலை செய்வது என அவர்கள் வெளிப்படையாகவே பேசினர். கிட்டத்தட்ட 100 ஆண்டுகளுக்குப்பின் இன்றும் நிலைமை பெரிய அளவில் மாறிவிடவில்லை. அன்று மசோதாவே முறியடிக்கப்பட்டது. இன்று சட்டம் இயற்றப்பட்டும் குறிக்கோள்கள் முறியடிக்கப் பட்டுள்ளன.

1937இல் அன்றைய பிரிட்டிஷ் ஆட்சியின் கீழ் ஏழு மாகாணங்களில் காங்கிரஸ் வெற்றிபெற்றபோது காந்தியடிகள் தன் ஆதாரக் கல்வித் திட்டத்தை அமுலாக்குமாறும் உரிய நிதி ஒதுக்கீட்டைச் செய்யுமாறும் வற்புறுத்தினார். காங்கிரஸ்காரர்கள் என்றைக்குக் காந்தியின் பேச்சைக் கேட்டார்கள்? போதிய நிதியில்லை என காங்கிரஸ் கட்சி கல்வி அமைச்சர்கள் கைவிரித்தனர்.

1948-49 அரசியல் சட்ட அவை விவாதத்தின்போது 14 வயது வரை அரசு கல்வி அளிக்க வேண்டும் என்கிற 45ஆவது பிரிவிற்குக் கடும் எதிர்ப்பிருந்தது. 11 வயது எல்லை போதும் எனச் சிலர் வாதிட்டபோது அண்ணல் அம்பேத்கர் அதைக் கடுமையாக எதிர்த்தார். 11 வயதில் படிப்பை நிறுத்தினால் அவர்கள் குழந்தை உழைப்பாளிகளாகத்தான் ஆவார்கள். அவர்கள் இருக்க வேண்டிய இடம் பள்ளிக்கூடந்தானே யொழிய வயல்களோ தொழிற்சாலைகளோ அல்ல என்றார். 0-14 வயதுக்கு இடைப்பட்ட குழந்தைகளுக்கு முழு நேரப் பள்ளிகளில் கட்டாய இலவசக் கல்வி என்கிற கருத்து அரசியல் சட்டத்தில் அடிப்படை உரிமைகளில் இல்லாவிட்டாலும், வழிகாட்டு நெறிமுறைகளிலாவது சேர்க்கப்பட்டது.

1964-66 கல்வி ஆணையம் (கோத்தாரி குழு) எல்லோருக்குமான பொதுப்பள்ளி (Common Schools), அருகமைப் பள்ளிகள் (Neighborhood Schools) ஆகிய கருத்தாக்கங்களை வற்புறுத்தியது. அக்கால கட்டத்தில் எல்லோருமே பெரும்பாலும் பொதுப் பள்ளிகளில் பயிலும் நிலை இருந்தது. போகப்போக எல்லாம் மாறின. 1986 தேசிய கல்விக் கொள்கை ஏழை எளிய மக்களுக்கு மையநீரோட்டக் கல்விமுறை யோடு தரம் குறைந்த இணைக் கல்விமுறைகள் (Parallel Streams) உருவாக்குவது பற்றிப் பேசத் தொடங்கியது. மாவட்ட ஆரம்பக் கல்வித் திட்டம் (DPEP) என்கிற உலக வங்கித் திட்டம் இங்கே 'சர்வ சிக்ஷா அபியான்' ஆக வடிவெடுத்தது. குழந்தை நலம் மற்றும் நர்சரி கல்வி (Early Child Care and Education) என்கிற கருத்தாக்கத்திற்குப் பதிலாகப் பன்னாட்டு நிறுவனங்கள் திணித்த ஒருங்கிணைக்கப்பட்ட குழந்தை வளர்ச்சித் திட்டம் (ICDS) இங்கே அங்கன்வாடிகளாக வடிவெடுத்தது. அனைவருக்கும் ஆரம்பக்கல்விக்குப் (UEE) பதிலாக எழுத்தறிவுப் பயிற்சித் திட்டங்கள்(Literary Programme) முன்வைக்கப் பட்டன. இன்று நவதாராள வாதத்தின் உச்சமாகக் கல்வி உரிமைக்கான 0-14 என்கிற வயது இல்லை 6-14ஆக மாற்றப்பட்டுவிட்டது. பொதுப் பள்ளி என்கிற கருத்தாக்கம் ஊற்றி மூடப்பட்டுவிட்டது.

மறந்துவிட முடியவில்லை. வரலாற்று நிகழ்வுகளை அவ்வளவு எளிதாக மறந்துவிட முடியவில்லை. நமது ஆட்சியாளர்கள் அவற்றை நினைவுபடுத்திக்கொண்டே உள்ளனர்.

3.2

உணவு உரிமைச் சட்டம் பசியை ஒழித்துவிடுமா?*

கல்வி உரிமைச் சட்டத்திற்குப் பிறகு இப்போது உணவு உரிமைச் சட்டம் விவாதத்திற்கு வந்துள்ளது. இரண்டாம் ஐக்கிய முற்போக்குக் கூட்டணி அரசின் (UPA II) நூறு நாள் சாதனைகளில் ஒன்றாக இதன் நகல் இப்போது அறிவிக்கப்பட்டுள்ளது (இணையதளங்களில் பார்க்க). முன்னதாக காங்கிரஸ் கட்சி தனது சமீபத்திய பாராளுமன்றத் தேர்தல் அறிக்கையில் இது பற்றிக் குறிப்பிட்டிருந்தது. பின்பு குடியரசுத் தலைவரின் உரையிலும் இது இடம்பெற்றது. அப்புறம் இப்படியான ஒரு சட்டம் வேண்டுமென மன்மோகன்சிங்கிற்கு சோனியா கடிதம் எழுதினார். அழைத்தால் வரப்போகிற மன்மோகன் சிங்கிற்குக் கடிதமா என்கிறீர்களா? எல்லாம் ஒரு பந்தாதான். ஆக இப்போது நகல் வெளியிடப்பட்டுள்ளது.

எல்லாவற்றையும் பாதுகாப்பு என்கிற சொல்லாடலுக்குள் கொண்டு வருவது செப்டம்பர் 11, 2001க்குப் பிந்திய அரசியலாகிவிட்டது. அந்த வகையில் இச்சட்டத்தின் பெயர் 'தேசிய உணவுப் பாதுகாப்புச் சட்டம்' (National Food Security Act). இந்தச் சட்டத்தின் மூலம் அப்படி என்ன உணவுப் பாதுகாப்பு உறுதிசெய்யப்படுகிறது என முதலில் பார்க்கலாம்.

வறுமைக் கோட்டிற்குக் கீழே உள்ள குடும்பங்கள் எல்லா வற்றிற்கும் மாதம் 25 கிலோ அரிசி அல்லது கோதுமை கிலோ 3 ரூபாய் விலைக்குத் தரப்படுமாம். காங்கிரஸ் கட்சி தேர்தல் அறிக்கையிலும்

---

* உணவு உரிமைச் சட்டம் 2013இல் இயற்றப்பட்டது. இதன் நகலறிக்கை 2009இல் வெளியிடப்பட்டது. அப்போது எழுதப்பட்டது.

இதுதான் 'சொல்லப்பட்டிருந்தது. ஆக இது எல்லோருக்குமான திட்டம் அல்ல. வறுமைக்கோட்டிற்குக் கீழே உள்ளவர்களுக்கு மட்டுந்தான். அதனாலென்ன அவர்களுக்குத் தானே இது தேவை என நாம் நினைத்துவிடக்கூடாது. இதற்குப் பின் ஒரு அரசியல் இருக்கிறது. 'எல்லோருக்கும் கல்வி', 'எல்லோருக்கும் மருத்துவம்' 'எல்லோருக்கும் உணவு' என்பதெல்லாம் 1990களுக்கு முந்திய முழக்கங்கள். உலகமயத்திற்குப் பின் 'எல்லோருக்கும்' என்கிற சொல் கைவிடப் பட்டது. சில சமயங்களில் நேரடியாகவும், வேறுசில சந்தர்ப்பங்களில் மறைமுகமாகவும் கைவிடப்பட்டு வருகிறது. கல்வி உரிமை 6 முதல் 14 வயதுவரை உள்ள குழந்தைகளுக்கு மட்டுமே பொருந்தும் எனக் 'கல்வி உரிமைச் சட்ட'த்தில் கூறப்பட்டுள்ளதை நினைவில் கொள்ளுங்கள். அதற்கு இணையாகத்தான் இங்கே வறுமைக் கோட்டிற்குக் கீழ் என்று நிபந்தனை விதிக்கப்படுகிறது. உலக நிதி நிறுவனங்களின் ஆணையை ஏற்று 1997க்குப் பிறகுதான் குடும்ப அட்டைகள் இப்படி வறுமைக்கோட்டிற்குக் கீழ், மேல் (BPL/APL) எனப் பிரிக்கப்பட்டன. இதன்மூலம் இன்று இந்தியா முழுவதிலும் உள்ள 6.5 கோடி மக்கள் மட்டுமே வறுமைக்கோட்டுக்குக் கீழே உள்ளவர்களாகக் கணக்கிடப்படுகின்றனர். இதில் 2.5 கோடிப்பேர் ஏழைகளிலும் ஏழைகள். இவர்கள் 'அந்த்யோத்யா' உணவுத் திட்டத்தின்கீழ் வருகின்றனர். உணவுப் பாதுகாப்புச் சட்டம் எனச் சொல்கிறபோதே அப்படிப் பாதுகாப்பு இல்லாதவர்களை இலக்காகக் கொண்டே இச்சட்டம் இயற்றப்பட்டுள்ளது என்பதும் மறை முகமாக உணர்த்தப்படுகிறது.

இப்படி உலக நிதி நிறுவனங்களின் ஆணையை ஏற்று பொது விநியோக முறையை (PDS) குறிப்பான மக்களை நோக்கிய விநியோக முறையாக (Targeted Public Distribution System) மாற்றியதனால் ஏழை எளிய மக்களுக்கு ஏற்பட்ட இழப்புகள் பற்றி நான் நான்காண்டுகளுக்கு முன்பே விரிவாக எழுதியுள்ளேன் (பார்க்க: உலகமயத்திற்குப்பின் இந்தியா). கிராமப்புறத்தில் தினசரி ஊதியம் ரூ.11.80க்குக் குறைவாகவும், நகரப்புறமானால் ரூ.17.80க்குக் கீழேயும் சம்பாதிப்பவர்கள் மட்டுமே வறுமைக் கோட்டிற்குக் கீழே உள்ளவர்களாம். கிராமப்புற ஏழை ஒருவர் தினசரி ரூ.12 சம்பாதித்தால் அவர் வறுமைக் கோட்டிற்கு மேலே உள்ளவர். ஒரு தோசை 40 ரூபாய் விற்கும் இக்காலத்தில் இந்த வரையறை எத்தனை அபத்தமானது. ஒரு சைக்கிள் அல்லது ஒரு ஓட்டு வீடு ஆகியவற்றை வைத்துள்ளார் என்பதற்காகவெல்லாம் வறுமைக்கோட்டுக்குக் கீழுள்ளவர்களுக்கான

அட்டைகள் மறுக்கப்படுகின்றன. பொருளாதார வல்லுநர் அர்ஜுன் சென்குப்தாவின் தலைமையிலான 'அமைப்பு சாரா தொழில்துறை பற்றிய தேசிய ஆணையம்' இந்த நாட்டில் தினசரி ரூ.20க்கும் குறைவாகச் செலவழிக்கக்கூடிய மனிதர்களின் எண்ணிக்கை 83.6 கோடி எனக் கணக்கிட்டுள்ளது. ஆனால் அரசின் கணக்குப்படி வறுமைக் கோட்டிற்குக் கீழே உள்ள குடும்பங்கள் 6.5 கோடி. ஒரு குடும்பத்திற்கு 5 பேர் என அதிகபட்சமாக வைத்துக்கொண்டால்கூட இந்தச் சட்டத்தின் மூலம் பயன் பெறுபவர்கள் 32 கோடிப் பேர்தான். ஆனால் 20 ரூபாய்க்கு மேல் தினம் உணவு, மருந்து, வீடு உள்ளிட்ட அனைத்திற்கும் செலவழிக்க இயலாதவர்கள் 84 கோடி.

தவிரவும் வறுமை எல்லையிலிருப்பவர்களை இப்படி நிரந்தர மாகக் கோட்டுக்குக் கீழே, மேலே எனப் பிரிக்க இயலாது. அட்டை வாங்கும்போது அந்தக் குடும்பத்தில் ஒருவர் வேலையில் இருந்திருக்கலாம். அடுத்த சில மாதங்கள் அல்லது ஆண்டுகளில் அவர் வேலையை இழந்திருக்கலாம். விளிம்பு நிலையிலுள்ள விவசாயிகள் மற்றும் விவசாயக் கூலிகள், நகர்ப்புறங்களிலுள்ள அமைப்புசாராத் தொழிலாளிகள் ஆகியோரின் நிலையும் இப்படித்தான். ஒரு பருவத்தில் ஓரளவு விவசாயத்தில் லாபம் வந்திருக்கலாம். இன்னொரு சந்தர்ப்பத்தில் வறட்சியால் பாதிக்கப்பட்டிருக்கலாம். இப்படிப் பல பிரச்சினைகள் உள்ளன. எனவேதான் சொல்கிறோம் இப்படி பொதுவிநியோக முறையை வறுமைக் கோட்டிற்கு மேலே/கீழே எனப் பிரிக்கக்கூடாது. அல்லது குறைந்தபட்சம் அர்ஜுன் சென்குப்தா ஆணையம் சொல்வது போல தினசரி 20 ரூபாய்க்குக் குறைவாய்ச் செலவழிக்கும் 84 கோடிப் பேருக்குமாவது திட்டம் விரிவாக்கப்பட வேண்டும். இப்படி வறுமைக் கோட்டிற்குக்கீழ், மேல் எனப் பிரிப்பதற்கு அரசு சொல்லும் காரணம் வசதிபடைத்தவர்களும்கூட இதைப் பயன்படுத்திக்கொள்கிறார்கள் என்பதுதான். பெரும் பணக்காரர்கள் யாரும் 'ரேஷன் அரிசி' வாங்குவதில்லை. நடுத்தர வர்க்கத்தினர் சிலர் அப்படிப் பயன்படுத்தலாம். ஆனால் வறுமைக் கோட்டிற்கு மேலே உள்ளவர்கள் இந்த உரிமையைப் பயன்படுத்து வதால் ஏற்படும் அநீதியைக் காட்டிலும் வறுமையில் வாடுபவர் களுக்கு ஏதோ ஒரு காரணம் சொல்லி இந்த உரிமை மறுக்கப்படுவது ரொம்பக் கொடுமையானது என்பதை நினைவிற்கொள்ள வேண்டும்.

அடுத்து ஒவ்வொரு குடும்பத்திற்கும் மாதம் 25 கிலோ தானியம் மட்டுமே வழங்கப்படும் என்கிறது சட்டநகல். ஏற்கனவே இன்று

பொது விநியோக முறையில் 35 கிலோ வழங்கப்படுகிறது. கோதுமை கிலோ ரூ.4.15 எனவும், அரிசி ரூ.5.65 எனவும் வழங்கப்படுகிறது. அந்த்யோத்யா திட்டத்தில் உள்ளவர்களுக்கு 35 கிலோ தானியம் கிலோ ரூ.2க்குத் தரப்படுகிறது. அரிசியானால் கிலோ ரூ.3க்கு தரப்படுகிறது. புதிதாக அறிவிக்கப்பட்டுள்ள உணவு உரிமைச் சட்டத்தின்படி கிலோ ரூ.3 விலையில் 25 கிலோ மட்டுமே தரப்படும். ஒரு சின்னக் கணக்கு போடுவோம். தற்போது சராசரியாக கிலோ ரூ.4.56 விலையில் 35 கி. தரப்படுகிறது. அக்குடும்பம் அதற்காகச் செலவழிக்கும் தொகை 35X4.5=157.50 ரூபாய். இனிமேல் 25 கிலோ தானியத்தை 25X3=75 ரூபாய்க்கு அக்குடும்பம் வாங்கும். மீதமுள்ள 10 கிலோவை அது சந்தையில் கிலோ ரூ.10க்கு வாங்குவதாகக் கொண்டால் அக்குடும்பம் அதற்கு 100 செலவிட வேண்டும். ஆக மொத்தம் 175 ரூபாய் ஆகிறது. அதாவது அக்குடும்பம் கூடுதலாக 175-157.50=17.50 ரூபாய் செலவிட வேண்டும். ஏற்கனவே கிலோ 2 ரூ. விலையில் 35 கிலோ தானியம் பெற்றுக்கொண்டுள்ள அந்த்யோத்யா குடும்பங்கள் என்கிற சிறப்பு ஒதுக்கீடு நீக்கப்பட்டால் இனி அவர்கள் (25X3) + (10X12) = 195 ரூபாய் செலவிடவேண்டும். இப்போது அவர்கள் இதே அளவு தானியத்தை 35X2=70 ரூபாய்க்குப் பெற்று வருவது குறிப்பிடத் தக்கது. எனவே அறிவிக்கப்பட்டுள்ள உணவுரிமைச் சட்டம் தற்போதுள்ள நிலையைக் காட்டிலும் ஒருபடி பின்னுக்குப் போகிறதே ஒழிய முன்னே போகவில்லை.

பொது விநியோக முறை அப்படியே நீடிக்கப்படும் எனச் சட்டம் கூறுகிறது. அதிலுள்ள ஊழல்கள் அனைத்தும் அப்படியே தொடரும். இந்தத் திட்டத்திலுள்ள குறைகளை நீக்கவோ குறைகளுக்குக் காரணமானவர்களைத் தண்டிக்கவோ எந்த வழிமுறைகளும் இல்லை என்பதும் குறிப்பிடத்தக்கது. இத்தகைய சட்டங்களில் பொறுப்பானவர்கள் தவறு செய்யும்போது தண்டிக்க வழி இல்லா விட்டால் பிறகு அச்சட்டத்திற்கு உரிய பயனில்லாமல் போகும்.

இன்னொன்றும் இங்கே கவனிக்க வேண்டியுள்ளது. மாநிலங்கள் பலவும் ஏற்கனவே இதே 3 ரூ. விலை அல்லது அதற்கும் குறைந்த விலையில் மக்களுக்குத் தானியங்களை வழங்கிக்கொண்டுள்ளன. எடுத்துக்காட்டாக, தமிழ்நாட்டில் 16 முதல் 20 கிலோ அரிசி ரூ.1 விலைக்கு அளிக்கப்படுவதை நாம் அறிவோம். சட்டிஸ்கரில் 70 சத மக்கள் தொகையினருக்கு ரூ. 2 விலையில் 35 கிலோ தானியம் வழங்கப்படுகிறது. அந்த்யோத்யா குடும்பங்களுக்கு இது 1 ரூபாய்

விலையில் தரப்படுகிறது. அங்கே எல்லாப் பழங்குடிக் குடும்பங்களும் ஆண்துணை இல்லாக் குடும்பங்களும் வறுமைக் கோட்டிற்குக் கீழ் உள்ளவையாகக் கருதப்படுகின்றன. அருகிலுள்ள கேரளத்திலும் எல்லா தலித் குடும்பங்களும் பழங்குடிக் குடும்பங்களும் வறுமைக் கோட்டுக்குக் கீழுள்ளவர்களாகக் கருதப்படுகின்றன. மேற்கு வங்கம், பீஹார் மாநிலங்களில் உள்ள வரையறைகளின்படி வறுமைக் கோட்டிற்கும் கீழே உள்ளோர் மத்திய அரசு வரையறையின்படிக் கணக்கிடுவதைக் காட்டிலும் 40 சத அளவு அதிகமாக உள்ளனர். 1993-94ஆம் ஆண்டில் இந்திய அரசின் திட்டக்குழு நமது நாட்டில் 6.52 கோடிப் பேர் வறுமையால் பீடிக்கப்பட்டவர்கள் எனக் கணக்கிட்டது. அந்த அடிப்படையில்தான் மத்திய அரசு இன்று வறுமைக்கோட்டிற்குக் கீழே உள்ளவர்களை மதிப்பிட்டு வருகிறது. 2004-05ஆம் ஆண்டு மதிப்பீட்டின்படி இவர்களின் எண்ணிக்கை 5.9 கோடியாம். ஆனால் மாநில அரசுகள் மேற்குறித்தவாறு இதே வரையறையைத் தளர்த்தி மேலும் பலரை உள்ளடக்கியதும் சுமார் 10.68 கோடிப் பேர் இன்று வறுமைக் கோட்டிற்குக் கீழ் உள்ளவர்களுக்கான அட்டைகளை வைத்துள்ளனர். ஆனால் 80 கோடிக்கும் மேற்பட்டவர்கள் தினசரி ரூ.20க்குக் குறைவாகச் செலவிடும் ஒரு நாட்டில் இதுவும்கூட ரொம்பக் குறைவு என்பதை நாம் மறந்துவிடக் கூடாது.

சமூக ஏற்றத்தாழ்வுகள் மிகுந்த நமது நாட்டில் உணவுப் பாதுகாப்பு என்பதை வெறுமனே தினசரிக் கூலி அடிப்படையில் மட்டும் நிர்ணயிக்காமல் எல்லா தலித் மற்றும் பழங்குடியினரையும் பொதுவிநியோக முறையால் பயனடைபவர்களாக அறிவிப்பது அவசியம். 5 வயதுக்குமேல் படிப்பறிவு உள்ள ஒருவர்கூட இல்லாத குடும்பங்கள், கணவனால் கைவிடப்பட்ட அல்லது கணவன் இறந்துபோன குடும்பங்கள், சம்பாதிக்கும் வயதில் ஆளில்லாத குடும்பங்கள் ஆகியவற்றையும் உள்ளடக்கவேண்டும். தலித் இயக்கங்கள் இதைக் கணக்கில் கொள்ளவேண்டும். மாத 'ரேஷனை' 35 கிலோவுக்குக் கீழாகக் குறைக்கவும் கூடாது. மாநில அரசின் சிறப்புத் திட்டங்களால் மொத்த மக்கள்தொகையில் 11 சதவீதத் திற்கும் அதிகமான மக்கள் பயனடையும்போது மத்திய அரசு அந்தக் கூடுதல் செலவை ஏற்பதில்லை. சட்டிஸ்கர் அரசு 70 சதவீதம் மக்களுக்கு மானிய விலையில் தானியம் அளிக்கிறதென்றால் மீதி 59 வீதம் மக்களுக்கு அது சொந்தச் செலவில்தான் கொடுக்க வேண்டும். எனவே இந்த 11 சதவீத வரையறையையும் விரிவாக்க வேண்டும்.

மாநில அரசுகள் அங்குள்ள பிரத்தியேகமான சூழல்களைக் கணக்கில் கொண்டு வறுமைக்கோட்டிற்குக் கீழ் உள்ளவர்களின் எண்ணிக்கையை விரிவுபடுத்தும்போது அதனால் ஏற்படும் கூடுதல் செலவில் மத்திய அரசும் பங்கேற்க வேண்டும்.

உணவுப் பாதுகாப்பு, பசி ஒழிப்பு (Zero Hunger) என்பவற்றின் வரையறைகள் மிகவும் விரிவானவை. சுறுசுறுப்பாகவும் ஆரோக்கிய மாகவும் வாழ்கிற அளவிற்குச் சத்துணவு கிடைக்கும் போது மட்டுமே ஒருவரைப் பசியற்றவராக நாம் கருதமுடியும். வெறும் 25 கிலோ தானியத்தை வழங்குவதன்மூலம் அக்குடும்ப உறுப்பினர்களுக்குச் சத்துணவு கிடைத்துவிடாது. போதிய அளவு புரோட்டின் மற்றும் கொழுப்புச் சத்து தேவை. எனவே உணவுப் பாதுகாப்பு என்பதில் குறைந்தபட்சம் 5 கிலோ பருப்பு, 3 கிலோ சமையல் எண்ணெய் முதலியனவும் உத்தரவாதம் செய்யப்பட வேண்டும். கம்பு, கேழ்வரகு முதலான புஞ்சைத் தானியங்களும் வழங்கப்படலாம்.

தவிரவும் ஆரோக்கியமாக வாழ்வதற்குப் போதிய குடிநீர், குறைந்தபட்சம் சுகாதாரமான சுற்றுச்சூழல், அடிப்படை மருத்துவம் ஆகியவையும் தேவை. இவையாவும்கூட உணவுப் பாதுகாப்பிற்குள் வருகிறது என்பதை நாம் மறந்துவிடலாகாது.

உலக அளவில் பஞ்சம், பட்டினிச்சாவு ஆகியவற்றை மிக விரிவாக ஆய்வு செய்துள்ள அறிஞர் அமர்த்தியா சென் சொல்வது போல எந்தப் பட்டினிச் சாவு அல்லது பஞ்சங்களின் போதும் நாட்டில் போதிய உணவுப் பொருட்கள் இல்லாமல் இருந்ததில்லை. போதிய உணவுப் பொருட்கள் இருந்தும் அதை வாங்குவதற்கு மக்கள் வக்கற்று இருப்பதன் விளைவே பஞ்சமும் பட்டினிச் சாவுகளும். 1859 பஞ்ச ஆணைய அறிக்கையிலும் (Famine Commission Report, 1859) இது குறிப்பிடப்பட்டது. ஆண்டவனே எங்கள் அனுதின உணவை எங்களுக்கு அளியுங்கள் என கிறிஸ்தவர்கள் வேண்டுகிறார்களே, அந்த ரொட்டித் துண்டை, சோற்றை வழங்கும் உண்மையான ஆண்டவன் யார்? வேலை, ஆம் வேலைவாய்ப்புதான் சோறு போடுகிறது. காந்தியடிகள்கூட பசியோடு இருப்பவர்களின் கடவுள் 'வேலை' தான் என்றார்.

இந்த வேலையையும் வேலைக்கு அடிப்படையான கல்வியையும் உத்தரவாதம் செய்யாமல் வெறுமனே உணவு உற்பத்தியைப் பெருக்குவதோ, இறக்குமதி செய்வதோ, இல்லை படி அரிசித் திட்டம்

முதலானவற்றின் மூலமாக மட்டுமோ உணவுப் பாதுகாப்பை ஏற்படுத்திவிட இயலாது. எனவே கல்வி, மருத்துவம், வேலை, உணவு, குடிநீர், ஆரோக்கியமான சூழல் ஆகிய உரிமைகள் தனித் தனியானவை அல்ல; அவை ஒரே கொத்தாக (cluster) அமைந்தவை; தனித்தனியே பிரிக்க இயலாதவை. வேலைசெய்யும் வயதில் உள்ளோருக்கு வேலைவாய்ப்பு மட்டுமின்றி, முதியோர் மற்றும் விதவைகட்கு ஓய்வூதியம், 5 வயதுவரை ஒருங்கிணைக்கப்பட்ட குழந்தை நலப் பாதுகாப்பு, பிறந்த 11 மாதம்வரை நல்ல தாய்ப்பால் கிடைக்கும் வண்ணம் தாய்க்குச் சத்துணவு இவை எல்லாம் சேர்ந்தது தான் உணவுப் பாதுகாப்பு.

'தேசிய ஊரக வேலை உறுதித்திட்டம்' (NREGS) என்பது விவசாயத் துடன் இணைக்கப்படுதல், ஆண்டுக்கு நூறு நாள் வேலை என்பதைப் படிப்படியாக 200 நாள், 300 நாள் வரை விரிவாக்குதல், தினசரி ஊதியத்தை ரூ.100ஆக உயர்த்துதல், விவசாயிகளுக்குக் குறைந்த விலையில் இடுபொருட்களை அளித்தல், விளைபொருள்களுக்குக் குறைந்தபட்ச ஊக்க விலை (Minimum Support Price) நிர்ணயித்தல், பொது விநியோகத்திற்காக அரசு கொள்முதல் செய்யும் தானியங்களை இழப்பில்லாமல் பாதுகாக்கும் வசதி செய்து கொடுத்தல் முதலியனவும் இணைக்கப்படும்போதே உணவு உரிமைத் திட்டம் பொருளுடையதாக இருக்கும். இதெல்லாம் கொஞ்சம் 'ஓவரா தெரியுதே' என நினைத்தோ மானால் உலக அளவில் இது குறித்து நடைபெறும் விவாதங்கள், அரசின் கடமைகள், குடிமக்களின் உரிமைகள் குறித்து நாம் அறியாதவர்களாக உள்ளோம் என்பதே அதன் பொருள்.

உலகில் பல நாடுகளில் இத்தகைய பசி ஒழிப்புத் திட்டங்கள் (Zero Hunger Programmes) செயல்படுகின்றன. லூலா டி சில்வா அரசு பிரேசிலில் 2003இலிருந்து இத்திட்டத்தைச் செயல்படுத்தி வருகிறது. 2005 வரை 12 பில்லியன் டாலர் இதற்கென ஒதுக்கப்பட்டது. எகிப்தில் 2 பில்லியன் டாலர் திட்டமொன்று செயல்படுத்தப்பட்டு வருகிறது. மெக்சிகோவில் 4.2 மில்லியன் குடும்பங்களுக்குப் பசி ஒழிப்பிற்கென ஆண்டுக்கு 1 பில்லியன் டாலர் செலவிடப்படுகிறது. வளங் கொழிக்கும் நாடெனக் கருதப்படும் அமெரிக்காவிலும்கூட சத்துணவு உதவித் திட்டத்தின் (Supplemented Nutrition Assistance Programme) 31.6 மில்லியன் பேருக்கு உணவுக் கூப்பன்கள் (Food Stamps) அளிக்கப் படுகின்றன. இவற்றைக் கொடுத்துவிட்டு அவர்கள் கடைகளில் உணவுப்பொருட்களைப் பெற்றுக்கொள்ளலாம். பொலிவியா,

ஈக்வடார், கயானா, ஹெய்தி, நிகாரகுவா, தென் ஆப்பிரிக்கா முதலான நாடுகளிலும் உணவு உரிமைச் சட்டங்கள் உள்ளன. எனினும் பிரேசில் உள்ளிட்ட சில நாடுகளில் கடந்த ஆறு ஆண்டுகளில் பசி ஒழிக்கப் பட்டுவிட்டதாகச் சொல்ல முடியாது. காரணம் உணவு உரிமை, பசி ஒழிப்பு ஆகியவற்றை அவற்றின் முழுப் பரிமாணத்துடன் அணுகாததே. இந்திய அரசு இவற்றிலிருந்து பாடங்களைக் கற்றுக் கொள்ளவேண்டும்.

ஒன்றை நாம் தெளிவாக்கிக்கொள்ள வேண்டும். பசியற்றிருப்பதை வறுமையோடு நேரடியாகப் பொருத்திப் பார்த்துவிட முடியாது. உற்சாகமாக அன்றாடப் பணிகளையும் உடலுழைப்பையும் மேற்கொள்ளும் அளவிற்கு ஆரோக்கியமாக வாழ்வதைத்தான் பசியற்ற வாழ்வு என நாம் சொல்ல முடியும். சாப்பிடுவது என்பது வெறுமனே வயிற்றை நிரப்புவது என்பதாக அன்றி குறைந்தபட்சம் உடலுக்குத் தேவையான புரோட்டீன், உயிர்ச் சத்துக்கள், மினரல்கள் எல்லாம் நிறைந்ததையே நாம் உணவு எனச் சொல்ல முடியும். இந்த வகையில் பசியற்ற ஒரு உலகை நாம் உருவாக்க வேண்டுமானால்,

1. இவை அனைத்தும் குடிமக்களுக்குக் கிடைக்கும் வகையில் போதுமான உணவு மற்றும் காய்கறி உற்பத்தி இருக்கவேண்டும். உணவு உற்பத்தி தன்னிறைவு பெற வேண்டும்.

2. அந்த உணவைப் பெறும் அளவிற்கு (command over food) அந்த மக்களுக்குப் பொருளாதார, சமூகத் தகுதிகள் இருக்க வேண்டும். அடித்தள மக்களின் வாழ்க்கைத் தரத்தை மேம்படுத்துதல், குறைந்தபட்சமான வேலை உத்தரவாதம் முதலியன இதன் அடிப்படை.

3. சாப்பிடும் உணவில் உள்ள சத்துக்களை உடல் உட்கவர வேண்டும். குடிநீர், ஆரோக்கியமான சுற்றுச்சூழல், மருத்துவ நலம் ஆகியவை இதற்கு முன்நிபந்தனைகளாக உள்ளன.

இவை எல்லாம் ஒருங்கிணைக்கப்படும்போதே பசி ஒழிப்பைச் சாத்தியமாக்க முடியும்.

எப்படி உன்னிகிருஷ்ணன் வழக்கில் உச்சநீதிமன்றம் அளித்த தீர்ப்பின் விளைவாக அரசு இன்று கல்வி உரிமைச் சட்டம் இயற்றி யுள்ளதோ அதேபோல உணவு உரிமைச் சட்டத்தின் பின்னும் உச்ச நீதிமன்ற வழக்கொன்று உள்ளது. 2001ஆம் ஆண்டில் ராஜஸ்தானில் பெரும் பஞ்சம். அதே சமயம் அரசிடம் ஏராளமான தானிய இருப்பு இருந்தது. உடனடியாக அதை மக்களுக்கு வழங்கவேண்டும் என

ராஜஸ்தான் மாநில 'மக்கள் சிவில் உரிமைக் கழகம்' (PUCL) உச்ச நீதிமன்றத்தை அணுகியது. உணவு உரிமைப் பிரச்சாரமும் இத்துடன் இணைக்கப்பட்டது (righttofoodindia.org என்னும் இணையதளத்தில் விவரங்களைக் காணலாம்). மத்திய மாநில அரசுகள், இந்திய உணவு கார்ப்பரேஷன் முதலியவற்றிடம் நீதிமன்றம் இது குறித்து விளக்கம் கேட்டது. அரசியல் சட்டத்தின் 21ஆம் பிரிவில் வழங்கப் பட்டுள்ள வாழ்வுரிமை என்பது உணவு உரிமையையும் உள்ளடக்கும் எனவும், பஞ்ச காலங்களில் உணவுப் பாதுகாப்பைச் செயல்படுத்த இயலாததற்கு அரசு நிதிப் பற்றாக்குறையைக் காரணமாகச் சொல்லக் கூடாது எனவும் முந்தைய உச்ச நீதிமன்றத் தீர்ப்புகளைச் சுட்டிக்காட்டி மக்கள் சிவில் உரிமைக் கழகத்தின் சார்பில் வாதிடப்பட்டது. மேற்குவங்கம் x கெட் மஸ்தூர் சமிதி (1996-23 SC 8549) என்னும் வழக்கில் கொள்ளை நோய் ஆபத்துள்ள காலத்தில் நிதிப் பற்றாக் குறையைக் காரணம் காட்டி மருத்துவ சேவையைக் குறைக்கக்கூடாது என உச்சநீதிமன்றம் வழங்கியுள்ள தீர்ப்பும், பிரான்சில் கொரலி முல்லின் x டெல்லி மாநில அரசு (1981-1 SC 608) என்கிற வழக்கில் நீதியரசர் பகவதி 'வாழ்வுரிமை (A21) என்பது போதுமான சத்துணவு, உடை, இருப்பிடம் ஆகியவற்றுடன்கூடிய கண்ணியமான வாழ்வையே குறிக்கிறது' என அளித்திருந்த தீர்ப்பும் இங்கு சுட்டிக்காட்டப்பட்டது.

உணவுப் பாதுகாப்பு நோக்கில் பல வகையிலான சத்துணவு தொடர்பான திட்டங்களை நிறைவேற்றிவருவதாக அரசு தரப்பில் பதிலளிக்கப்பட்டது. அவை: 1. ஒருங்கிணைக்கப்பட்ட குழந்தை வளர்ச்சித் திட்டங்கள் (ICDS) 2. மதிய உணவுத் திட்டம் (MMDS) 3. குறிப்பிட்ட மக்களை நோக்கிய பொது விநியோகத்திட்டம் (TPDS) 4. அந்த்யோத்யா உணவுத் திட்டம் 5. தேசிய முதியோர் ஓய்வூதியத் திட்டம் 6. தேசிய கர்ப்பிணிப் பெண்கள் நலத் திட்டம் 7. தேசிய குடும்ப நலத்திட்டம் முதலியன.

உச்சநீதிமன்றம் இவை அனைத்தையும் சட்டபூர்வமான உரிமை களாக அறிவித்தது (legal entitlements). குழந்தை வளர்ச்சித் திட்டம், மதிய உணவுத்திட்டம் முதலியவற்றை அனைத்துக் குழந்தைகளுக்கும் விரிவுபடுத்துமாறும் ஆணையிட்டது. இந்தத் திட்டங்கள் சரியாகச் செயல்படுகிறதா எனக் கண்காணிக்கும் உரிமையை கிராம நிர்வாகங் களுக்கு அளித்தது. நீதிமன்ற ஆணையை உள்ளூர் மொழிகளில் பெயர்த்து, பஞ்சாயத்து அலுவலகம், பள்ளிக் கட்டிடங்கள்,

நியாயவிலைக் கடைகள் ஆகியவற்றில் ஒட்டவேண்டும்; இந்தத் திட்டங்களால் பயனடைபவர்களின் பட்டியல்களையும் கிராம நிர்வாகம் அறிவிக்க வேண்டும் எனவும் ஆணையிடப்பட்டது. ஒருங்கிணைக்கப்பட்ட குழந்தைகள் நலத்திட்டமும் அனைத்துக் குழந்தைகளுக்கும் விரிவாக்கப்பட வேண்டும் எனவும் உத்தர விட்டது. இந்தத் திட்டங்கள் அனைத்தையும் நீதிமன்றத்திற்குத் தெரியாமல் அரசு நிறுத்தக்கூடாது என்றும் ஆணையிட்டது. இவை சரியாக நிறைவேற்றப்படுகிறதா எனக் கண்காணிக்க அமைப்பு ஒன்றை யும் உருவாக்கியது. நீதியரசர் கிர்பால் மேற்கொண்ட வரலாற்றுச் சிறப்புமிக்க நீதிமன்ற நடவடிக்கை இது. எட்டு ஆண்டுகளாகியும் தீர்ப்பு வழங்கப்படாவிட்டாலும் நீதிமன்றக் கண்காணிப்புடன் திட்டங்கள் தொடர்கின்றன. எனவே நாம் அதிகப்படியான கோரிக்கைகளை வைப்பதாகக் கருத வேண்டியதில்லை.

இன்னொன்றும் இங்கே சிந்திக்கத்தக்கது. நமது அரசியல் சட்டத்தில் கல்வி மற்றும் உணவு உரிமை தொடர்பான சட்டங்கள் வழிகாட்டு நெறிமுறைகளிலேயே (பிரிவுகள் 45, 47) உள்ளன. இவற்றை அடிப்படை உரிமைகளாக்கி அரசியல் சட்டத்தின் Part IIIக்குள் கொண்டு வர முயன்ற அம்பேத்கரின் முயற்சி தோல்வியுற்றது. எனினும் 1992இல் நீதியரசர் பகவதி வழங்கிய தீர்ப்பொன்றில் (மோகினிகிரி x இந்திய அரசு) மக்களின் இந்த ஆதாரமான உரிமைகளை அடிப்படை உரிமைகளில் ஒன்றாகிய வாழ்வுரிமையுடன் (A 21) இணைத்தே பார்க்கவேண்டும் என விளக்கமளித்தது ஒரு முக்கிய திருப்பமாக இருந்தது. அடுத்த ஆண்டில் உன்னிகிருஷ்ணன் x இந்திய அரசு வழக்கில் உயர்நீதிமன்றம் கல்வி உரிமையை (45) வாழ்வுரிமையுடன் இணைத்து ஒரு அடிப்படை உரிமையாகவே கருத வேண்டும் என ஆணையிட்டது. 2001இல் உணவு உரிமையை (47) அடிப்படை உரிமையாக வரையறுத்து நீதிபதி கிர்பால் வழங்கிய இந்த ஆணையும் இத்தகையதே. இந்திய அரசியல் சட்டத்தில் வழிகாட்டு நெறிமுறை களாக உள்ள 45, 47 பிரிவுகளை நிபந்தனையற்ற அடிப்படை உரிமைகளாக மாற்று வதற்கும் நாம் போராட வேண்டும்.

2009-10ஆம் ஆண்டு நிதிநிலை அறிக்கையின்படி மதிய உணவுத் திட்டத்திற்கு 8000 கோடி, ஒருங்கிணைக்கப்பட்ட குழந்தைப் பாதுகாப்புத் திட்டத்திற்கு 6026 கோடி, ஓய்வூதியத் திட்டத்திற்கு 6523 கோடி, குறிப்பிட்ட மக்களை நோக்கிய பொது விநியோகத் திட்டத்திற்கு 43, 627 கோடி என ஆகமொத்தம் 64,176 கோடி ரூபாய்

ஒதுக்கப்பட்டுள்ளது. நாம் மேலே கூறியுள்ளவாறு இவற்றை விரிவாக்கும் போது 1,30,000 கோடிவரை ஆகலாம். பாதுகாப்பிற்கு 1,50,000 கோடி ரூபாய்வரை செலவு செய்யும்போது ஏன் மக்களின் பசி தீர்க்க இதைச் செய்யக் கூடாது?

3.3

தொகுப்பாக: உணவு-கல்வி-உலகமயம்

அன்ன சத்திரம் ஆயிரம் கட்டுவதைக் காட்டிலும் ஆங்கோர் ஏழைக்கு எழுத்தறிவித்தால் கோடி புண்ணியம் உனக்கு என்பார் தமிழ்ப் பெருங்கவி பாரதி. உணவளித்தலையும் கல்வி அளித்தலையும் இருபெரும் மானுடக் கடமைகளாகப் போற்றிய ஒரு அவைதீகப் பாரம்பரியமும் நமக்குண்டு. பள்ளி, கல்லூரி என்கிற சொற்கள் மட்டுமல்ல; அள்ள அள்ளக் குறையாத அட்சய பாத்திரம் என்கிற கருத்தாக்கமும் நமக்குச் சமண மரபின் ஊடாகவே கையளிக்கப் பட்டது. எண்ணையும் எழுத்தையும் கண்ணெனப் போற்றியது மட்டுமல்ல; பசியை அகற்ற வேண்டிய பிணியாகச் சுட்டிக்காட்டியதும் அதுவே.

இது 21ஆம் நூற்றாண்டு. நாம் வாழ்கிற சமூகத்தை 'அறிவுச் சமூகம்' (Knowledge Society) எனப் பெயரிடுகிறது இன்றைய உலகு. அறிவே அதிகாரம் என்பது வேறெப்போதையும்விட எதார்த்தமாக மாறியுள்ள சூழலில் வாழ்ந்துகொண்டுள்ளோம் நாம். இந்த அறிவுச் சமூகத்தில் நாமும் ஒரு பொருட்படுத்தத்தக்க அங்கமாக மாறுவதற்கு மிகவும் அடிப்படை ஆரம்பக் கல்வி. பிறக்கும் குழந்தைகள் அனைவருக்கும் தரமான கல்வியை அளிப்பது சமூகத்தின் கடமையாகிறது. எல்லோருக்கும் கல்வி அளித்தல் என்கிற மாற்று மரபு நம்முடைய சமூகத்தில் ஒரு பக்கம் நிலவிய போதிலும் எல்லோரும் கல்விபெறக் கூடாது என்பதே நமது மைய மரபாக இருந்தது என்பதையும் நாம் மறந்துவிடக்கூடாது. இம்மரபு இன்னும் உயிருடன் மட்டுமல்ல வலுவுடனும் இயங்கிக்கொண்டுதான் உள்ளது. உலகமயம் இம்மரபுடன் பல்வேறு அம்சங்களில் இயைந்து செல்வது குறிப்பிடத்தக்கது.

கல்வி அறிவுசார்ந்த விஷயமாயினும், அறிவு உடல்சார்ந்தே இயங்குகிறது. இந்த உடலைத் தகுதியுடன் வைத்திருக்க, ஆரோக்கிய

மாக அமைத்துக்கொள்ள முதலில் அகற்ற வேண்டிய பிணி பசியாகும். பசி ஒழிப்பு என்பது ஏதோ மூன்று வேளை சாப்பிடுவது மட்டுமல்ல. இது குறித்து உள்ளே விரிவாகப் பேசப்பட்டுள்ளது. ஆக உணவும் கல்வியும் இன்றைய மானுட வாழ்வின் ஆதாரமான அம்சங்களாகின்றன. இந்த இரண்டையும் நிறைவேற்றித் தருவது சமூகத்தின் அடிப்படையான கடமையாகிறது. எனினும் இவை எதுவும் சமூகக் கடமையல்ல; மாறாக இவை அனைத்தும் தனிமனிதப் பொறுப்பு என்கிறது இன்றைய உலகமய அணுகல்முறை. மறைமுகமாகவன்றி ரொம்பவும் வெளிப்படையாக 1990களிலிருந்து இந்த அணுகல்முறை முன்வைக்கப்பட்டு வருவதைக் காணலாம்.

எல்லோருக்கும் கல்வி, எல்லோருக்கும் மருத்துவம் போன்ற முழக்கங்கள் எண்பதுகளில் ஓங்கி ஒலித்ததை நாம் அறிவோம்.

'கி.பி. 2000த்தில் எல்லோருக்கும் மருத்துவம்' என்கிற புகழ்பெற்ற அல்மா ஆடா பிரகடனத்தை நாம் மறந்துவிட இயலாது. இன்று இத்தகைய முழக்கங்களை ஒலிப்பார் யாருமில்லை. அப்படியே ஒலித்தாலும் 'எல்லோருக்கும்' என்கிற கருத்தாக்கம் பல்வேறு நிபந்தனைக்குட்பட்டதாக வரையறை செய்யப்படுகிறது. இன்றைய 'எல்லோரும்' என்கிற கருத்தாக்கம் அனைவரையும் உள்ளடக்குவதாக (inclusive) அன்றிப் பல பிரிவினரை வெளியேற்றுவதாக (exclusive) உள்ளது.

1986இல் ராஜீவ் காந்தி அரசு வெளியிட்ட புதிய கல்விக் கொள்கை (தேசிய கல்விக் கொள்கை) இந்த மாறுகின்ற காலகட்டத்தின் வெளிப்பாடாக அமைந்தது. அதற்கு முந்தைய கல்வி பற்றிய அணுகல் முறை, குறிப்பாக கோத்தாரி குழு அணுகல்முறை எல்லாக் குழந்தைகளுக்குமான பொதுப் பள்ளிமுறை (common school system) பற்றிப் பேசியது. இன்று உலகில் எல்லோருக்கும் கல்வி என்பதை நடைமுறைப்படுத்தியுள்ள, கல்வி உரிமையை நூறு சதவீதம் நிறைவேற்றியுள்ள அனைத்து நாடுகளிலும் 'அருகமைப் பள்ளிகள்' என்கிற அடிப்படையில் அமைந்த பொதுப்பள்ளி முறையையே கடைப்பிடித்து வருகின்றன என்பது குறிப்பிடத்தக்கது. அதாவது பிறக்கிற ஒவ்வொரு குழந்தைக்கும் அருகிலுள்ள பள்ளியில் இடம் ஒதுக்கப்படும். வேறு எங்கும் நீங்கள் சேர்க்கவியலாது. எனவே, ஒவ்வொரு பள்ளியிலும் சமூகத்தின் மேல்தட்டினர் மட்டுமின்றி அடித்தள மக்கள், பிற இனத்தவர், புலம்பெயர்ந்தோர் ஆகியோரது குழந்தைகளும் ஒன்றாகப் பயில்வர். ஒரே மாதிரியான சூழலில்

அனைத்துத் தரப்பினரும் தனது இளமையைப் பகிர்ந்துகொள்வது என்பது ரொம்பவும் உன்னதமான ஒரு அனுபவமாக இருப்பதைக் குறிப்பிட்டுச் சொல்ல வேண்டும். புலம்பெயர்ந்து வாழ்கிற நமது ஈழத் தோழர்களின் பிள்ளைகள் ஐரோப்பிய நாடுகளில் அந்தந்த நாட்டுக் குடிமக்களின் குழந்தைகளோடு ஒன்றாகப் பொதுப் பள்ளிகளில் பயில்வதை நான் நேரில் பார்த்துள்ளேன். சாதிகளாய்ப் பிளவுண்டுள்ள நமது சமூகத்தில் இத்தகைய பொதுப்பள்ளிமுறை ரொம்பவும் அத்தியாவசியமான ஒன்று. இன்றைய கல்வி உரிமைச் சட்டத்தில் 25 சதவீதம் அடித்தளக் குழந்தைகளுக்கு ஒவ்வொரு பள்ளியும் இடமளிக்க வேண்டும் எனச் சொல்லியிருப்பதைப் பார்த்தோம். மீதி 75 சதவீதம் பிள்ளைகள் உயர்தட்டுக்களிலிருந்து வந்தவர்களாக இருக்கும்போது நமது 25 சதவீதம் பிள்ளைகள் தம்மை அந்நியமாகவே உணர வேண்டிய நிலை ஏற்படும். குறைந்தபட்சம் 50 சதவீதம் குழந்தைகளாவது அடித்தளப் பிரிவுகளைச் சேர்ந்தவர்களாக இருக்க வேண்டும் என 'சட்ட ஆணையம்' (Law Commission) கூட 1998இல் கூறியுள்ளது நினைவிற்குரியது.

1986 கல்விக் கொள்கை மைய நீரோட்டப் பள்ளிகள் தவிர இணையான இன்னொரு கல்விமுறை ஒன்றைப் பற்றி முதன் முதலாகப் பேசத் தொடங்கியது. முறைசாராக் கல்வி (Non-formal Education)க்கு அது முக்கியத்துவம் அளித்ததை அப்போதே நாம் கடுமையாக விமர்சித்தோம். குழந்தைத் தொழிலாளர் முறையை ஊக்குவிப்பதற்கே இது இட்டுச் செல்லும் என எச்சரித்தோம். ராஜீவ் காந்தியின் இந்தக் கல்விக் கொள்கை 'நவோதயா பள்ளிகள்' போன்ற மேட்டிமைப் பள்ளிகளை (Elite School) உருவாக்குவதையும் அறிவித்தது; பின்வரும் காலங்களில் செயல்படுத்தவும் செய்தது. இன்று நவோதயா, கேந்த்ரிய வித்யாலயா முதலான இத்தகைய மேட்டிமைப் பள்ளிகள் ஒரு பக்கம் இயங்கிக்கொண்டுள்ளன. இது தவிர பல்வேறு மாநிலங்களும் ஆங்காங்கு இத்தகைய மேட்டிமைப் பள்ளிகளை நடத்திவருகின்றன. 6,000 'மாதிரிப் பள்ளிகளை' (Model Schools) உருவாக்குவது குறித்தும் ஐந்தாண்டுத் திட்டத்தில் இன்று அறிவிக்கப் பட்டுள்ளது.

நவதாராளவாதக் கொள்கைகள் நடைமுறைப்படுத்தப்படும் நிலை தீவிரமாகும்போது ஏற்கனவே நம்மால் விமர்சிக்கப்பட்ட பல நடைமுறைகளைக் கூடப் பரவாயில்லை எனச் சொல்லத்தக்க நிலைக்கு நாம் தள்ளப்படுவது குறித்து முன்பே ஒரு நூலில் குறிப்பிட்டுள்ளேன்

(நமது மருத்துவப் பிரச்சினைகள் - மூன்றாம் பதிப்பு முன்னுரை, எதிர் வெளியீடு, 2007). கல்விக் கொள்கையிலும் அதுதான் நடந்துள்ளது. அன்று நம்மால் கடுமையாக விமர்சிக்கப்பட்ட இந்தப் புதிய கல்விக் கொள்கையில், இன்றைய கல்வி உரிமைச் சட்டத்துடன் ஒப்பிடும் போது, ஒரு சில வரவேற்கத்தக்க திட்டங்கள் இருந்தன. 'கரும்பலகைத் திட்டம்' (Operation Blockboard) என்பது அவற்றில் ஒன்று. எல்லாப் பொதுப் பள்ளிகளிலும் சில அடிப்படை வசதிகளைச் செய்து தருவதைப் பற்றி இது பேசியது. குறிப்பாக ஓராசிரியர் பள்ளிகளை ஒழித்து, குறைந்தபட்சம் ஒவ்வொரு ஆரம்பப் பள்ளியும் 3 ஆசிரியர்களையும் 3 வகுப்பறைகளையும் கொண்டிருக்க வேண்டும் என்பது அக்கொள்கை அறிவித்த முக்கியத் திட்டங்களில் ஒன்று. அதேபோல ஆரம்பக் கல்வியை 5ஆம் வகுப்புடன் வரையறுக்காமல் 6 முதல் எட்டாம் வகுப்பு வரையிலுமான இடைநிலைக் கல்விக்கும் அக்கொள்கை முக்கியத்துவம் அளித்தது. இந்த அம்சங்கள் எவ்வாறு இன்றைய சட்டத்தில் நீர்த்துப் போகச் செய்யப்பட்டுள்ளன என்பதைக் கண்டோம். எல்லாக் குழந்தைகளின் கல்விக்கும் ராஜீவ் காந்தியின் கொள்கை முக்கியத்துவம் அளித்திருந்தது.

பெண்விடுதலை நோக்கிலிருந்தும் கல்வியின் முக்கியத்துவம் அதில் வற்புறுத்தப்பட்டது. அந்த அடிப்படையில் பெண் கல்விக்கென 'மகிளா சாம்க்யா' என்கிற திட்டமும் தொடங்கப்பட்டது. எனினும் அதற்கிடையில் தாராளவாத செயற்பாடுகள் தீவிரமாக நடைமுறைப் படுத்தப்படத் தொடங்கியதால் இத்திட்டத்திற்குப் போதிய நிதி ஒதுக்கீடு செய்யப்படாமல் நலிந்தது. விரைவில் உலக வங்கியின் 'மாவட்ட ஆரம்பக் கல்வி வளர்ச்சி' (DPEP) திட்டத்திற்குள் சர்வ சிக்ஷ அபியானும் மகிளா சாம்க்யாவும் உள்வாங்கப்பட்டன. சமத்துவத்தை நோக்கிய பெண்களின் கல்வி என்கிற பார்வை ஊத்தி மூடப்பட்டு இன்று அது பெண் கல்வி என்றால் பிள்ளைப்பேறு, உடல்நலம், சத்துணவு என்கிற நிலைக்குச் சுருக்கப்பட்டுவிட்டது.

இனி நவதாராளவாதச் செயற்பாடுகள் கல்விக் கொள்கைகளின் மீது மேற்கொண்ட தாக்குதல்களைச் சுருக்கமாகக் காண்போம். இந்தியாவில் நவதாராளவாதச் செயற்பாடுகள் நரசிம்மராவின் புதிய பொருளாதாரக் கொள்கையோடு (1991) தீவிரமாகக் களத்தில் இறங்கின. பன்னாட்டு நிதியம் (IMF), உலக வங்கி (World Bank) ஆகியவை அறிவித்த 'கட்டுமானத் தகவமைப்புத் திட்டத்தை (Structural Adjustment Programme - SAP) இந்திய அரசு அப்படியே

ஏற்றுச் செயல்படுத்தத் தொடங்கியது (பார்க்க: அ. மார்க்ஸ், *உலகமயம் எதிர்ப்பு அரசியல், தலித்துகள்,* வெளியீடு: அடையாளம், 2002). கல்வி, மருத்துவம் முதலான சமூக நலப் பொறுப்புக்களிலிருந்து அரசு நழுவிக் கொள்ள வேண்டும் என்பது இந்த தகவமைப்புத் திட்டத்தின் ஆதாரமான அம்சம்.

உலக வங்கியும் உலக நாடுகள் அவையும் இணைந்து நடத்திய 'எல்லோருக்கும் கல்விக்கான உலக மாநாட்டில்' (1990) வெளியிடப் பட்ட ஜோம்தியன் பிரகடனம் கீழ்க்காணும் அம்சங்களைக் கொண்டிருந்தது:

1. அரசு குடிமக்களுக்குக் கல்வி அளிக்கும் அரசியல் சட்டக் கடமை களிலிருந்து விலகிக்கொள்ள வேண்டும். குறிப்பாக தொடக்கக் கல்விப் பொறுப்பிலிருந்து விலகிக்கொள்ள வேண்டும். பன்னாட்டு நிறுவனங்களின் நிதி உதவி, தொண்டு நிறுவனங்கள், கார்ப்பரேட்கள், மத நிறுவனங்கள் ஆகியவற்றின் மூலமாகவே தொடக்கக் கல்வியைச் செயல்படுத்த வேண்டும் (மத்திய கல்வி அமைச்சராக இருந்தபோது முரளி மனோகர் ஜோஷி பாராளு மன்றத்தில் பேசியதை இத்துடன் ஒப்பிட்டுப் பார்க்க).
2. உலகளாவிய மனித உரிமைப் பிரகடனம் மற்றும் அரசியல் சட்டம் அளிக்கும் அடிப்படை மனித உரிமைகளின் ஒன்றான எல்லோருக்கும் பொதுவான இலவசக் கல்வி பெறும் உரிமை இனி மக்களுக்குக் கிடையாது.
3. கல்வி இனி உலகச் சந்தையில் ஒரு பண்டமாக்கப்படும். நர்சரி முதல் உயர்கல்விவரை இனி தனியார் மயமாக்கி வணிகப் பொருளாக்கப்படும்.

2000ஆம் ஆண்டில் செனகல் நாட்டிலுள்ள டக்கர் நகரில் கூட்டப்பட்ட மாநாடு 'டக்கர் வரைவுத் திட்டம்' ஒன்றை முன்வைத்தது. உலக நிதி நிறுவனங்களின் உதவியுடன் ஆரம்பக் கல்வி என்பது இதன்மூலம் உறுதி செய்யப்பட்டதோடு ஆரம்பக் கல்விக்கு 5ஆம் வகுப்பை எல்லையாக்கியது. 6 முதல் 8ஆம் வகுப்பு வரையிலான கல்வியை அது புறக்கணித்தது. உயர்கல்வித் துறையில் இவற்றைத் தொடர்ந்து ஏற்பட்ட மாற்றங்களை நான் ஏற்கனவே எழுதியுள்ளேன் (*உலகமயத் திற்குப் பின் இந்தியா,* அடையாளம், 2017). ஆரம்பக் கல்வித்துறையில் ஏற்பட்ட மாற்றங்களை இந்நூற் கட்டுரைகள் சுட்டிக்காட்டுகின்றன. சுருக்கமாக இப்படிச் சொல்லலாம்:

1990கள் வரை நமது கல்வி பெரும்பாலும் பொதுக் கல்வியாகவே இருந்தது. நானெல்லாம் எம்.ஃபில்வரை அரசு நிறுவனங்களிலேயே பயின்றவன். எனது தலைமுறையைச் சேர்ந்த பலரும் இவ்வாறே அரசு அல்லது அரசு உதவிபெற்ற கல்வி நிறுவனங்களில் பயின்றவர்களாகவே இருப்பர். 1991இல் இந்தியாவில் எட்டு லட்சம் பள்ளிகள் இருந்தன (இன்று 11 லட்சம்). இவற்றில் 94 சதவீதம் அரசு மற்றும் அரசு உதவி பெற்ற நிறுவனங்கள். வெறும் 6 சதவீதம் மட்டுமே அரசு உதவி பெறாத தனியார் பள்ளிகள். உயர் கல்வியைப் பொறுத்தமட்டில் அன்று 5000 கல்லூரிகள், 1000 தொழிற் கல்லூரிகள், 200 பல்கலைக் கழகங்கள் இருந்தன. அன்றைய கல்வித் தேவையைப் பூர்த்தி செய்யும் அளவிற்கு எண்ணிக்கையிலும் தரத்திலும் இருந்தன என நான் சொல்ல வரவில்லை. பள்ளி செல்லும் வயதிலுள்ள பாதிக்கும் மேற்பட்ட குழந்தைகள் அன்று பள்ளிகளுக்கு வெளியே இருந்தது உண்மைதான். இன்று பெரிய அளவில் எண்ணிக்கையிலும் தரத்திலும் பள்ளிகளும், கல்லூரிகளும் கூடியுள்ளன. ஆனால் இந்தப் பெருக்கம் முழுக்க முழுக்க தனியார்மயமானதாகவும், வணிகமயப்பட்டதாகவும் ஆகியுள்ளதோடு 'பொதுப்பள்ளி' என்கிற கருத்தாக்கம் முற்று முழுதாகத் துடைத்தெறியப்பட்டுள்ளது.

கோத்தாரி குழு அறிக்கை மொத்த உள்நாட்டு உற்பத்தியில் 6 சதவீதத்தைக் கல்விக்கு ஒதுக்க வேண்டுமாய் பரிந்துரைத்திருந்தது. இடதுசாரி தொழிற்சங்கத்தினர், ஆசிரிய-மாணவ இயக்கத்தினர் எல்லோரும், இதையே ஒலித்துக்கொண்டிருந்தனர். எனினும் நடைமுறையில் 3.5 சதவீதமே 1985-86 காலகட்டத்தில் கல்விக்கு ஒதுக்கப்பட்டது. 1986ஆம் ஆண்டு புதிய கல்விக்கொள்கையும் 6 சதவீதத்தை வலியுறுத்தியதை ஒட்டி 1989-90 காலகட்டத்தில் கல்விக்கு ஒதுக்கப்பட்ட நிதி மொத்த தேசிய உற்பத்தியில் 4 சதவீதமாகியது. 90களுக்குப் பிந்திய தாராளவாதக் கொள்கைகளின் விளைவாக 1997-98இல் இது 3.49 சதவீதமாகக் குறைந்தது.

கல்விக்கான அரசு நிதி ஒதுக்கீடு குறையக் குறைய அரசுப் பள்ளிகளின் தரம் குறைந்தது. புதிய ஆசிரியர்கள் நியமிக்கப்படுவது நிறுத்தப்பட்டது. அதே சமயத்தில் தனியார் பள்ளிகள் பெருகின. தனியார் பள்ளிகளில் பிள்ளைகளைச் சேர்த்தால்தான் தரமான கல்வி சாத்தியம் என்கிற நிலை உருவாக்கப்பட்டது. இதன்மூலம் அரசுப் பள்ளிகளில் மாணவர் சேர்க்கை குறையும்; இருக்கிற நிதி ஒதுக்கீட்டுடன் அரசுப் பள்ளிகளைச் சமாளிக்க முடியும்;

தேவையானால் அரசுப் பள்ளிகளுக்கு மாணவர் வருவதில்லை எனச் சொல்லி மூடவும் செய்யலாம் என்பது அரசின் திட்டமாக இருந்தது. சென்ற ஆண்டு (2008) சென்னை மாநகராட்சி இப்படிச் சொல்லி இரு பள்ளிகளை மூட முனைந்தது நினைவிருக்கலாம். பள்ளிகளை மூடினால் அவற்றை 'ஷாப்பிங் மால்'களாக, 'மல்டிப்பளக்ஸ் தியேட்டர்'களாக - இப்படி எத்தனையோ உபயோகமான நோக்கங் களுக்குப் பயன்படுத்தலாமல்லவா?

எல்லோருக்கும் பொதுக்கல்வி என்பதற்குப் பதிலாக ஏழை எளிய அடித்தட்டு மக்களுக்குத் தரம் குறைந்த இணைக் கல்விமுறை ஒன்றை உருவாக்குவதற்கும் உலக நிறுவனங்கள் அழுத்தம் கொடுத்தன. இதன் தொடக்கப் புள்ளியாக 1986ஆம் ஆண்டுக் கல்விக் கொள்கை அறிவித்த முறைசாராக் கல்வி பல்வேறு வடிவங்களில் நடைமுறைப்படுத்தப் பட்டது. எல்லோருக்கும் ஆரம்பக் கல்வி (UEE) என்பது பின்னுக்குத் தள்ளப்பட்டு 'எழுத்தறிவுத் திட்டங்கள்' (Literacy Programmes) ஊக்குவிக்கப்பட்டன. இதன்மூலம் 15-35 வயதிலுள்ளவர்களுக்கு எழுதப்படிக்க மட்டுமே கற்றுத்தரப்படும். வணிகப் பொருட்களின் மேல் ஒட்டியுள்ள 'லேபிள்'களை வாசிக்கும் அளவுக்கு அறிவிருந்தால் போதும். இலக்கியம், அறிவியல், அழகியல் முதலான கலைகளில் தேர்ச்சிபெற்ற முழு மனிதனாக ஒருவர் உருவாக வேண்டிய அவசியமில்லை.

உலக வங்கியின் 'மாவட்ட ஆரம்பக் கல்வித் திட்டம்' இங்கு ஏற்றுக்கொள்ளப்பட்டது. இதன்மூலம் கல்வி தொடர்பான நிதிக்கு உலக நிறுவனங்களைச் சார்ந்து நிற்க வேண்டிய நிலை உருவாக்கப் பட்டது. முழுநேரப் பள்ளிகள் என்பதற்குப் பதிலாக 'கல்வி உறுதி மையங்கள்' (Education Guarantee Centres), 'பல மட்டப் பயிற்சி மற்றும் இணைப்பு வகுப்புகள்' (Multigrade Teaching and Bridge Courses) ஆகியன முன்வைக்கப்பட்டன. சர்வ சிக்ஷ அபியான், மகிளா சாம்க்யா முதலியன இவ்வாறு உலக வங்கித் திட்டங்களாயின. இன்னொரு பக்கம் 0-6 வயதினருக்கான குழந்தை நலம் மற்றும் கல்வி (ECCE) என்பது உலக வங்கியின் ஒருங்கிணைக்கப்பட்ட குழந்தை நலத் திட்டமாக (ICDS) மாற்றப்பட்டது. 'அங்கன்வாடி'கள் இதற்குள் கொண்டுவரப்பட்டன. இது எவ்வகையிலும் ஆரம்பக் கல்விக்கு முந்திய நர்சரிக் கல்விக்கு ஈடாகாது. தவிரவும் 20 சதவீதம் குழந்தைகளை மட்டுமே இத்திட்டம் இலக்காகக் கொண்டுள்ளது.

இந்த மாற்றங்கள் எல்லாவற்றையும் உள்ளடக்கியும் நியாயப் படுத்தியும் இன்று கல்வி உரிமைச் சட்டம் உருவாக்கப்பட்டுள்ளதை நாம் புரிந்துகொள்ள வேண்டும்.

கல்வி தொடர்பாகச் சொல்லப்பட்ட இவை அனைத்தும் உணவு உரிமைச் சட்டத்திற்கும் பொருந்தும். 90களுக்குப் பின்னர் உணவு உரிமை யிலிருந்து மக்களில் ஒரு பிரிவினரை விலக்கும் முயற்சியை உலக நிறுவனங்களின் ஆணையை ஏற்று இந்திய அரசு மேற் கொண்டது. 1964இல் இங்கே பொது விநியோகத் திட்டம் (PDS) உருவாக்கப்பட்டது. (i) உணவுப் பாதுகாப்பை உருவாக்குவது (ii) உள்நாட்டுத் தானிய உற்பத்திக்கு ஆதரவளிப்பது (iii) தன்னிறைவு (iv) சந்தை விலை களைக் கட்டுக்குள் வைப்பது ஆகிய நோக்கங்களுடன் பொது விநியோகத் திட்டம் அறிமுகப்படுத்தப்பட்டது. நாடெங்கிலும் நியாய விலைக் கடைகள் தோன்றின. (இதிலும்கூட வடகிழக்கு மாநிலங்கள் புறக்கணிக்கப்பட்டன என்கிற குற்றச்சாட்டு உண்டு). 1970, 80களில் இது மேலும் விரிவாக்கப்பட்டது. 1990 தொடங்கி பொது விநியோகத் திட்டத்தை முடிவுக்குக் கொண்டுவருமாறு உலக நிறுவனங்கள் அழுத்தம் அளிக்கத்தொடங்கின.

நியாய விலைக் கடைகளை எல்லாம் மூடுவது என்கிற நிலை எடுத்தால் அதற்குக் கடுமையான எதிர்ப்புகள் வருமே என்கிற கவலையை அரசுகள் தெரிவித்தபோது பன்னாட்டு நிறுவனங்கள் அதற்கும் ஒரு 'ஐடியா' வைத்திருந்தன. அதுதான் 'இலக்கு நோக்கிய பொது விநியோகம்' (Targeted PDS). அதாவது எல்லோருக்கும் நியாய விலையில் அரிசி, சர்க்கரை, மண்ணெண்ணெய் முதலியவற்றைக் கொடுக்காமல் ஏழைகளைக் 'கண்டுபிடித்து' அவர்களுக்கு மட்டும் கொடுத்தால் போதும் என்பதுதான் அது. 1992இல் மாற்றங்கள் செய்யப்பட்ட பொது விநியோகம் (Revamped PDS) என்று கதையாடிய இந்திய அரசு 1997இல் முழுமையாக இலக்கு நோக்கிய பொது விநியோகத் திட்டத்தை அறிவித்தது. அதன்படி குடும்ப அட்டைகள் வறுமைக் கோட்டிற்குக்கீழ்/மேல் என இரண்டாகப் பிரித்து வெவ்வேறு வண்ணங்களில் விநியோகிக்கப்பட்டன. 2000-01 முதல் வறுமைக் கோட்டிற்கு 'மேல்' உள்ளவர்களாகக் கண்டுபிடிக்கப் பட்டவர்கள் பொது விநியோக முறையிலிருந்து விலக்கப்பட்டனர்.

இப்படிப் பிரித்து அட்டை வழங்குதல், வறுமைக்கோடு பற்றிய அரசின் அபத்தமான வரையறைகள் ஆகியன குறித்து முந்தைய கட்டுரைகளில் விரிவாகப் பேசப்பட்டுள்ளன. 2005இல் புதிய பொது

விநியோக முறையை ஆய்வு செய்த திட்டக்குழு (Planning Commission) உண்மையிலேயே ஏழைகளாக உள்ளவர்களில் 57 சதவீதத்தினர் புதிய முறையின் விளைவாக ஒதுக்கப்பட்டுவிட்டனர் என அறிவித்தது குறிப்பிடத்தக்கது. உலகிலேயே மிக அதிக அளவில் பட்டினியால் வாடுபவர்கள் உள்ள நாடு இந்தியா. ஐ.நா.சபையின் உணவு மற்றும் விவசாய அமைப்பு (FAO) சென்ற ஆண்டு வெளியிட்ட அறிக்கையின் படி உலகப் பட்டினிக் குறியீட்டில் மொத்தம் அறிவிக்கப்பட்ட 88 நாடுகளில் இந்தியா 66வதாக உள்ளது.

பன்னாட்டு உணவுக் கொள்கை ஆராய்ச்சி நிறுவனம் (IFPRI) இந்தக் கணக்கீட்டைச் செய்துள்ளது. இந்த அளவுகோலின் படி சிம்பாம்வே, ஹெய்டி, எதியோப்பியா, வியட்நாம் போன்ற நாடுகளைக் காட்டிலும் இந்திய மாநிலங்கள் பட்டினிக் குறியீட்டில் கீழ்நிலையில் உள்ளன. ஐ.நா. அவையின் (UNDP) மனித வளர்ச்சிக் குறியெண்ணில் இந்தியா 171 நாடுகளில் 134ஆவதாக உள்ள கதையை நாம் அறிவோம். இலங்கைகூட இந்தியாவைவிட மேலாக உள்ளது. எல்லோருக்கும் பொதுவிநியோகத் திட்டத்தை விரிவுபடுத்தினால் அப்படி ஒன்றும் அரசுக்குச் செலவு அதிகமாகிவிடப் போவதில்லை. மொத்த உள்நாட்டு உற்பத்தியில் 1.6 சதவீதம் இதற்கெனச் செலவிட்டால் போதும் என வல்லுநர்கள் கணக்கிட்டுள்ளனர்.

கிராமப்புற வளர்ச்சிக்கென ஒதுக்கப்படும் நிதியும் உலக மயத்திற்குப் பின் குறைக்கப்பட்டுள்ளது. 1985 முதல் 1990 வரை 51,000 கோடி ரூபாய்கள் கிராமப்புற வளர்ச்சிக்குச் செலவிடப்பட்டன. மொத்த தேசிய உற்பத்தியில் (GNP) இது 4 சதவீதம். விவசாயம், கிராம வளர்ச்சி, சிறப்புக் கூறுத் திட்டங்கள், வெள்ளக் கட்டுப்பாடு, கிராமியத் தொழில் வளர்ச்சி முதலியன இதில் அடங்கும். 2000-01ஆம் ஆண்டில் இது சரிபாதியை விடவும் (1.9 சதவீதம்) குறைக்கப்பட்டது. இதன் விளைவாக உணவு உற்பத்தி உள்ளிட்ட விவசாய உற்பத்தி குறைந்தது. மக்கள் தொகை அதிகரிப்பு வீதத்தை ஈடுகட்டும் அளவிற்கு உணவு உற்பத்தி அதிகரிக்கப்படவில்லை. இதனுடன் இணைந்த தவறான உலகமய விவசாயக் கொள்கைகளின் விளைவாக விவசாயிகள் தற்கொலை செய்துகொள்ளும் நிலை ஏற்பட்டது (அ. மார்க்ஸ், உலகமயத்திற்குப் பின் இந்தியா, அடையாளம், 2017).

தேசிய சாம்பிள் சர்வே (NSSO) அறிக்கையின்படி 1993-94ஆம் ஆண்டின் நிலையை 2004-05 உடன் ஒப்பிடும்போது கிராமப்புற மக்கள் தினசரி உண்ணும் சராசரி அளவு 2153 கிலோ கலோரியிலிருந்து

2020ஆகக் (4.9 சதவீதம்) குறைந்துள்ளது. நகர்ப்புறத்தில் இது 2071 கிலோ கலோரியிலிருந்து 2020ஆகக் (2.5 சதம்) குறைந்துள்ளது. புரோட்டீன் அளவு கிராமப்புறங்களில் 60 கிராமிலிருந்து 57 கிராமாகக் குறைந்துள்ளது. நகர்ப்புறத்தில் தொடர்ந்து 57 கிராமாகவே உள்ளது. உலகமயக் கொள்கைகளின் விளைவுகள் இப்படித்தான் உள்ளன. இதைத்தான் 'இந்தியா ஒளிர்கிறது' என்கிறார்கள் நமது ஆட்சி யாளர்கள். இந்த அழகில் வறுமைக் கோட்டிற்குக் கீழ்/மேல் என்கிற அபத்த அணுகல்முறைகள் வேறு. அமெரிக்காவில் குடும்ப வருமானத்தில் 33 சதவீதத்திற்கும் மேல் சாப்பாட்டிற்காகச் செலவு செய்பவை ஏழைக் குடும்பங்களாக வரையறுக்கப்பட்டுள்ளன. இந்த அளவுகோலின் படி இந்தியாவில் உள்ள 95 சதவீதம் முஸ்லிம்கள் ஏழைக் குடும்பங்கள்தான். அமெரிக்காவாவது ஒப்பீட்டளவில் வளம் கொழிக்கும் நாடு. சீனாவை எடுத்துக்கொள்வோம். அங்கே வருமானத்தில் 60 சதவீதத்தை உணவுக்குச் செலவிடுபவர்கள் ஏழைகள். அப்படிப் பார்த்தாலும்கூட இந்தியாவில் 70 சதவீதம் மக்கள் ஏழைகள்தான். இந்நிலையில் வெறும் 5 சதவீதம் (6.52 கோடி) மக்களுக்கு மட்டுமே நியாய விலையில் உணவுப் பொருட்கள் வழங்குவது என்பதை என்ன சொல்வது? புதிய உணவு உரிமைக் கொள்கையில் பொது விநியோகத் திட்டம் இன்றைய ஊழல்களுடன் தொடரும் என்கிற நிலையே எடுக்கப்பட்டுள்ளது.

உலகமயச் செயற்பாடுகளின் ஒரு முக்கியப் பண்பை நாம் விளங்கிக் கொள்ள வேண்டும். எள்ளளவும் இரக்கமின்றி தாராளவாத நடவடிக்கைகளை மேற்கொள்ளுதல் ஒரு பக்கம். பெரிய அளவில் நிலப்பறிப்பு, இடப்பெயர்வு, கல்வி, மருத்துவம், உணவு முதலான பொது நலத் துறைகளைத் தனியார்மயமாக்குதல், விவசாயிகளுக்கும் சிறுதொழில்களுக்கும் அளிக்கப்படும் மானியங்களை நிறுத்துதல் என்பன இவற்றில் அடங்கும். இன்னொரு பக்கம் இவற்றின் விளைவாகப் பெரும்மக்கள் எதிர்ப்புகள் ஏற்பட்டுவிடக்கூடாது என்பதிலும் அது கவனமாக இருக்கும். இதன் விளைவாகப் பல ஆறுதலளிக்கும் நடவடிக்கைகளை (ameleorative measures) அது மேற்கொள்ளும். இந்த நடவடிக்கைகள் ரொம்பத் தந்திரமாகவும் அதேநேரத்தில் தாராளமயக் கொள்கையுடன் ஒத்துப் போவதாகவும் அமையும். இந்த நோக்கில்தான் ஒரு பக்கம் தாராளவாதச் செயற்பாடு களை உலகெங்கிலும் வெறித்தனமாக நடைமுறைப்படுத்தி மக்களின் உரிமைகளைப் பறிக்கும் உலக முதலாளியம் இன்னொரு பக்கம் அதே நேரத்தில் ஐ.நா. மனித உரிமை ஆணையத்தை அமைத்தது. எல்லா

நாடுகளிலும் தேசிய மனித உரிமை ஆணையங்களை உருவாக்க நாடுகளைக் கட்டாயப்படுத்தியது. ஒரு பக்கம் அடிப்படை உரிமைகளைப் பறிக்கும் கருப்புச் சட்டங்களை இயற்றிக்கொண்டே இன்னொரு பக்கம் தண்டனை வழங்கும் அதிகாரமற்ற தேசிய மனித உரிமை ஆணையங்கள் 90கள் தொடங்கி உருவாக்கப்பட்டன. கல்வித் துறையில் 'மாவட்ட ஆரம்பக் கல்வித் திட்டம்' (சர்வ சிக்ஷ அபியான்), 'ஒருங்கிணைக்கப்பட்ட குழந்தை வளர்ச்சித் திட்டம்' (அங்கன்வாடி) முதலியவை உருவாக்கப்பட்டன. இவை எவ்வாறு எல்லோரையும் உள்ளடக்குவதாகவன்றி விலக்குவதாக உள்ளன என்பதை விரிவாகப் பார்த்தோம்.

1999இல் ஐ.நா. அவையின் பொருளாதார, சமூக, கலாச்சார உரிமைகளுக்கான குழு (CESCR) 'போதுமான' உணவைப் பெறுவதற்கான உரிமைகளை வலியுறுத்தியது. 'பொதுக்குறிப்பு 12' (GC12) என இதற்குப் பெயர். 'பெரிய அளவு நிலப்பறிப்பு மேற்கொள்ளப்படும்போதும் உலக அளவில் நிதி நெருக்கடிகள் வரும்போதும்' இது நிறைவேற்றப்பட வேண்டும் என பொ.கு. 12க்கு உணவு உரிமைக்கான சிறப்பு அறிக்கையாளர் விளக்கம் அளித்தார். 'பூனைக்குட்டி வெளியே குதித்துள்ளது' என்கிற சொல்லடைவைப் பெரியார் அடிக்கடி பயன்படுத்துவார். உலக நிறுவனங்களின் உண்மை நோக்கம் மேற்குறித்த அறிக்கையாளரின் விளக்கத்தில் வெளிப் பட்டதைச் சொல்வதற்கு வேறு சிறந்த சொல்லடைவு இருக்க முடியாது. 2004ஆம் ஆண்டு ஐநா அவையின் உணவு மற்றும் விவசாய நிறுவனம் (FAO) உணவு உரிமைக்கான வழிகாட்டு நெறிமுறைகளை வெளியிட்டது.

இதே நேரத்தில் 2001 தொடங்கி இங்கே உச்ச நீதிமன்றம் பி.யூ.சி.எல். தொடங்கிய வழக்கினடியாக உணவு உரிமை தொடர்பான பல்வேறு நடவடிக்கைகளை மேற்கொண்டதை விரிவாகப் பார்த்தோம். உணவு உரிமைச் சட்டம், கல்வி உரிமைச் சட்டம் ஆகியவற்றின் பின்னணியில் செயலூக்கமுள்ள நீதிமன்ற நடவடிக்கைகள் உள்ளது பாராட்டுக் குரியதுதான் என்ற போதிலும் இம்மாதிரியான செயற்பாடுகளில் முழுக்க முழுக்க பொது நல வழக்குகளை நாம் நம்பியிருக்க இயலாது. அப்படி நம்புகிறபோக்கு ஒன்று சமூகப் போராளிகள் மத்தியில் உருவாகி வருவது வருந்தற்குரியது. டாக்டர் பாலகோபால் சொல்வது போல நமது நீதி வழங்கு நிறுவனங்களின் சமூகவியலைப் புரிந்து கொள்ளாததன் விளைவு இது. இம்மாதிரி வழக்குகளில் மக்களுக்கு நீதி கிடைப்பதற்கான ஒரே உத்தரவாதம், ஏ.ஜி. நூரானி ஒருமுறை

சொன்னது போல, நீதிபதிகளின் நல்ல மனங்கள் மட்டுமே. பகவதி அல்லது கிர்பால் போல எல்லோரும் நல்ல மனமுடைய நீதிபதிகள் அல்ல. இப்போதெல்லாம் பொதுநல வழக்குகள் பற்றி இழிவான விமர்சனங்களை உச்சநீதிமன்றம் செய்து வருவது குறிப்பிடத்தக்கது.

தவிரவும் பொதுநல வழக்குகள் ரொம்பவும் மேட்டிமைத் தன்மை வாய்ந்த (elite based) ஒன்று; மக்களைத் திரட்டாமல் பிரச்சினைகளை எதிர்கொள்வதற்கும் ஊடக விளம்பரங்களைத் தேடிக்கொள்வதற்குமான சுருக்குவழியாகவே இது பலருக்குப் பயன்பட்டு வருகிறது. திட்டங்கள் ஒழுங்காகச் செயல்பட்டு வருகிறதா எனக் கண்காணிப்பதை நீதிமன்றங்களே மேற்கொள்ளும் போது அது முழுமையாக இராது. வரம்புக்குட்பட்டதாகவே அமையும். மதிய உணவுத்திட்டத்தை அனைத்துப் பள்ளிகளுக்கும் விரிவடையச் செய்ய வேண்டும் என உச்ச நீதிமன்றம் உத்தரவிட்டது வரவேற்கத்தக்க ஒன்றுதான். மாதந்தோறும் மாணவர்களுக்கு அரிசி, பருப்பை (dry ration) வழங்கிவந்த பல மாநிலங்கள் சமைத்த மதிய உணவு போடத் தொடங்கின. ஆனால் அது முழுமையாக எல்லா மாநிலங்களிலும் நடைமுறைப்படுத்தப் படவில்லை (இம்மாதிரி அம்சங்களில் தமிழ்நாடு எவ்வளவோ மேல்). நீதிமன்றத்தால் ஒரு அளவிற்கு மேல் ஒன்றும் செய்ய இயலவில்லை. ஆண்டுக்கு ஒருமுறை நீதிமன்றம் 'நாட்டில் எல்லாம் சரியாக நடக்கிறதா' என அந்தக் கால மன்னர்களைப் போல விசாரித்து ஆகப் போவது ஒன்றுமில்லை. அரசு அன்றாடம் மக்களுக்குப் பொறுப் புடையதாக இருக்க வேண்டும். பொதுநல வழக்குகள் தனிமனிதர் களின் குறைகளைத் தீர்த்துவிட முடியாது என்பதையும் நாம் மனதில்கொள்ள வேண்டும். தவிரவும் உணவு உரிமை முதலான பிரச்சினைகள் புதிய வளர்ச்சித் திட்டங்களுடன் தொடர்புடைய ஒன்று. எடுத்துக்காட்டாக உணவு உரிமைச் சட்டம் வேலை உறுதித் திட்டத் துடன் (NREGA) தொடர்புடைய ஒன்று. எல்லாவற்றையும் நீதிமன்றம் கண்காணித்துக் கொண்டிருக்க முடியாது.

இப்படியான உரிமைச் சட்டங்கள் வரவேற்கத்தக்கவைதான். அரசிற்கும் தனியார் அமைப்புகளுக்கும் அவை சில கடமைகளை உருவாக்குகின்றன. ஒரு பகுதிக்கு ஏதேனும் ஒரு காரணத்திற்காக உணவுப் பொருட்களை அனுப்ப முடியாது என யாரும் ஒதுக்க இயலாது. அமர்நாத் போராட்டத்தை ஒட்டி காஷ்மீர்ப் பள்ளத்தாக்கு மக்களுக்கு நீண்டகாலம் மருந்துகள் அனுப்புவதைப் பன்னாட்டு மருந்து நிறுவனங்கள் தடைசெய்திருந்ததை நாங்கள் பார்த்தோம்.

இப்படி ஒரு சட்டத்தின் மூலம் இத்தகைய மீறல்களை மேற் கொள்ளாமல் இருப்பதற்கும் மீறல்களைத் தடுப்பதற்குமான பொறுப்பு அரசுக்கு ஏற்பட்டுவிடுகிறது. அதோடு பசியின்றி வாழத் தேவையான உணவை தருகிற பொறுப்பும் அரசுக்கு ஏற்பட்டு விடுகிறது.

ஆனால் இந்த உரிமைகளை உண்மையிலேயே குடிமக்கள் அடைய வேண்டுமானால் இவை ஒழுங்காக நிறைவேற்றப்படாததன் காரணமாக மக்களிடம் அதிருப்தி வரும்போது அவற்றைக் கணக்கில் கொள்ளும் அளவுக்கு நமது அரசுகள் சுரணையுடைய அரசுகளாக, மக்களின் விருப்பு வெறுப்புகளை மதிக்கக்கூடிய அரசுகளாக இருக்க வேண்டும். போகப்போக நமது அரசுகள் மக்கள் எதிர்ப்புகளைத் துச்சமென மதித்துத் தொடர்ந்து தன் பாதையிலேயே செல்லக் கூடியவையாக மாறிவருவது கண்கூடு. பஞ்சகாலத்தில் மேற்கொள்ள வேண்டிய நெறிமுறைகளை (famine code) பிரிட்டிஷ் அரசுகூட இயற்றியிருந்தது. ஆனால் அது என்றைக்கும் அதை நடைமுறைப் படுத்தியதில்லை. 1843இல் வங்கப் பஞ்சம் என அழைக்கப்படும் பெரும் பஞ்சம் இங்கு நிலவியபோது அன்றைய வங்க ஆளுநர் அதைப் பஞ்சம் என அறிவிக்க (notify) மறுத்தார். அப்படி அறிவித்தால் துயர்நீக்க நடவடிக்கைகளை மேற்கொள்ள வேண்டியிருக்குமே என வைஸ்ராய்க்குக் கடிதமும் எழுதினார்.

இத்தகைய சட்டங்கள் இயற்றப்படும்போது, (i) அவை துல்லிய மான வரையறைகளைச் செய்ய வேண்டும். அவ்வரையறை பலரையும் விலக்குவதாகவன்றி உள்ளடக்குவதாக இருக்க வேண்டும். 'போதுமான உணவு' என்பது போன்ற பொத்தாம் பொதுவான வரையறைகள் கூடாது. நமது நாடு வர்க்க ரீதியாகவன்றி சாதி, மத ரீதியாகவும் பிளவுபட்டிருப்பது குறித்த உணர்வுடன் அந்த வரையறைகள் வடிக்கப்பட வேண்டும். (ii) அரசாங்கத்தின் பொறுப்புக்களை அவை துல்லியமாகச் சுட்டிக் காட்ட வேண்டும். (iii) நடைமுறைப்படுத்துவதற்கான நிறுவன அமைப்புகளையும் கூடவே உருவாக்க வேண்டும். (iv) சரியாக நடைமுறைப்படுத்தப் படுகின்றனவா, உரிய இலக்குகள் எட்டப்பட்டுள்ளனவா எனக் கண்காணிக்கும் சுதந்திரமான அமைப்புகள் உருவாக்கப்பட வேண்டும் (தகவல் உரிமைகளைக் கண்காணிக்கும் தகவல் உரிமை ஆணையங்கள் போல). (v) உரிமைகளை மட்டுமின்றி 'உரிமை மீறல்' என்றால் என்ன என்பதும் துல்லியமாக வரையறுக்கப்பட வேண்டும்.

அப்போதுதான் மக்கள் தம் உரிமைகள் மீறப்படும் போது எதிர்ப்பு தெரிவிக்க ஏதுவாகும். (vi) உரிமை மீறல்கள் குறித்த புகார்களைத் தீர்க்க காலக்கெடுவையும் அச்சட்டம் நிர்ணயிக்க வேண்டும் (vii) உரிமை மீறுபவர்கள் மீது பாதிக்கப்பட்டவர்கள் நிர்வாக ரீதியாகவும் நீதிமன்றங்கள் மூலமாகவும் நடவடிக்கை எடுப்பதற்குத் தடை ஏதும் இருக்கலாகாது.

இவை ஏதும் இவ்விரு சட்டங்களிலும் பூர்த்தி செய்யப்படவில்லை என்பது சிந்திக்கத்தக்கது. விழிப்போடு இருப்பதொன்றே வருங் காலங்களில் உலகமயத் தாக்குதல்களிலிருந்து நம்மைத் தற்காத்துக் கொள்வதற்கான ஒரே வழி. பெரும்பாலும் அடித்தள மக்களைப் பாதிக்க உள்ள பிரச்சினைகள் மீதான இச்சட்டங்கள் இயற்றப் படும்போது அடித்தள மக்களது அரசியல் இயக்கங்கள் உரிய அக்கறை காட்டாத நிலை வருந்தத்தக்கது. இடதுசாரிகள் மட்டுமே ஓரளவு இதனைப் பேசுகின்றனர். அவர்களும்கூட வெறும் பேச்சுக்களோடே இதை நிறுத்திவிடுகின்றனர். யாருக்கும் மக்களைத் திரட்டும் கடினமான பணியில் ஈடுபடுத்திக்கொள்ளத் துணிவில்லை. வெறும் உணர்ச்சி அரசியலின் மூலம் எளிதில் மக்களைத் திரட்டி விடலாம் என நம்புகின்றனர். பாலகோபாலின் ஒரு கூற்றுடன் இதை நிறைவு செய்ய விரும்புகிறேன். மக்களைத் திரட்டாமல் பிரச்சினைகள் தீரப்போவதில்லை. ஆனால் 'மக்களைத் திரட்டக் குறுக்கு வழிகள் ஏதுமில்லை.'

3.4

பொதுப்பள்ளி முறை: ஒரு குறிப்பு

பொதுப்பள்ளி முறையின் சவப்பெட்டி மீது இறுதி ஆணியை இன்றைய கல்வி உரிமைச் சட்டம் அறைந்துள்ளது குறித்து உள்ளே கட்டுரையில் பேசப்பட்டுள்ளது. அதே நேரத்தில் தமிழக அரசு பொதுப் பாடத்திட்டத்தை அறிவித்துள்ளது. சுமார் 5 பாடத் திட்டங்கள் நடைமுறையிலிருந்த நிலையும், இந்த அடிப்படையில் மாணவர்கள் தரம் பிரிக்கப்படும் அவலமும் முடிவுக்குக் கொண்டு வந்த வகையில் இது வரவேற்கப்படக்கூடிய ஒன்றுதான் என்ற போதிலும் இதைப் பொதுப்பள்ளி முறையுடன் குழப்பிப் புரிந்துகொள்ளக்கூடாது.

எல்லோருக்கும் ஒரே கல்வி அமைப்பு என்பதாகவன்றி, குறைந்த பட்சம் இருவேறு கல்வி அமைப்புகள் தொடரக்கூடிய நிலையில் எந்த மாற்றமும் செய்யப்படவில்லை. இதைப் புரிந்துகொள்ள பொதுப்பள்ளி முறை குறித்து சில தகவல்களை நாம் மனங்கொள்ளல் அவசியம்.

கோத்தாரி கல்வி ஆணையம் (1964-66) பொதுக் கல்விக்கான பொதுப்பள்ளி முறையைப் (Common School System for Public Education) பரிந்துரை செய்தது. தேசிய கல்வி அமைப்பு ஒன்றை இந்த அடிப்படையிலேயே உருவாக்க வேண்டும் என்றது. ஏனெனில் இதன்மூலமே 'பல்வேறு வர்க்கங்களும், மக்கட் குழுமங்களும் ஒன்றிணைவதும் அதன்மூலம் சமத்துவச் சமூக அமைப்பு' உருவாவதும் சாத்தியமாகும் என அது தெளிவாகக் கூறியது. 'அப்படி இல்லாத போது கல்வியே சமூகப் பிரிவினைகளை அதிகரிக்கவும், வர்க்க, சமூக வேறுபாடுகளைத் தொடர வைக்கவும் பயன்படும் கருவியாகிவிடும்' என எச்சரிக்கவும் செய்தது. 'இது ஏழைக் குழந்தைகளுக்கு மட்டுமின்றி வசதிபடைத்த முன்னேறிய பிரிவினரின் குழந்தைகளுக்கும் தீங்கானது. ஏனெனில் இவ்வாறு தமது குழந்தைகளைப் பிரிப்பதன் மூலம் முன்னேறிய பிரிவுகளைச் சேர்ந்த பெற்றோர்கள் தம் பிள்ளைகளை

ஏழைக் குழந்தைகளின் வாழ்வையும் அனுபவங்களையும் பகிர்ந்து கொள்வதிலிருந்தும் எதார்த்த வாழ்வைப் புரிந்துகொள்வதிலிருந்தும் தடுக்கின்றனர். இதன்மூலம் தமது சொந்தப் பிள்ளைகளின் கல்வியை முழுமையற்றதாகவும் சோகை பிடித்ததாகவும் அவர்கள் ஆக்கி விடுகின்றனர்' என்று விளக்கிய கோத்தாரி ஆணையம், 'கல்வி அமைப்பிலுள்ள இத்தீமைகள் எல்லாம் ஒழிக்கப்பட்டு தேச வளர்ச்சிக் கான சக்திவாய்ந்த கருவியாக அது ஆகவேண்டுமானால், குறிப்பாகச் சமூக மற்றும் நாட்டு ஒற்றுமைக்கான கருவியாக ஆகவேண்டுமானால் நாம் பொதுப்பள்ளி முறையை நோக்கி நகரவேண்டும்' என அழுத்தம் திருத்தமாகக் கூறியது.

அமெரிக்கா, பிரான்ஸ் மற்றும் ஸ்காண்டிநேவிய நாடு களிலெல்லாம் பொதுப்பள்ளி முறை வெவ்வேறு வடிவங்களில் அமைந்துள்ளதையும் ஆணையம் சுட்டிக்காட்டியது. இத்தகைய நிலை இல்லாத பிரிட்டிஷ் கல்விமுறையும்கூட சமீப காலங்களில் பொதுப்பள்ளி முறையை நோக்கி நகரத் தொடங்கியுள்ளது. ஜி. 8 நாடுகள் அனைத்தும் இத்தகைய அருகமைப் பள்ளிகளின் அடிப்படையிலான பொதுப்பள்ளி முறையையே கடைப் பிடிக்கின்றன எனவும் பொதுநிதியிலிருந்தே இவை நிர்வகிக்கப் படுகின்றன எனவும் அனில் சடகோபால் முதலான கல்வியாளர்களும் சுட்டிக்காட்டுகின்றனர். இந்தியா போன்ற ஏற்றத்தாழ்வுமிக்க, வறுமை மிகுந்த பெரிய நாடுகளில் அரசுதான் சமத்துவமிக்க தரமான கல்வியை வழங்கமுடியும் என அமர்த்யா சென் போன்றோரும் குறிப்பிடுகின்றனர்.

1986 புதிய கல்விக் கொள்கையில் '*1968*ஆம் ஆண்டின் கல்விக் கொள்கை வற்புறுத்தியுள்ளது போல பொதுக் கல்வி முறையை நோக்கித் தீவிரமான நடவடிக்கைகள் மேற்கொள்ளப்படும்' என்று தான் கூறப்பட்டது. எனினும் அதன்பின் இங்கு நடைமுறைப்படுத்தப் பட்ட நவதாராளவாதப் பொருளாதாரக் கொள்கையுடன் இது ஒருங்கிணைய இயலாததாகையினால் பொதுக்கல்விமுறை ஊற்றி மூடப்பட்ட கதை இந்நூலிலுள்ள கட்டுரைகளில் விளக்கப்பட்டுள்ளது.

பொதுக்கல்வி முறை குறித்துச் சில தவறான கருத்துகள் இங்கே புழங்குகின்றன. அவை:

1. 'பொதுப்பள்ளி முறை என்பதன் மூலம் எல்லாப் பள்ளிகளும் ஒரே மாதிரி அச்சுப் பதிவாக மாற்றப்படும்' - இது தவறு. பொதுப் பள்ளிமுறையைப் பரிந்துரைத்த கோத்தாரி ஆணையம்தான்

ஒவ்வொரு பள்ளியும் தலச் சமூகத்துடன் ஒன்றிணைந்திருக்க வேண்டும் என்பதையும் வற்புறுத்தியது. பல்வேறு வகைப்பட்ட புவியியற் சூழல், தட்பவெப்பம், தொழில்கள், மொழிகள், சமூக அமைப்புகள் உள்ள நமது நாட்டில் அவ்வச் சூழலுக்குரியதாகப் பள்ளிகளும், பாடத் திட்டங்களும் அமைய வேண்டும். இமயம் முதல் குமரி வரை அல்லது திருத்தணி முதல் கன்னியாகுமரி வரை ஒரே மாதிரியான பள்ளிகள், ஒரே மாதிரியான பாடத்திட்டங்கள், ஒரே மாதிரியான தொழிற் பயிற்சிகள் இருக்கவேண்டும் எனக் கல்வியில் அக்கறையுள்ள யாரும் கருதமாட்டார்கள். உள்ளூர்ச் சூழல்களுக்குத் தகுந்த வகையில் பாடத் திட்டங்கள் நெகிழ்ச்சி யுடையதாகவும் உள்ளூர் மொழிகளில் சொல்லிக் கொடுக்கப் படுவதாகவும் கல்வி அமையவேண்டும். பொதுப்பள்ளி முறை இந்த நிபந்தனைக்கு உட்பட்டதே.

2. 'பொதுப்பள்ளி முறையில் தனியார் பள்ளிகள் தமது தனித்துவங் களை இழக்க வேண்டும்' — இதுவும் தவறே. தனியார் மற்றும் உதவிபெறும் பள்ளிகள் தமது மத மற்றும் சிறுபான்மை அடையாளங்களை இழக்கத் தேவையில்லை. தேசிய அளவில் உருவாக்கப்படுகிற கல்விக் கொள்கையை நடைமுறைப்படுத்து வதாகவும் அருகமையிலுள்ள பிள்ளைகளுக்கானதாகவும் அது அமைய வேண்டும் என்பது மட்டுமே நிபந்தனை. எனினும் இப்பள்ளிகள் லாபம் சம்பாதிக்கும் நோக்குடனும் சமூக ஒற்றுமையைச் சிதைக்கும் வகையிலும் செயல்படுவது அனுமதிக்கப்படாது.

3. 'பொதுப்பள்ளி முறையில் பள்ளிகள் முழுமையாக அரசுக் கட்டுப் பாட்டிற்குள் கொண்டுவரப்படும்.' அரசு நிதி உதவி பெறுவதால் இப்பள்ளிகள் அனைத்தும் முழுமையாக அரசுக் கட்டுப் பாட்டிற்குள் கொண்டுவரப்படும் என்பது தவறு. அமெரிக்கா, கனடா போன்ற நாடுகளில் பள்ளிகள் முழுமையாக அரசு நிதியில் இயங்கியபோதும் அவை முழுக்க முழுக்க உள்ளூர் அளவில் நிர்வகிக்கப்படுகின்றன. எனவே பள்ளி நிர்வாகம் தம்மிடமிருந்து பறிபோய்விடும் என்கிற அச்சம் தனியார் நிர்வாகங் களுக்குத் தேவையில்லை. அதே சமயத்தில் ஒரு பள்ளிக்கான அடிப்படை வசதிகள், தகுதியான ஆசிரியர்கள் முதலான அம்சங்களில் அவை தேசிய அளவிலான கொள்கைகளைக் கறாராகக் கடைப்பிடித்தாக வேண்டும். எல்லோருக்கும் கட்டாயமாக, இலவச, சமமான கல்வி என்கிற வகையில் மட்டுமே அரசுக் கட்டுப்பாடு அமையும்.

ஆக பொதுப் பள்ளிமுறை என்பது கீழ்க்காணும் கூறுகளைக் கொண்டதாக இருக்கும்.

i நர்சரி முதல் +2 வரை பொதுப்பள்ளி முறை செயல்படும்.

ii அரசியல் சட்டத்தின் திருத்தப்பட்ட 21-A மற்றும் 45ஆவது பிரிவுகளின்படி எட்டாம் வகுப்புவரை தனியார் பள்ளிகள் உள்ளிட்ட அனைத்துப் பள்ளிகளிலும் இலவசக் கல்வி அளிக்க வேண்டும். அதற்கும் மேற்பட்ட வகுப்புகளுக்கு அரசு நிர்ணயிக்கும் நியாயமான கல்விக் கட்டணத்தை மட்டுமே பள்ளிகள் வசூலிக்கவேண்டும்.

iii தனியார் பள்ளிகள் உள்ளிட்ட எல்லாப் பள்ளிகளும் அருகமைப் பள்ளிகளாக மாற்றப்படும். வெளியிலுள்ள சமூகக் கலாச்சாரப் பன்மைத்துவம் பள்ளிகளுக்குள்ளும் எதிரொலிக்கும்படியாக 'அருகமை' என்பது வரையறுக்கப்படும். இதற்குரிய வகையில் சட்டம் இயற்றப்படும்.

iv வடிகட்டுதல், பெற்றோர்களுக்கு நேர்முகத் தேர்வுவைத்தல் முதலியவற்றிற்குப் பள்ளிச் சேர்க்கையில் இடமிருக்காது.

v பள்ளி அகக் கட்டுமானம், கல்விக் கருவிகள், ஆசிரியர் தகுதி, எண்ணிக்கை ஆகியவற்றில் எல்லாப் பள்ளிகளும் குறைந்தபட்சப் பொதுத்தர அளவுகோலைப் பின்பற்ற வேண்டும். பள்ளிக் கட்டிடம், வகுப்பறை, மாணவர் எண்ணிக்கை, குடிநீர், கழிப்பிடம், பெண் குழந்தைகளுக்கான தனி வசதிகள், ஊனமுற்ற குழந்தைகளுக்கான சிறப்பு ஏற்பாடுகள், விளையாட்டுத் திடல், நூலகம், சோதனைச் சாலை, நுண்கலை ஆற்றலை வளர்க்கும் வாய்ப்புகள்... முதலியன இதில் அடங்கும்.

vi நெகிழ்ச்சியுடன் கூடிய பொதுவான பாடத்திட்ட அணுகல்முறை மற்றும் கல்வி மதிப்பீடு, பள்ளி வேலை நாட்கள், பள்ளி நேரம் ஆகியன கடைப்பிடிக்கப்படும்.

vii நமது சமூகத்தின் பன்மைத் தன்மையைக் கணக்கில்கொண்டு மொழிக் கொள்கை உருவாக்கப்பட்டு, அது பொதுவாகக் கடைப்பிடிக்கப்படும். தாய்மொழியிலேயே பாடங்கள் சொல்லிக் கொடுக்கப்படும். உள்ளூர் மொழி கற்றல் கட்டாயமாக்கப்படும். உலக அளவில் ஆங்கிலத்திற்குரிய முக்கியத்துவம் கவனத்தில் எடுத்துக்கொள்ளப்படும்.

viii அதிகாரம் பரவலாக்கப்பட்டு பள்ளி நிர்வாகம் அமையும்.

நிறுவனத்தின் சுயேச்சைத் தன்மை பாதுகாக்கப்படும். 73, 74ஆவது அரசியல் சட்டத் திருத்தங்களுக்கு உட்பட்டு இது அமையும். மாணவர்களின் பெற்றோர்கள் பெரும்பான்மையாக உள்ள தாகவும் தல நிர்வாக அமைப்புகளுடனும் தொடர்புடையதாகவும் உள்ள பள்ளி நிர்வாகக் குழுக்கள் அமைக்கப்படும்.

ix மாநில அளவிலான பொதுத் தேர்வு வாரியத்தின் கீழ் இந்தப் பள்ளிகள் கொண்டு வரப்படும்.

x எல்லாப் பள்ளியும் இட ஒதுக்கீட்டுக் கொள்கையை முழுமை யாகக் கடைப்பிடிக்க வேண்டும். தாழ்த்தப்பட்டோர், பெண்கள், மாற்றுத்திறன் உடையோர், பழங்குடியினர், மொழி மற்றும் மதச் சிறுபான்மையினரின் சட்ட ரீதியான உரிமைகள் பாதுகாக்கப் பட்டு எல்லோரையும் உள்ளடக்கியதாகப் பள்ளிச் சேர்க்கை அமையும்.

பொதுப்பள்ளிமுறை நடைமுறைக்கு வரும்போதுதான் அரசின் கல்விக் கொள்கையில் மக்களுக்கு அக்கறை ஏற்படும். ஆசிரியர் பற்றாக்குறையுடன் பள்ளிகள் செயல்படுவதையோ, கல்விக்கான நிதி ஒதுக்கீட்டை அரசு குறைப்பதையோ இப்போதுள்ளது போல மக்கள் வேடிக்கை பார்த்துக்கொண்டிருக்க மாட்டார்கள். இது போன்ற அம்சங்களில் ஆசிரியர், மாணவர், பெற்றோர் இணைந்து போராடும் நிலை இன்று மேற்கு நாடுகளில் உள்ளதும் இங்கு நிலைமை நேர் எதிராக உள்ளதும் குறிப்பிடத்தக்கது.

எல்லாவற்றிற்கும் மேலாக, கோத்தாரி ஆணையம் வற்புறுத்தி யதைப் போல சாதி, மொழி, மதம் ஆகியவற்றால் பிளவுண்டு கிடக்கும் நமது நாட்டில் சமூக ஒற்றுமை, மானுட சமத்துவம் குறித்த சிந்தனைகள் பிஞ்சு மனங்களில் பதிய பொதுப்பள்ளிமுறை அத்தியாவசியமான ஒன்று.

3.5

சட்டபூர்வமாக்கப்பட்ட மக்களின் உணவு உரிமைகள்*

1. ஒருங்கிணைக்கப்பட்ட குழந்தை வளர்ச்சிப் பணிகள் (ஒகுவப)
ஒவ்வொரு குடியிருப்பிலும் ஒரு அங்கன்வாடி இருக்க வேண்டும். பட்டியல் சாதியினரின் குடியிருப்புகளுக்கும் நகர்ப்புற குடிசைப் பகுதிகளுக்கும் முன்னுரிமை அளிக்க வேண்டும். ஆறு வயதிற்கும் குறைந்த குழந்தைகள் 40க்கும்மேல் உள்ள எந்த ஒரு குடியிருப்பிலும் அதற்கு முன் அங்கொரு அங்கன்வாடி இல்லாத நிலையில், கோரிக்கை எழுப்பியவுடன் அங்கன்வாடி தொடங்க வழி அமைக்கப்பட வேண்டும்.

- ஒ.கு.வ.ப. மூலம் பயனடையும் அனைவருக்கும் ஆண்டுக்கு 300 நாட்களுக்குத் துணை ஊட்டச்சத்து (supplementary nutrition) வழங்கப்பட வேண்டும். ஆறு வயதுவரை ஒவ்வொரு குழந்தைக்கும் 300 கலோரிகள் சத்தும் 8-10 கிராம் புரோட்டீன் களும் அளிக்கப்பட வேண்டும். ஒவ்வொரு பருவப் பெண்ணும், ஒவ்வொரு கர்ப்பிணியும், ஒவ்வொரு பாலூட்டும் தாயும் 500 கலோரி சத்தும் 20-25 கிராம் புரோட்டீனும் அளிக்கப்பட வேண்டும். சோகையான குழந்தைகள் ஒவ்வொன்றும் 600 கலோரி சத்தும் 16-20 கிராம் புரோட்டீனும் அளிக்கப்பட வேண்டும்.

- அங்கன்வாடிகளுக்கு ஊட்டச்சத்து விநியோகிப்பதற்கு ஒப்பந்தக் காரர்களை நியமிக்கக் கூடாது.

- ஒ.கு.வ.ப.வை அனைத்துக் குழந்தைகளுக்கும் விரிவாக்குவது என்பது இந்தச் சேவைகளை (துணை ஊட்டச்சத்து, திட்ட

---

* மக்கள் சிவில் உரிமைக் கழகம் X இந்திய அரசு மற்றும் பிறர் – CWP 196/2001 – வழக்கில் உச்ச நீதிமன்றம் வழங்கிய ஆணையின்படி சட்ட பூர்வமாக்கப்பட்ட மக்களின் உணவு உரிமைகள்.

வளர்ச்சியை மேற்பார்வையிடுவது, ஊட்டச்சத்து மற்றும் நலவாழ்வுக் கல்வி, தடுப்பூசி போடுதல், நோயுள்ள குழந்தை களை மேற்பரிசோதனைகளுக்கு அனுப்புதல், நர்சரிக் கல்வி முதலானவை) ஒவ்வொரு ஆறு வயதுக்குட்பட்ட குழந்தைகள், கர்ப்பிணிகள், பருவப் பெண்கள், பாலூட்டும் தாய்மார்கள் ஆகியோருக்குக் கிடைக்கச் செய்வதே.

2. மதிய உணவுச் சேவை

அரசு மற்றும் அரசு உதவி பள்ளிகளில் படிக்கும் ஒவ்வொரு குழந்தையும் சமைத்த மதிய உணவைப் பெறும் உரிமை பெற்றுள்ளது. இந்த உணவு குறைந்தபட்சமாக 300 கலோரிகள் சத்து மற்றும் 8 முதல் 12 கி. புரோட்டீன் ஆகியவற்றைக் கொண்டிருக்க வேண்டும். ஒவ்வொரு பள்ளி நாளிலும், (குறைந்தபட்சம் 200 நாட்களுக்கு) இந்த மதிய உணவு வழங்கப்பட வேண்டும்.

3. இலக்கு நோக்கிய பொது விநியோக அமைப்பு

– வறுமைக் கோட்டிற்குக் கீழுள்ள எல்லாக் குடும்பங்களும் ஒவ்வொரு மாதமும் 35கி. தானியம் பெற உரிமையுடையன.
– இதை ஒட்டுமொத்தமாகவன்றி தவணை முறையில் பெற்றுக் கொள்ள அவர்களை அனுமதிக்க வேண்டும்.
– எல்லா நியாய விலைக் கடைகளும் தினமும் திறந்திருக்க வேண்டும்.

4. அந்த்யோத்யா உணவுத் திட்டம்

அந்த்யோத்யா அட்டைகளைப் பெறுவதற்கு முன்னுரிமை பெற்ற கீழ்க்கண்ட குழுமங்களுக்கு உரிமை உண்டு:

1. வயதானவர்கள், செயலிழந்தவர்கள், முடமானவர்கள், ஆதரவற்ற ஆண்கள், பெண்கள், கர்ப்பிணிகள், பாலூட்டும் பெண்கள், ஆதரவற்ற பெண்கள்
2. விதவைகள், துணையற்ற பெண்கள்
3. வருமான உத்தரவாதமும் ஆதரவுமற்ற 60க்கும் மேற்பட்ட வயதுடைய வயதானோர்
4. வேலை செய்யும் வயதிலுள்ளவர்கள் இருந்தபோதும் அவர்கள் இயலாதவர்களாக உள்ள குடும்பங்கள் மற்றும் உறுதியான வருமானம் இல்லாத குடும்பங்கள்

5. வயது மூப்பு, உடல் மற்றும் மனநலமற்றவர்கள் மற்றும் செயலிழந்தவர்களைக் கவனிக்க வேண்டிய நிலையால் சம்பாதிக்க இயலாத குடும்பங்கள்
6. ஆதிகால இனக்குழுக்கள்.

5. தேசிய முதியோர் உதவித் தொகைத் திட்டம்

இவ்வகையில் தகுதியுடையோர்க்கு ஒவ்வொரு மாதமும் உதவித் தொகை அளிக்கப்படல் வேண்டும். தற்போதுள்ள திட்டப்படி 65 வயதுக்கு மிகுந்த வறுமைக்கோட்டிற்குக் கீழுள்ள எல்லா முதியவர்களுக்கும் மாதம் ஒன்றுக்கு 400 ரூபாய் தரப்படுகிறது.

6. தேசிய குடும்ப நலத் திட்டம்

வறுமைக் கோட்டிற்குக் கீழுள்ள குடும்பங்களில் சம்பாதிப்பவர்கள் இறக்க நேர்ந்தால் அடுத்த நான்கு வாரத்திற்குள் அவை 10,000 ரூபாய் பெறத் தகுதியுடையன.

7. கிராம நிர்வாகங்களுக்குப் பொறுப்பாக இருத்தல்

உணவு தொடர்பான இத்திட்டங்கள் அனைத்தையும் சமூகத் தணிக்கை செய்யும் உரிமை கிராம நிர்வாகங்களுக்கு உண்டு. நிதி ஊழல்கள் ஏதும் கண்டுபிடிக்கப்பட்டால் உரிய அதிகாரிகளிடம் அவை புகார் செய்யலாம். அத்தகைய புகார்கள் வரும்போது அவை விசாரிக்கப்பட்டு சட்டப்படி நடவடிக்கை எடுக்கப்பட வேண்டும்.

8. தகவல் பெறுதல்

உணவுடன் தொடர்புடைய திட்டங்களை மேற்பார்வையிடவும் தேவையான தகவல்களைப் பெறவும் கிராம நிர்வாகங்களுக்கு அதிகாரம் உண்டு. எ.டு: பயனாளிகள் தேர்வு செய்யப்படுதல், பயன் பெற்றவர்களின் விவரம் முதலியன.

9. திட்டங்களை இடையில் நிறுத்தக் கூடாது

இந்த ஆணையில் கூறப்பட்டுள்ள எந்தத் திட்டத்தையும் நீதிமன்ற அனுமதியின்றி இடையில் நிறுத்தவோ, குறைக்கவோ கூடாது.

உசாத்துணை

Dept. of Food and Public Distribution, 'Concept Note on Right to Food Act', July 4, 2009.

Brinda Karat, 'For Inclusive Approach to Food Security' *The Hindu*, June 30, 2009.

Reetika Khera, 'Right to food Act: Beyond Cheap Promises' *EPW*, July 18, 2009.

Surabi Chopra, 'Holding the State Accountable for Hunger', *EPW*, Aug 15, 2009.

Jayati Gosh, 'Food for All', *Front Line*, Aug. 15-28 2009.

Rahul Lahoti & Sanjay C. Reddy, 'RTF: Essential but Inadequate', *The Hindu*, July 28, 2009.

Jean Dreze, 'A Grain of Good Sense', *Out look*, July 20, 2009.

Anil Sadagopal, 'Common School System and the Future of India', *Parisar*, March 24, 2008.

'Snatching, Not Guarenteeing Right to Education', *EPW*, March 9, 2009.

'Dismantling Rights', *Financial Express*, Nov. 9, 2009.

'Edcuation For Too Few', *Frontline*, Nov. 22, 2003.

'Misconceiving Fundamentals, Dismantling Rights', *Tehelka*, June 14, 2009.

Ravi Kumar, 'Against Neo Liberal Assault on Education in India: A Counter Narrnative of Resistance', *Journal for Critical Education Policy India*, May 2008.

(RTE and RTF drafts are available in websites).

4

பாஜக அரசின் புதிய தேசிய கல்விக் கொள்கை-2016
அபத்தங்களும் ஆபத்துகளும்

4.1

அறிமுகம்

புதிய 'தேசிய கல்விக் கொள்கை 2016' என்பதை நோக்கி நரேந்திர மோடி அரசு இரண்டு ஆவணங்களை மக்கள் முன்வைத்துள்ளது. அதென்ன ஒரே கொள்கை குறித்து இரண்டு ஆவணங்கள்? தெரிய வில்லை. இந்த இரண்டும் தவிர ஓராண்டுக்கு முன் அரசின் mygovt என்கிற இணையதளத்தில் இந்த விவாதத்திற்கான முன்வரைவு என்கிற பெயரில் ஒரு ஆவணம் வெளியிடப்பட்டது. அது ஒரு விவாதத் திற்கான அறிக்கை என்கிற வடிவில் இல்லை. மாறாக ஒவ்வொன்றும் 200 சொற்களில் அமைந்த 33 மையக் கருத்துகள் (themes) என்கிற அமைப்பில் அவை முன்வைக்கப்பட்டன. இவற்றில் 13 கருத்துகள் தொடக்கக் கல்வி குறித்தவை. மற்றவை உயர்கல்வி குறித்தவை. இவை ஒவ்வொன்றுக்குக் கீழும் சில கேள்விகள் இருந்தன. கருத்துச் சொல்பவர்களுக்கு முழுச் சுதந்திரமும் அளிக்கப்படவில்லை. இந்தக் கேள்விகளுக்கு மட்டும் ஒவ்வொன்றின் மீதும் 200 எழுத்துகளுக்கு உட்பட்டு 'ட்விட்டர்' பாணியில் கருத்தைத் தெரிவிக்க வேண்டும் எனவும் அவற்றைத் தொகுக்கவும், ஒரு நகல் அறிக்கை உருவாக்கவும் ஒரு குழு அமைக்கப்பட்டுள்ளதாகவும் அந்த இணையதளம் கூறியது. அந்தக் குழு உறுப்பினர்கள் யார் என்பதும் மர்மமாகவே இருந்தது.

பின்னர்தான் ஓய்வுபெற்ற முன்னாள் மத்திய அமைச்சரவைச் செயலாளர் டி.எஸ்.ஆர்.சுப்பிரமணியம் என்பவர் தலைமையில் ஐவர் குழு ஒன்று இந்தப் புதிய கல்விக் கொள்கை வரைவுப் பணிக்காக நியமிக்கப்பட்டுள்ள செய்தி வெளிவந்தது. இந்தக் குழுவில் சேவா ராம் ஷர்மா, ஷைலஜா சந்திரா, சுதிர் மன்காட் எனும் மூவர் சுப்பிரமணியம் போலவே கல்வித்துறையுடன் தொடர்பற்ற முன்னாள் அதிகார வர்க்கத்தினர். ஐந்தாவது நபர் மட்டும் கல்வித்துறையுடன் தொடர் புடைய ஒரு இந்துத்துவப் பின்புலம் உள்ளவர். ஜே.எஸ். ராஜ்புட்னும்

இவரும் கல்வித்துறையில் அப்படி ஒன்றும் குறிப்பான பங்களிப்புகள் எதையும் செய்தவரில்லை.

இந்தக் குழு சென்ற ஏப்ரல் 30, 2016 அன்று தனது 217 பக்க அறிக்கையை அப்போது மனிதவளத்துறை அமைச்சராக இருந்த ஸ்மிருதி இரானியிடம் அளித்தது. இரண்டு மாதங்கள் வரை இது குறித்து எந்தப் பேச்சும் இல்லை. பின் ஜூலை 4 அன்று அறிக்கைக் குழுவின் தலைவர் சுப்பிரமணியம் தமது அறிக்கையை அரசு வெளியிடாவிட்டால் தாமே அதை வெளியிடப் போவதாக அதிரடியாக அறிவித்தார். உடனடியாக அமைச்சர் இரானி பதிலறிக்கை ஒன்றை வெளியிட்டார். யாரொருவரும் தாம் தனிப்பட்ட புகழ் பெறும் நோக்கில் இதைப் பயன்படுத்துவதை அனுமதிக்க முடியாது எனவும் மாநில அரசுகளிடமிருந்து இந்த அறிக்கை மீது கருத்துகள் வரும் வரை இதை வெளியிட முடியாது எனவும் பதிலடி கொடுத்தார்.

இப்படி ஒரு பக்கம் கறாராக மறுத்துவிட்டு மனித வளத்துறை அமைச்சகம் சார்பாக 43 பக்க அளவில் இதே கல்விக் கொள்கை தொடர்பாக இன்னொரு அறிக்கை அதன் அதிகாரபூர்வ இணைய தளத்தில் வெளியிடப்பட்டது. 'தேசிய கல்விக் கொள்கை 2016 : வரைவிற்கான சில உள்ளீடுகள்' என்பது இதன் தலைப்பு. இப்போது இதோடு சுப்பிரமணியம் குழு அறிக்கையும் இணையதளத்தில் கிடைக்கிறது. '2016: தேசிய கல்விக் கொள்கை' என்பது இதன் தலைப்பு. 'தேசிய கல்விக் கொள்கை உருவாக்கத்திற்கான குழுவின் அறிக்கை' என இதற்கொரு துணைத்தலைப்பும் கொடுக்கப் பட்டுள்ளது.

ஸ்மிருதி இரானி வெளியிட்டுள்ள இந்த 43 பக்க அறிக்கை சுப்பிரமணியம் குழு வரைவின் அடிப்படையிலேயே சுருக்கப் பட்டிருந்த போதிலும் அதில் அமைச்சகத்தின் சார்பாகக் கூடுதலாகச் சிலவும் சேர்க்கப்பட்டுள்ளன. ஆக ஒரே கொள்கை அறிவிப்பு தொடர்பாக இரண்டு ஆவணங்கள். இவர்களின் கல்விக் கொள்கை முயற்சியைப் புரிந்துகொள்ள இந்த இரண்டு ஆவணங்களையும் கவனமாகப் படிப்பது நலம்.

இத்தகைய ஆவணங்களில் ஆட்சியாளர்கள் தம் நோக்கங்களில் சிலவற்றை வெளிப்படையாக முன்வைப்பார்கள். தொடக்கக் கல்வி முதல் பல்கலைக்கழகங்கள் வரை சமஸ்கிருதம் பயில அனைத்து

வசதிகளும் செய்து தரப்படும் என இந்தப் புதிய தேசிய கல்விக் கொள்கை ஆவணங்கள் சொல்வது இந்த வகையைச் சேர்ந்தது.

சிலவற்றை நிறைவேற்றும் நோக்கம் இல்லாமலே முன் வைப்பார்கள். பார்த்த மாத்திரத்திலேயே நாம் இவற்றைக் கண்டுபிடித்து விடலாம். ஐந்தாம் வகுப்புவரை தாய்மொழியில் கல்வி பயிற்றுவிக்கப்படும் என இந்த ஆவணங்கள் சொல்வது இந்த வகையைச் சேர்ந்தது. இந்தியாவில் தற்போது 1,721 தாய்மொழிகள் உள்ளன; இவற்றில் 122 மொழிகளே ஓரளவு வளர்ச்சி அடைந்த முக்கிய மொழிகள் எனக் கூறும் இந்த ஆவணம் மீதமுள்ள 1599 மொழிகளை ஐந்தாம் வகுப்புவரை பாடமொழியாக்கும் அளவிற்கு வளர்த்தெடுப்பதற்கும், அவற்றில் பயிற்சி நூல்களை உருவாக்குவதற்கும் என்ன திட்டம் வைத்திருக்கிறது என்பதைச் சொல்லவில்லை. ஆக அவர்களின் நோக்கம் இதுவெல்லாம் இல்லை. அதேபோல கல்விக்கான நிதி ஒதுக்கீட்டை GDPஇல் ஆறு சதம் அளவிற்கு உயர்த்த வேண்டும் என சுப்பிரமணியம் குழு மொழிவது (5.7.17) வரவேற்கப்பட வேண்டிய ஒன்றுதான் என்றாலும் பாஜக அரசு பதவி ஏற்றபின் கல்விக்கான நிதி ஒதுக்கீடு தொடர்ந்து குறைக்கப்பட்டு வரும் சூழலில் இது எப்படிச் சாத்தியமாகப் போகிறது? கல்வியை ஒரு வணிகத் திற்கான பொருளாக வரையறுக்கும் GATS ஆளுகையை இரு கரம் நீட்டி வரவேற்கும் அரசுகள் இதைச் செயல்படுத்துமா? இதில் இன்னொன்றையும் நாம் கவனிக்க வேண்டும். இந்த ஆறு சதவீத ஒதுக்கீடு என்பது கோத்தாரி ஆணையக் காலத்திலிருந்து (1968) சொல்லி வருவது. இன்று மிகப் பெரிய அளவில் உயர்கல்வி வளர்ந்துள்ள நிலையில் இந்த ஆறு சதவீதம் என்பது அதிகரிக்கப்பட வேண்டும்.

இப்படியான ஆர்ப்பாட்டமான முன்மொழிவுகள், அலங்காரமான வார்த்தையாடல்கள் ஆகியவற்றின் ஊடாக அவர்கள் மறைத்து, நசுக்கி, பூடகப்படுத்தி எவற்றை முன்வைக்க முயல்கிறார்கள் என்பதுதான் இதில் நாம் முக்கியமாகக் கவனிக்க வேண்டியவை. ஆட்சியாளர்களின் இந்த உண்மை நோக்கங்களை இழை பிரித்து அறிந்துகொள்வது அத்தனை கடினமான காரியம் இல்லை. தேச உருவாக்கம், உலகப் பொருளாதாரக் கட்டமைப்பில் தமது நாட்டின் இடம் ஆகியன குறித்த அவர்களின் கண்ணோட்டத்தை நாம் கவனத்தில் நிறுத்திக் கொண்டால் அவை எளிதில் புலப்படும்.

சுதந்திரத்திற்குப் பிந்திய முதல் கல்விக்கொள்கை 1966-1968 கால கட்டத்தில் உருவாக்கப்பட்டது. விடுதலைக்குப் பிந்திய தேச

நிர்மாணக் கனவுகளின் பின்னணியில் உருவான அந்த ஆவணம் எல்லோருக்குமான 'பொதுப்பள்ளிகள்', 'அருகமைப் பள்ளிகள்' முதலான நோக்கங்களை முன்னிறுத்தியது. 90கள் வரை கிட்டத்தட்ட அனைவரும் பொதுப்பள்ளிகளிலும் கல்லூரிகளிலுமே பயிலும் நிலைதான் இருந்தது. 1991இல் இந்தியாவில் எட்டு லட்சம் பள்ளிகள் இருந்தன. இவற்றில் 94 சதவீதம் அரசு மற்றும் அரசு உதவி பெற்ற பள்ளிகள்தான். வெறும் ஆறு சதவீதம் மட்டுமே அரசு நிதி உதவி பெறாத தனியார் கல்லூரிகள். உயர்கல்விக்கு 5000 கல்லூரிகள், 1000 தொழிற் கல்லூரிகள், 200 பல்கலைக்கழகங்கள் எல்லாம் அரசு மற்றும் அரசு உதவி பெற்றவைதான். அன்றைய கல்வித் தேவையை இவை பூர்த்தி செய்துவிட்டன எனச் சொல்ல இயலாவிட்டாலும் கல்வி என்பது தேச நிர்மாணத்தின் ஒரு பிரிக்க இயலாத அங்கமாகக் கருதப்பட்ட காலம் அது. கல்வி ஒரு வணிகப் பொருளாக மாறும் என்பதைக் கற்பனைகூடச் செய்ய இயலாத காலம்.

போகப் போக எல்லாம் மாறின. 1986இல் ராஜீவ் காந்தி காலத்தில்தான் அடுத்து இங்கு ஒரு தேசிய கல்விக் கொள்கை உருவாக்கப்பட்டது. நவதாராளப் பொருளாதாரம், உலகமயம் ஆகியவற்றை நோக்கி நாடு வேகமாக நகர்ந்துகொண்டிருந்த காலம் அது. அதன்பின் பொதுப்பள்ளிகள் என்கிற கருத்தாக்கம் வெறும் பொய்யாய்ப் பழங்கதையாய்ப் போன வரலாற்றை நாம் அறிவோம். முதன் முதலாக மையநீரோட்டப் பள்ளிகளோடு அடித்தள மக்களுக்கான தரங்குறைந்த 'இணைக் கல்விமுறைகள்' (parallel streams), சிறந்த மாணவர்களுக்கான தரம்மிக்க நவோதயா பள்ளிகள் முதலிய கருத்தாக்கங்கள் இந்த அறிக்கையில்தான் ஒரு அரசுக் கொள்கையாக முன்மொழியப்பட்டன.

1990இல் உலகவங்கியும் ஐநா அவையும் இணைந்து நடத்திய 'எல்லோருக்கும் கல்விக்கான உலக மாநாட்டில்' வெளியிடப்பட்ட 'ஜோம்தியான் பிரகடனம்' மக்களுக்குக் கல்வி கொடுக்கும் கடமையிலிருந்து அரசு விலகிக்கொள்ள வேண்டும் என்றும் இனி கல்வி என்பது உலகச் சந்தையில் ஒரு பண்டமாக்கப்படும் எனவும் பிரகடனம் செய்தது. 1991இல் முழுமையாக நமது பொருளாதாரம் அந்நிய மூலதனத்திற்குத் திறந்துவிடப்பட்டது.

ராஜீவ் காலக் கல்விக் கொள்கைக்குச் சரியாக முப்பது ஆண்டு களுக்குப் பின் இப்போது மீண்டும் புதிதாக ஒரு தேசிய கல்விக் கொள்கை முன்வைக்கப்பட்டுள்ளது. இந்த முப்பதாண்டுகளில்

கல்வித்துறையில்தான் எத்தனை மாற்றங்கள். உயர்கல்வியில் மிகப் பெரிய பெருக்கம் ஏற்பட்டுள்ளது உண்மை. ஆனால் அத்தனையும் தனியார்மயம். உயர்கல்வி வளர்ச்சி என்பது கிட்டத் தட்ட முழுமையும் தனியார் மூலதனத்தை நம்பி உள்ளது. அதை ஒட்டி கல்வி அமைப்பு களிலும் நடைமுறைகளிலும் மிகப் பெரிய மாற்றங்கள் ஏற்பட்டு விட்டன.

இதற்கிடையில் ஏற்பட்டுள்ள இன்னொரு உலகளாவிய மாற்றத்தின் பின்னணியில்தான் இன்றைய (2016) கல்விக் கொள்கை உருவாகி யுள்ளது. 1995இல் உலக வர்த்தக அமைப்பில் (WTO) பொருள் வணிகம் என்பதோடு சேவை வணிகமும் உள்ளடக்கப்பட்டது. அதாவது கல்வி, மருத்துவம் உட்பட அனைத்துச் சேவைகளும் வாங்க, விற்க, பொருள் ஈட்டக் கூடிய வணிகப் பொருள்களாக (Tradable Services) ஆக்கப் பட்டன. இப்படியான சேவை வணிகத்திற்கான General Agreement on Trade in Services (GATS) என்கிற WTOவின் உறுப்பு ஒன்று உருகுவே பேச்சுவார்த்தைகளின் ஊடாக உருவாக்கப்பட்டது (1995). இதில் அங்கம் வகிக்கும் 162 உறுப்பு நாடுகளில் இந்தியாவும் ஒன்று. இதில் அங்கம் வகிப்பது மட்டுமின்றி உயர்கல்வியை வணிகப் பொருளாக ஒப்படைப்பதற்கான முதல்கட்ட நடவடிக்கையாக GATS ஆளுகைக்கு உயர்கல்வி 'அர்ப்பணம்' செய்யப்பட்டது. இதன் ஊடாக இனி இந்தியாவுக்குள் GATS ஆளுகைக்கு உட்பட்ட எந்த நாடும் வணிக நோக்கில் உயர்கல்விச் சேவையை, அதாவது உயர்கல்வி வணிகத்தைத் தொடங்குவதற்கான முதற்கட்ட ஒப்புதல் வழங்கப் பட்டது. சென்ற ஆண்டு இறுதியில் நைரோபியில் நடந்த GATS தொடர்பான இரண்டாம் கட்டப் பேச்சுவார்த்தைகளில் உயர்கல்வி தொடர்பாகப் பேசப்பட வில்லை. கடும் எதிர்ப்புகளின் விளைவாக அது ஒத்தி வைக்கப் பட்டது.

அப்படி இந்தப் பேச்சுவார்த்தைகள் நடந்தால் அதில் இந்தியா எந்த எதிர்ப்பும் இல்லாமல் கையொப்பமிடும் என எதிர்பார்க்கப்பட்டது. நாடெங்கும் கல்வியாளர்கள் இது குறித்த எதிர்ப்புகளைப் பல்வேறு வடிவங்களில் வெளிப்படுத்தியபோதும் நரேந்திரமோடி அரசைப் பொறுத்த மட்டில் தான் என்ன செய்யப்போகிறோம் என்பது குறித்து எதுவும் சொல்லாமல் அழுத்தமாக மௌனம் காத்தது. உறுதியாகவும் தெளிவாகவும் (categorical) உயர்கல்வியை வணிகம் ஆக்கும் GATS ஆளுகைக்கு உடன்படமாட்டோம் என இதுவரை அது கூறவே இல்லை.

எனினும் உயர்கல்வி தொடர்பான GATS ஆளுகையில் ஓர் அங்கமாவதற்கு ஏற்ப மோடி அரசு தன் நடவடிக்கைகள் எல்லாவற்றையும் எவ்வாறெல்லாம் அமைத்துக்கொண்டுள்ளது என்பதை மிக விரிவாக இக்குறுநூல் உங்கள் முன்வைக்கிறது.

உலகமய அணுகல்முறைகளில் பாஜக, காங்கிரஸ் அரசுகளுக்கு இடையே பெரிய வேறுபாடுகள் இல்லை; பாஜக அரசு இதில் இன்னும் தீவிரம் காட்டுவதொன்றே இரண்டுக்கும் உள்ள வேறுபாடு என்றேன். ஆனால் தேச நிர்மாணம் குறித்த அணுகல்முறையில் பாஜகவின் கண்ணோட்டம் மதச்சார்பற்ற அனைத்து அரசியல் இயக்கங்களிலிருந்தும் வேறுபடுகிறது என்பதை விரிவாக விளக்க வேண்டியதில்லை. அந்த வகையில் அவர்கள் இந்திய அரசியல் சட்டத்தின் அடிப்படைகளையும் ஏற்பதில்லை.

அரசியல் சட்ட ஆளுகைக்கு மதிப்பளிக்கும் எந்த ஒரு அரசும் உருவாக்குகிற கல்விக் கொள்கை அதன் அரசியல் சட்டத்தின் அடிப்படைகளிலேயே தன் கல்விக் கொள்கையை உருவாக்க வேண்டும். அண்ணல் அம்பேத்கர், ஜவஹர்லால் நேரு முதலான முற்போக்குச் சிந்தனையாளர்களால் உருவாக்கப்பட்ட நமது அரசியல் சட்டம் ஜனநாயகம், மதச்சார்பின்மை, பகுத்தறிவு, சமத்துவம் ஆகிய நான்கு தூண்களின் மீது கட்டப்பட்டுள்ளது. அதோடு, 'செயல்படும் ஒரு ஜனநாயகம்' என்பதன் அடிப்படை எல்லையற்ற விமர்சனங்களுக்கும் கருத்து மாறுபாடுகளுக்கும் அதில் இடமுண்டு என்பதுதான்.

ஆனால் இந்த ஆவணம் அரசியல் சட்டத்தின் இந்த அடிப்படைகளைக் கண்டுகொள்ளவே இல்லை. குருகுலக் கல்விமுறை முதலியவற்றை விமர்சனங்கள் இன்றிப் போற்றுவது, வழக்கிழந்த சமஸ்கிருதத்திற்குத் தகுதிக்கு மீறிய முக்கியத்துவம் அளிப்பது, கருத்து மாறுபாடுகளைச் சகிக்காதது என அரசின் இந்துத்துவ அணுகல்முறை இந்த ஆவணங்களில் அப்பட்டமாக வெளிப்படுவது இந்த நூலில் அடையாளம் காட்டப்படுகிறது..

இந்துத்துவம் வருண தர்மத்தைப் போற்றுவது. வருண தர்மம் மக்களைப் பிரித்து நிறுத்துவது. இந்தக் கல்விக் கொள்கை மிகத் துல்லியமாகவும் தொடக்கம் முதல் இறுதிவரையும் மக்களைத் தகுதி, திறமை என்கிற பெயரில் கூறுபோட்டு நிறுத்துகிறது. பெரும்பகுதி அடித்தள மக்களை உயர்கல்வியிலிருந்து விலக்கி வைத்தலையும்,

அடித்தள மக்களைக் குலத் தொழிலை நோக்கித் திருப்புவதையும், உலக முதலாளியத்திற்கு மலிவான உழைப்பு சக்திகளாக அவர்களை மாற்றுவதையும் இந்த ஆவணங்கள் நோக்கமாகக் கொண்டுள்ளதைச் சுட்டிக்காட்டுவதற்கு இந்நூல் அதிக முக்கியத்துவம் அளிக்கிறது. உலக முதலாளிய நலன்களும் இந்துத்துவ நலன்களும் துல்லியமாக இணைவதற்கான ஒரு நிரூபணமாகவும் பாஜக அரசின் இந்தக் கல்விக் கொள்கை ஆவணங்கள் அமைந்துள்ளன.

சமஸ்கிருதத் திணிப்பு, ஐந்தாம் வகுப்பிற்கு மேல் மீண்டும் 'பாஸ் ஃபெயில்' முறையைக் கொண்டு வருவது, பத்தாம் வகுப்புத் தேர்வில் மாணவர்களைத் தரப்படுத்திப் பிரிப்பது ஆகியவற்றின் ஆபத்துகள் முதலியன இன்று இந்த ஆவணங்களின் மீதான விமர்சனங்களில் மேலுக்கு வந்துள்ளன. இந்த விமர்சனங்களோடு 'GATS' ஆளுகையில் இந்தியா ஓரங்கமாகப் பொருந்திப் போவதன் அடையாளமாக இந்தக் கல்விக் கொள்கை அமைந்துள்ளதையும் நாம் மக்கள்முன் கொண்டு செல்ல வேண்டி உள்ளது. அதற்கு இந்தக் குறுநூல் பெரிதும் உதவும் என நம்புகிறேன்.

4.2

கல்விக் கொள்கைகளும் தமிழகமும்: சில நினைவுகள்

கொஞ்சம் கொஞ்சமாகத் தமிழ்நாட்டில் புதிய கல்விக் கொள்கைக்கு எதிர்ப்பு வலுக்கிறது. இடதுசாரிக் கட்சிகள், அவர்களின் மாணவர் இயக்கங்கள் ஆகியவற்றைத் தாண்டி திராவிடர் கழகம், திராவிட முன்னேற்றக் கழகம் ஆகியவையும், முஸ்லிம் இயக்கங் களும், கிறிஸ்தவ அமைப்பினரும் இந்தக் கல்விக் கொள்கைக்கு எதிராகக் களத்தில் இறங்கியுள்ளன.

1986இல் ராஜீவ் காந்தி அரசு புதிய கல்விக் கொள்கை ஒன்றை வெளியிட்ட போதும் பெரிய அளவில் விவாதங்கள் நடைபெற்ற இடம் தமிழகம். வீரியம் மிக்க ஆசிரியர் போராட்டங்கள் (JACSATO / JACTEA) நடைபெற்றுக் கொண்டிருந்த பின்னணியில் அந்த நகல் கொள்கை இங்கு விரிவாக விவாதிக்கப்பட்டது.

ஆசிரியர் இயக்கங்கள் கூட்டாக நடத்திய சென்னைப் பேரணியின் போது மட்டும் நான் அப்போது அந்தக் கல்விக் கொள்கையை விமர்சித்து எழுதிய நமது கல்விப் பிரச்சினைகள் எனும் குறுநூல் 300 பிரதிகள் விற்றது நினைவுக்கு வருகிறது.. அந்த நூலைப் பல அமைப்புகள் என் அனுமதி பெற்றும் பெறாமலும் வெளியிட்டன. கோ.கேசவன் அவர்களும் 'செந்தூரன்' எனும் புனைபெயரில் ஒரு விமர்சன நூலை வெளியிட்டார். 'எரிதழல்' எனும் எனது இன்னொரு பெயரில் ஒரு விமர்சன நூலும் பாசிசமும் கல்விக் கொள்கையும் வெளிவந்தது. அரசு கல்லூரி ஆசிரியர் கழகத்தின் சார்பாக ஒரு முழு நாள் கருத்தரங்கு ஒன்றையும் நடத்தினோம். அப்போதைய கல்வி அமைச்சர் அரங்க நாயகமும் அதில் பங்குபெற்றார்.

இந்த எதிர்ப்புகளின் விளைவாக ராஜீவ் காந்தி காலத்திய கல்விக் கொள்கை அமுலுக்கு வந்தபோது, அதன் திட்டங்களில் ஒன்றான சிறந்த மாணவர்களுக்கான சிறப்பு 'நவோதயா பள்ளிகள்' என்பன தமிழகத்தில் மட்டும் தடுத்து நிறுத்தப்பட்டன.

வாஜ்பேயி அரசு ஆட்சிக்கு வந்தவுடன் (1999 - 2004) தரமான NCERT பாட நூல்களை ஒழித்துக் கட்டிவிட்டு அந்த இடத்தில் அபத்தக் களஞ்சியங்களாக வரலாற்றைத் திரித்துப் புதிய நூல்கள் வெளியிடப் பட்டன. 'இந்திய வரலாற்றுக் கழகம்' (ICHR) முதலான பல்வேறு கல்விசார் நிறுவனங்களிலிருந்த தகுதிநிறை கல்வியாளர்கள் நீக்கப்பட்டு அந்த இடங்களில் இந்துத்துவ எடுபிடிகள் நியமிக்கப் பட்டனர். பல்கலைக்கழகங்களில் ஜோதிடக் கல்வி, வேத கணிதம், புரோகிதம் முதலியன பாடத்திட்டமாக்கப்படும் முயற்சிகள் மேற்கொள்ளப்பட்டன.

அப்போதும் இதற்கெதிராக ஒரு கூட்டமைப்பு உருவாக்கப்பட்டது. அதில் பேரா. ஜெகதீசன், பேரா. வசந்தி தேவி, பேராசிரியர் சாதிக் உள்ளிட்ட முன்னாள் துணைவேந்தர்கள், டாக்டர் சிவகுமார் முதலான கல்லூரி முதல்வர்கள் மட்டுமின்றி சி.மகேந்திரன், பீட்டர் அல்போன்ஸ், சு.பொ. அகத்தியலிங்கம் முதலானோரும் பங்கு பெற்றனர். பாடநூல்களில் செய்யப்பட்ட திருத்தங்களை அம்பலப் படுத்தி நான் எழுதிய பாடநூல்களில் பாசிசம் எனும் நூல் சுமார் 5000 பிரதிகள் தமிழகத்தில் விற்றன. அதுவும் பல பதிப்புகளைக் கண்டது.

முன்னாள் NCERT தலைவர் டாக்டர் அர்ஜுன் தேவ் அவர்களை டெல்லியிலிருந்து வரவழைத்து கருத்தரங்கொன்றையும் சென்னையில் நடத்தினோம். அவர் இங்கு ஒரு மாத இதழுக்கு அளித்த நேர்காணலில் தமிழகத்தில் உருவாகியுள்ள அளவிற்கு இப்படியான விழிப்புணர்வு வேறு எந்த மாநிலத்திலும் ஏற்படவில்லை என்றார் (அந்த நேர்காணல் என்னுடைய இந்துத்துவத்தின் இருள்வெளிகள் நூலில் உள்ளது).

இந்துத்துவ அரசின் பின்னணியில் சிந்துவெளி எழுத்துக்களைப் படித்துவிட்டதாகவும் சிந்து வெளிப் பண்பாடு ஆரியப் பண்பாடுதான் என நிறுவப்பட்டு விட்டதாகவும் அமெரிக்கா போன்ற நாடுகளில் உயர் பதவிகளில் இருந்துகொண்டு 'கடல்கடந்த இந்துத்துவ சேவை' செய்யும் சிலர் புருடா விட்டபோது சென்னை ஆழ்வார்பேட்டை யிலுள்ள சி.பி. ராமசாமி அய்யர் நிறுவனம் ஆசிரியர்களுக்கு இது

குறித்து ஒரு 'பயிற்சி முகாம்' நடத்தியது. அதை அறிந்து நாங்கள் இரவோடிரவாக அந்த அபத்தங்கள் எப்படி கம்ப்யூடர் க்ராஃபிக்ஸ் மூலம் உருவாக்கப்பட்ட ஃப்ராடு வேலை என்பதை வெளிப்படுத்தி ஒரு அறிக்கை தயாரித்து அதை ஆழ்வார்பேட்டையில் உள்ள அவர்களின் அலுவலகத்துக்கு வெளியே நின்று விநியோகித்தோம். தோழர்கள் நடராசன், நீலகண்டன் உள்ளிட்ட மூன்று தோழர்கள் அமைதியாக அங்கு வருவோரிடம் அந்த அறிக்கையை விநியோகித்துக் கொண்டிருந்த போது அவர்கள் அம்மூவரையும் பிடித்து இழுத்துச் சென்று ஒரு அறையில் போட்டுப் பூட்டி காவல்துறையிடம் ஒப்படைத்தனர்.

செய்தி அறிந்து நான், தீக்கதிர் ஆசிரியர் தோழர் சு.பொ. அகத்தியலிங்கம், தற்போது சர்க்கரை நோயால் ஒரு காலை இழந்து ஓய்வில் உள்ள பேராசிரியர் எம். எஃப். கான் ஆகியோர் அண்ணா மேம்பாலம் காவல் நிலையத்திற்குச் சென்று மாலைவரை இருந்து அதிகாரிகளிடம் பேசி அவர்களை அழைத்து வந்தோம்.

சிந்துவெளி ஃப்ராடை அம்பலப்படுத்தி நான் எழுதிய ஆரியக் கூத்து நூலும் பெரிய அளவில் வரவேற்பிற்குள்ளானது. அமெரிக்கா விலிருந்து வந்த ஒரு நாகர்கோவில்காரர் ஸ்காட் க்றிஸ்டியன் கல்லூரியில் நடந்த ஒரு நிகழ்ச்சியில் அந்நூலின் 400 பிரதிகளை அங்கு வந்திருந்த அனைவருக்கும் இலவசமாக விநியோகித்தார். அந்த நிகழ்ச்சியில் எழுத்தாளர் சுந்தர ராமசாமி அவர்களும் கலந்து கொண்டார்.

என் நினைவில் நிற்கிற நான் தொடர்புடைய சில நிகழ்வுகளை மட்டும் இங்கே பதிவு செய்துள்ளேன். வேறு பலரும் குறிப்பாக இடதுசாரி இயக்கங்கள் இந்த எதிர்ப்பில் முக்கியப் பங்காற்றின. நான் இங்கு சொல்ல முற்படுவது இதுதான். கல்வித் திட்டத்தில் இப்படியான மக்கள் விரோத நடவடிக்கைகளை அரசுகள் மேற்கொள்ளும்போது அவற்றை எதிர்த்துப் போராடிய ஒரு பாரம்பரியம் தமிழகத்திற்கு உண்டு. ராஜாஜி முதல்வராக இருந்தபோது கொண்டுவரப்பட்ட 'குலக் கல்வி'க்கு எதிரான போராட்டமும், 1965இல் அப்போதைய அரசு கொண்டு வர முயன்ற இந்தித் திணிப்புக்கு எதிரான தமிழகம் தழுவிய போராட்டமும் இங்கு ஆட்சி மாற்றங்கள் ஏற்படுவதற்குக் காரணமாயின.

இன்று வெளியிடப்பட்டுள்ள புதிய கல்விக் கொள்கை அறிக்கை இரண்டு வகைகளில் ஆபத்தானது. கல்வி தொடர்பான பன்னாட்டு காட்ஸ் (GATS) நெறிமுறைகளை ஏற்கச் சம்மதித்தபின் ஓய்வுபெற்ற அரசு அதிகாரிகளைக் கொண்டு தயாரிக்கப்பட்ட அறிக்கை இது. அந்த வகையில் கல்வியை வணிகமயப்படுத்துவதற்கும் வெளிநாட்டுக் கல்வி நிறுவனங்கள் உள்ளே புகுவதற்கும், கல்வியை மேலும் தனியார் மயப்படுத்துவதற்கும் தோதாக இது உருவாக்கப்பட்டுள்ளது என்பது ஒருபக்கம். இன்னொரு பக்கம் மோடி அரசால் உருவாக்கப் படும் இந்தக் கொள்கை இந்துத்துவக் கருத்துகளைப் பாடத்திட்டத்தில் சேர்க்க வகை செய்யும் முறையில் அமைந்துள்ளது.

இன்று திமுக போன்ற கட்சிகள் இந்தக் கல்விக் கொள்கையை எதிர்ப்பது கண்டு மகிழ்ச்சி அடைகிறோம். ஆனால் பொருளாதாரத் தாராளமயத்தை ஆதரிக்கும் இக்கட்சிகள் எந்த அளவிற்கு உயர் கல்வியில் மேற்கொள்ளப்படும் வெளிநாட்டுப் பல்கலைக்கழ கங்களின் நுழைவு முதலான முயற்சிகளை எதிர்க்கப் போகின்றன? பாடத்திட்டங்களில் இந்துத்துவக் கருத்துகளைப் புகுத்துவது என்கிற மட்டத்தில் மட்டுமே இவர்களின் எதிர்ப்புகள் செயல்படும் என நம்பலாம்.

4.3

கல்விச் சீரழிவுகள் மற்றும் தீர்வுகள் குறித்த இவர்களின் பார்வை

இந்தப் புதிய தேசிய கல்விக் கொள்கை குறித்த நகல் அறிக்கைக்குள் செல்லும் முன் சற்று முன் ஆங்கில நாளிதழில் (ஆக 16, 2016) வாசித்த செய்தி ஒன்றை உங்களுடன் பகிர்ந்துகொள்கிறேன். இன்றைய கல்விச் சீரழிவுகள் மற்றும் தீர்வுகள் குறித்த ஆட்சியாளர்களின் பார்வையைப் புரிந்துகொள்ள இந்தச் செய்தி உதவும்.

மத்திய அரசு இப்போது வெளியிட்டுள்ள புதிய கல்விக் கொள்கை (நகல்) மீது மாநில அரசுகளின் கருத்துகளும் கோரப்பட்டுள்ளன. குஜராத் அரசு தன் கருத்தாகத் தயாரித்துச் சுற்றுக்கு விட்டுள்ள நகல் அறிக்கையில், 'பள்ளிக் கல்விச் சீரழிவிற்கு பெண் ஆசிரியர்கள் அதிக அளவில் பணி அமர்த்தப்பட்டிருப்பதுதான் காரணம்' என்று கூறப்பட்டுள்ளது. தொடக்கக் கல்வி மட்டத்தில் முழுமையாகப் பெண் ஆசிரியர்களே இருப்பது நல்லது என்கிற கருத்திற்கு முற்றிலும் எதிராக குஜராத் அரசின் இந்தக் கருத்து அமைந்துள்ளது.

குஜராத்தில் 96,000 பெண் ஆசிரியர்கள் உள்ளனராம். இவர்களுக்குக் குழந்தைப்பேறு விடுமுறை ஒவ்வொரு குழந்தைப் பிறப்பிற்கும் 6 மாதங்கள் கொடுக்க வேண்டி உள்ளதாம். ஆண் ஆசிரியர்களாக இருந்தால் 10 நாட்களோடு ஒழிந்துவிடுமாம்.

அடுத்து மாணவர்கள் தேர்வுகளில் அதிகம் தோல்வியுறுவதற்குக் குஜராத் அரசு முன்வைக்கும் காரணம், 'கல்வியறிவற்ற பெற்றோர்களும் மாணவர்களுக்குக் கல்வியில் உரிய ஆர்வமும் தூண்டுதலும் இன்மை என்பவையே.' அறிக்கை அடுத்து முன்வைக்கும் பகீர் தீர்வுகள் இன்னும் அதிர்ச்சி அளிக்கக் கூடியன.

பள்ளியில் ஒழுங்காகப் படிக்காத குழந்தைகளின் பெற்றோருக்குத் தண்டனை (penal action) வழங்கப்பட வேண்டுமாம்.

சரியாகச் செயல்படாத ஆசிரியர்களுக்கு ஊதிய உயர்வு, பதவி உயர்வு ஆகியவற்றை நிறுத்துதல், அவர்கள்மீது விசாரணை தொடங்குதல், இடமாற்றம், தற்காலிகப் பணிநீக்கம் முதலிய தண்டனைகளை அளித்தல் ஆகிய பரிந்துரைகளையும் இந்த அறிக்கை முன்வைக்கிறது.

மொத்தத்தில் 'இந்துத்துவத்தின் சோதனைச்சாலை' எனப்படும் குஜராத் அரசு கல்விச் சீரழிவுக்கான காரணங்களாக முன்வைப்ப வற்றை இப்படி வரிசைப்படுத்தலாம்.

1. கல்வியில் ஆர்வமற்ற (ஏழை/அடித்தளச் சாதி) பிள்ளைகள்

2. கல்வி அறிவற்ற (ஏழை/அடித்தளச் சாதி) பெற்றோர்கள்

3. ஒழுங்காகப் பணி செய்யாத ஆசிரியர்கள்

4. பெண் ஆசிரியர்கள்

என்னா கொடுமை சார் இது என்கிறீர்களா? கொடுமை எல்லாம் ஒன்றும் இல்லை. இன்றைய மோடி அரசு வெளியிட்டுள்ள நகல் அறிக்கையும்கூட நமது கல்விப் பிரச்சினைகளை இந்தக் கோணத்தி லிருந்துதான் ஆய்வு செய்து தீர்வுகளையும் முன்வைக்கிறது. பழியை இப்படி மக்கள் மீது சுமத்திவிட்டு கல்வியைத் தனியார்மயமாக்கு வதும், உள்ளடக்கத்தை இந்துத்துவ மயமாக்குவதுந்தான் அதன் நோக்கமாக உள்ளது.

வழக்கம்போல மத்தியதர வர்க்கம் மற்றும் மேல்தட்டு மக்களின் கருத்துடன் ஒத்திசையுமாறு இந்தக் கருத்துகள் முன்வைக்கப் படுவதையும் நாம் கவனிக்க வேண்டும். மேலோட்டமாகப் பார்க்கும் நம் மத்தியதர வர்க்கப் பார்வையாளர்கள், 'ஆகா இதெல்லாம் சரியாகத் தானே இருக்கிறது. நம்ம பிள்ளைகள் எல்லாம் நல்ல பள்ளிகளில் சரியாகப் படிக்கவில்லையா? இந்த அரசுப் பள்ளிகளில் படிக்கும் அடித்தளப் பிள்ளைகள் சீரழிவதற்கு இவைதான் காரணம்' என நினைக்கும் மனப்போக்கிற்கு ஒத்துவருமாறு இங்கு கருத்துகள் கட்டமைக்கப்படுகின்றன.

இந்தப் பிரச்சினை மிகவும் சிக்கலானது. மேலோட்டமாகப் புரிந்துகொள்ள இயலாதது. மொத்தத்தில் கல்விச் சீரழிவிற்கான காரணங்களில் அரசு மற்றும் நம் சமூக அமைப்புக்குள்ள பிரதான பங்கு மக்களின் கண்களிலிருந்து மறைக்கப்படுகிறது. போதிய ஆசிரியர்கள் நியமிக்கப்படாமை என்கிற அடிப்படைக் காரணம் விவாதத்திலிருந்து அகற்றப்படுவதைக் காணலாம். மொத்தமுள்ள

பெண் ஆசிரியர்கள், இவர்களுக்குச் சராசரியாகத் தேவைப்படும் மொத்த பிரசவ விடுப்பு ஆகியவற்றைக் கணக்கிட்டுக் கூடுதல் ஆசிரியர்களை நியமிப்பது என்கிற சரியான தீர்வைப் புறந்தள்ளி ஆசிரியர்களையும் மாணவர்களையும் அடித்தள மக்களையும் குற்றம் சாட்டும் நோக்கில்தான் இந்த அறிக்கைகள் அமைந்துள்ளன.

முழுக்க முழுக்க அடித்தள மக்கள் மீது வெறுப்பைக் கக்கும் ஒரு மதவாத—கார்பொரேட் அரசின் அறிக்கை இது என்பது மேலும் உறுதியாகிறது.

இந்த அறிக்கைகள் முன்வைக்கும் கருத்துகளை ஒவ்வொன்றாகப் பார்க்குமுன் இந்த அறிக்கையால் ஆபத்தில்லை எனச் சான்றிதழ் கொடுக்கும் ஒரு கட்டுரையைப் பார்க்கலாம்.

4.4

இந்த அறிக்கையில் எந்த பூதமும் இல்லை எனப் புன்னகைக்கும் ஒருவர்

2016 கல்விக் கொள்கை அறிக்கை தொடர்பாக தி இந்து நாளிதழ் வெளியிட்டுவரும் கட்டுரைகளில் ஒரு ஆபத்தான கட்டுரை மகேஷ் என்பவருடையது. ஒரு கல்விக் கொள்கை என்பது முன்வைக்க வேண்டிய அடிப்படையான அம்சங்கள் மற்றும் இங்கு ஏற்கனவே முன்வைக்கப்பட்ட கல்விக் கொள்கைகள் பேசியவை முதலியன குறித்த பிரக்ஞை ஏதும் இல்லாமல் எழுதப்பட்ட கட்டுரை இது. இது குறித்து விரிவாக எழுதும் முன்னர் ஒன்று மட்டும் இங்கே.

பாஜக அரசின் இந்தக் கல்விக் கொள்கையைக் கைதட்டி ஆரவாரித்து எழுதும் இவர் போகிற போக்கில் இப்படிச் சொல்கிறார்:

திராவிடக் கட்சிகள் ஆட்சிக்கு வந்தால், தங்களின் கொள்கையை எல்லாம் ஒட்டுமொத்த மக்கள் மீதான சட்டமாக மாற்றுகிறது, கம்யூனிஸ்ட்டுகளும் தங்கள் கொள்கைகளைச் சட்டதிட்டமாக அறிவிக்கிறார்கள். இதைப் போலத்தானே பாஜகவும் செய்யும் என்று பீதி ஏற்படுவது நியாயம்தான். ஆனால், சம்ஸ்கிருதத்துக்குப் புத்துயிர் அளிப்பது, சிறுபான்மையினர் அல்லாத ஏழைக் குழந்தைகளுக்கும் கல்வி உதவித்தொகை, உலகமயமாதலுக்கேற்ற வகையில் கல்வித் திட்டத்தை மாற்றுவது போன்ற அறிவிப்புகளைத் தாண்டி, அவர்கள் இந்தக் கல்விக் கொள்கையில் எந்தப் புரட்சியும் செய்யவில்லை.

அதாவது, 'எந்தக் கட்சிகள் வந்தாலும் தம் கொள்கையைப் பாடத் திட்டத்தில் புகுத்துவார்கள். அந்த உரிமை பாஜகவுக்கு மட்டும் இல்லையா? ஆனால் அவர்கள் அப்படியும்கூடப் பெரிதாக எதையும் செய்யவில்லை. ஏன் இந்தப் பதற்றம்' என்பதுதான் அவர் சொல்வதன் சுருக்கம்.

பாஜகவுக்கு மட்டும் அந்த உரிமை இல்லை என நாம் சொல்ல வில்லை. பாஜகவோ இல்லை கம்யூனிஸ்டுகளோ யார் முன்வைக்கும் கல்வித்திட்டமாக இருந்தபோதிலும் அந்தக் கல்வித்திட்டத்தை மதிப்பிடக் குறைந்தபட்சம் மூன்று கேள்விகளை நாம் எழுப்பிப் பார்க்க வேண்டும். 1. மாற்றப்படும் கல்விமுறை எத்தகைய மதிப்பீடு களை முன்வைக்கிறது? 2. தாங்கள் முன்வைக்கும் உலகக் கண்ணோட்டத் திற்கு மாறான கருத்துக்களை விவரித்து அவை எவ்வாறு தவறானவை என தர்க்க ரீதியாக விளக்கப்படுகிறதா? 3. தான் முன்வைக்கும் மதிப்பீடுகளை விஞ்ஞான ரீதியான சோதனை களுக்கு உட்படுத்த அது தயாராக இருக்கிறதா?

இந்தச் சோதனையில் அவர்கள் தோற்பது உறுதி. வேத காலத்திலேயே பிளாஸ்டிக் சர்ஜரி இருந்தது என்பதுபோன்ற அபத்தங்களை எல்லாம் இவர்கள் எப்படி நிறுவ முடியும்? தவிரவும் எந்த ஒரு குறிப்பிட்ட கருத்தியலைக்கொண்ட கட்சியாக இருந்த போதிலும் அவர்கள் அதிகாரத்துக்கு வந்தவுடன் என்னவெல்லாம் செய்கிறார்கள் என்பதையும் நாம் கவனத்தில்கொள்ள வேண்டும். கம்யூனிஸ்டுகள் ஆட்சிக்கு வந்தால் அவர்கள் நிலச் சீர்திருத்தம், தொழிலாளர் நலச் சட்டங்கள் முதலானவற்றிற்கு முன்னுரிமை அளிப்பர். தலித் பகுஜன் கட்சி ஆட்சிக்கு வந்தால் இட ஒதுக்கீடு, தீண்டாமை ஒழிப்பு முதலானவற்றில் கவனம் செலுத்துவர். இவற்றுக்கு முன்னுரிமை கொடுத்து அதன்பின் கூடுதலாக அவர்கள் கல்வித்துறை மாற்றங்களையும் செய்வர். ஆனால் பாஜக ஆட்சி வரும்போதெல்லாம் அவர்கள் முதலில் செய்வது பாடத் திட்டங்களை மாற்றுவது, கல்வி நிறுவனங்களை அவர்களது ஆட்களைக்கொண்டு நிரப்புவது ஆகியவைதான்.. அவர்களின் நோக்கம் என்ன என்பதற்கு வேறு விளக்கம் தேவையில்லை.

ஒரு கல்விக் கொள்கை நகல் என்பது ரொம்பவும் abstract ஆகவும் சுருக்கமாகவும்தான் இருக்க முடியும். என்னென்ன பாடங்களில் எப்படியான மாற்றங்களை என்ன மாதிரிச் செய்யப் போகிறோம் என்றெல்லாம் ஒரு நூறு அல்லது இருநூறு பக்க முன்னோட்டத்தில் சொல்ல முடியாது. எனவே கண்ணில் உறுத்துமாறு concrete ஆக அறிக்கையில் ஏதும் இல்லையே என்பதற்காக 'அப்படி ஒன்றும் பூதம் இந்த அறிக்கையில் ஒளிந்திருக்கவில்லையே' என 'மடக்குவது' சிறு பிள்ளைத்தனம். ஆனால் இந்த மகேஷின் கட்டுரை 'பூதம் ஏதும் இல்லை' என்கிற அறிவிப்போடுதான் தொடங்கவே செய்கிறது.

கருத்துருவாக (abstract) இங்கே சொல்லப்பட்டுள்ளவற்றை அவர்களின் இதர சொல்லாடல்கள், செயல்பாடுகள் ஆகியவற்றுடன் இணைத்துத்தான் புரிந்துகொள்ள முடியும். அப்படிப் புரிந்து கொள்வதால்தான் எங்களுக்கு இந்த 'டென்ஷன்.' நீங்கள் பாக்கிய சாலிகள். உங்கள் கண்ணுக்கு பூதமும் தென்படவில்லை, டென்ஷனும் இல்லை.

ரொமிலா தாபர், பிபன் சந்திரா போன்ற இடதுசாரி அறிஞர்களின் கருத்துகள் காங்கிரஸ் ஆட்சியின்போது பாடநூல்களில் இடம்பெற்றன என்றால் அவை உலக அளவில் இந்தத் துறை அறிஞர்களால் ஏற்றுக் கொள்ளப்பட்டவை. வரலாற்றறிஞர் சமூகத்தால் அங்கீகரிக்கப் பட்டவை . எந்த விஞ்ஞான நிரூபணங்களையும் எதிர்கொள்ளும் திராணியுடையவை. ஆனால் இன்று பாஜகவினர் முன்வைத்துத் திரியும் அபத்தங்கள் எந்த அறிவியல் சோதனையையும் எதிர் கொள்ள முடியுமா? புராணக் காலத்திலேயே முன்னால் மட்டுமல்ல பின்னாலும் பறக்கும் விமானங்கள் இருந்தன என்றெல்லாம் நீங்கள் சொல்வதற்கு நிரூபணங்கள் உண்டா?

ஒரு கல்விக் கொள்கை என்பது விஞ்ஞானபூர்வமாக இருக்கிறதா என்பது மட்டுமல்ல. அது மனிதத் தன்மையுடையதாக இருக்கிறதா? ஜனநாயகபூர்வமாக இருக்கிறதா என்பது இன்னும் முக்கியம். கல்வி என்பது 'நாம்' என்பதை எவ்வாறு வரையறுக்கிறது, யாரை எல்லாம் 'நாமாக' முன்நிறுத்துகிறது, யாரை எல்லாம் 'நாம்' எனும் வரையறையிலிருந்து நீக்குகிறது என்பது முக்கியம்.

இந்த நகல் அறிக்கை இந்திய மரபு குறித்த ஒரு ஆரவாரமான முன்னெடுப்புடன்தான் தொடங்குகிறது. பிரச்சினை என்னவெனில் இந்திய மரபு ஒற்றை மரபு இல்லை. இந்திய மரபு எனச் சொல்வதைக் காட்டிலும் 'இந்திய மரபுகள்' எனச் சொல்வதே சரி. அவர்கள் சுட்டிக் காட்டும் ஆரிய– வைதிக மரபு தவிர தனித்துவத்துடன் கூடிய ஒரு திராவிட— தமிழ் மரபு இங்கு உண்டு. எண்ணற்ற அடித்தள — பழங்குடி மரபுகள் உண்டு.

வைதிக மரபை எதிர்த்த அவைதிக பவுத்த — சமண மரபு உண்டு. இஸ்லாமிய –கிறிஸ்தவ–சூபி மரபுகள் உண்டு. இராவணனின் கொடும்பாவியை எரித்துக் கொண்டாடும் மரபு ஒரு பக்கம் உண்டென்றால் இன்னொருபக்கம் இராவணனைத் தம் ஆதி மூதாதைகளில் ஒருவராக வணங்கிக் கொண்டாடும் கோண்டு இன

மக்களின் மரபும் இந்திய மரபுதான். இந்தப் பன்மைத் தன்மையை ஏற்காமல் 'ஆர்யபட்டா – சாணக்கியா – மதன் மோகன் மாளவியா' என ஒரு இந்து மரபைக் கட்டமைப்பது அப்பட்டமான ஒரு இந்துத்துவ அஜென்டா அன்றி வேறென்ன?

4.5

குருகுலக் கல்விமுறையைப் போற்றும் அபத்தம்

பார்ப்பனிய குருகுலக் கல்வி முறையும் பவுத்த, சமணத்தின் monastic கல்வியும் மோடி அரசுக்கு விசுவாசமான ஓய்வுபெற்ற அதிகாரிகளால் உருவாக்கப்பட்டுள்ள 'புதிய கல்விக் கொள்கைக்கான உள்ளீடுகள்' எனும் சுருக்க அறிக்கையின் தொடக்கமே (preamble) பிரம்மாதம்.

'இந்தியா எப்போதுமே கல்விக்கு அதிக முக்கியத்துவம் அளித்து வந்துள்ளது. தொல் இந்தியாவில் முதலில் உருவான கல்வித் திட்டம் 'வேதக் கல்வி' எனப்படும்.... 'குருகுலக் கல்வி' என்பது குருவுக்கும் சிஷ்யனுக்கும் இடையில் ஒரு பிணைப்பை ஏற்படுத்தியது. அது குருவை மையமாகக்கொண்ட ஒரு அமைப்பு. சிஷ்யர்கள் கடும் ஒழுக்கக் கட்டுப்பாட்டுக்குள் கொண்டுவரப்பட்டனர். சிஷ்யர்கள் (அவன் அல்லது அவள்) குருவுக்குச் செய்யவேண்டிய சில கடப்பாடுகள் உண்டு..'

இப்படி குருகுலக் கல்விமுறைக்குத் துதி பாடித் தொடங்குகிறது மோடியின் அதிகாரிகளால் தயாரிக்கப்பட்ட இந்தக் கல்விக் கொள்கைக்கான 'உள்ளீடுகள்' எனும் சுருக்க ஆவணம் (ப. 3). குருகுலம் போன்ற சுய சிந்தனைக்கு வாய்ப்பற்ற ஒரு அபத்தமான கல்விமுறை இருக்க முடியாது. குருவை மையமாகக்கொண்ட கல்விமுறை என்பதை நவீன கல்வியாளர்கள் எதிர்க்கின்றனர். ஒரு நல்ல கல்விமுறை மாணவர்களை மையமாகக்கொண்டு இருக்க வேண்டும்.

குருகுலக் கல்வி முறையில் அடித்தள மக்களுக்கும் பெண் களுக்கும் இடமில்லை. உடனே நம் பழமைத் துதிபாடிகள் வேத காலத்தில் கார்கி, மைத்ரேயி போன்ற பெண் கல்வியாளர்கள்

இல்லையா, அடித்தள மக்கள் கல்வியாளர்களாக இல்லையா... என்றெல்லாம் வாயாடுவார்கள்.

இந்தக் குருகுலக் கல்வி குறித்து அண்ணல் அம்பேத்கர் சொல்லும் ஒரு குறிப்பு இங்கே கவனிக்கத்தக்கது. அரச கொலை அல்லது பார்ப்பனியத்தின் வெற்றி எனும் அவரது நூலில் இதைக் காணலாம். தொடக்க காலத்தில் பூணூல் அணிவிப்பது என்பது குருவின் உரிமையாக இருந்தது. கிட்டத்தட்ட அது ஒரு பட்டமளிப்பு நிகழ்ச்சி போல. அப்போது பெண்கள் மட்டுமல்ல தன் தந்தை பெயர் அறியாத ஜபலேஸ்வரன் உட்பட குருவால் பூணூல் அணிவிக்கப்பட்டனர்.

பெண்களுக்கும் அப்போது பூணூல் அணிவிக்கப்பட்டது. ஆனால் வருண ஏற்றத்தாழ்வுகளைப் பார்ப்பனியம் உறுதி செய்தபோது பிறப்புடன் வருணம், சாதி ஆகியவற்றை உறுதியாகப் பிணைக்கும் நோக்கில் இந்தப் பூணூல் அணிவிக்கும் உரிமை குருவிடமிருந்து தந்தைக்கு மாற்றப்பட்டது. இன்றளவும் ஆவணி அவிட்டம் அன்று தந்தையே மகனுக்குப் பூணூல் அணிவிக்கிறார்.

இதன் பின் சூத்திரர், தீண்டாமைக்கு உட்படுத்தப்பட்டோர், பெண்கள் ஆகியோருக்குப் பூணூலுடன் சேர்ந்து கல்வியும் மறுக்கப் பட்டது.

ஆனால் தேவதாசி முறை உருவாக்கப்பட்ட பிறகு அந்த இளம் பெண்களுக்கு ஒரு தனிப் பாடத் திட்டத்துடன் கல்வி வழங்கப்பட்டது. முத்துப் பழனி, புட்டலக்ஷ்மி நாகரத்தினம்மாள் முதலானோர் அந்த வகையிலே கல்வியில் சிறந்திருந்தனர். 18ஆம் நூற்றாண்டில் தமிழகக் கல்வி குறித்த சில தரவுகளைச் சேகரித்த சீகன்பால்குவின் சேகரங்களில் இதைக் காணலாம் (பார்க்க: சீகன்பால்கு குறித்த தமிழகத்தில் அச்சுப் பண்பாடு எனும் எனது குறுநூல்). மொத்தத்தில் 'குடும்பப் பெண்களுக்கு'க் கல்வி தேவை இல்லை. குடும்ப வாழ்க்கையிலிருந்து அகற்றப்பட்ட பொதுமகளிர்க்கு அவர்கள் பிறரை மகிழ்விக்கத் தேவையான அளவிற்குக் கல்வி அளிக்கப்படும். அதேபோல அடித்தளப் பிரிவுகளைச் சேர்ந்த ஏகலைவர்களுக்கும் குருகுலக் கல்வியில் இடமில்லை.

நமது குருகுலக் கல்விமுறை இப்படிப் பெரும்பான்மை மக்களை ஒதுக்கிய ஒன்று என்பது ஒரு பக்கம். அதோடு அது ஒரு ஒற்றை

ஆசிரியனிடம் மண்டியிட்டுச் சேவகம் செய்து அவன் சொன்னதை மட்டும் கற்றுக்கொண்டு, விமர்சனபூர்வமான சுயசிந்தனைக்கு வாய்ப்பே அற்றவனாய் வெளியே வரும் கல்விமுறையும்கூட. குரு சொன்னால் எதையும் செய்ய வேண்டும். ஏகலைவன் கதை நாம் அறிந்ததுதானே. ஒரு குரு, அவனுக்குத் தூக்கம் வந்ததாம். அந்தச் சின்னஞ் சிறுவனை அமரச் சொல்லி அவன் மடியில் படுத்துக் கொண்டு குறட்டை விட்டுத் தூங்கினாராம். அப்போது ஒரு வண்டு அந்தச் சிறுவனின் தொடையைத் துளைத்ததாம். இரத்தம் பெருகி வலியால் துடித்த போதும் அந்தச் சிறுவன் குருவின் தூக்கம் கலையக் கூடாதென அப்படியே அமர்ந்திருந்தானாம். நமது நாட்டில் இப்போது நடந்தால் கல்வி உரிமைச் சட்டத்தின்படி அந்தக் குருவைத் தண்டித்துச் சிறையில் அடைக்கலாம்.

இப்படி நிறைய குருகுலக் கதைகளை நாம் அறிவோம்.

குருகுல முறை வெறும் அச்சுப் பதிவுகளைத்தான் உருவாக்குமே ஒழிய சுய சிந்தனையுடைய அறிவாளிகளை உருவாக்குவதற்கு அதில் வாய்ப்புக் குறைவு என்பதற்கு நம் உ.வே.சாமிநாதய்யர் ஒரு சிறந்த எடுத்துக்காட்டு. உ.வே.சா. மாயூரம் மகாவித்வான் மீனாட்சி சுந்தரம் பிள்ளையிடம் நீண்ட காலம் (தன் வருண தர்மத்தைக் காப்பாற்றிக் கொண்டு) தமிழ்க் கல்வி பயின்றவர். மகாவித்வான் 60,000 பாடல்கள் பாடியவர். அன்று மிகவும் போற்றப்பட்ட மிகப் பெரிய கல்வியாளர். அவருடைய தமிழ்க் கல்விப் பாடத்திட்டத்தை நீங்கள் உ.வே.சா. வின் நூலில் காணலாம். மிகவும் ஒரு குறுகிய பாடத் திட்டம் அது. பல்துறை அறிவு இருக்கட்டும்; தமிழ் இலக்கியம் குறித்த விரிந்த நோக்குக்கும் கூட அதில் இடமிருக்கவில்லை. சீவக சிந்தாமணி போன்ற சமணப் பெருங்காவியம் குறித்துக்கூட குருகுலக் கல்வி அவருக்குச் சொல்லித் தரவில்லை. பல ஆண்டுகள் அவரிடம் படித்த பிறகு குடந்தையில் அன்றைய பிரிட்டிஷ் ஆட்சியின் கல்வித் திட்டத்தின் கீழ் இயங்கிய அரசுக் கல்லூரியில் பணியில் சேர்ந்த பின்புதான் அவருக்கு உலகம் தெரிகிறது. தமிழின் அகற்சியையும் ஆழத்தையும் அறிகிறார். பிறகுதான், அதாவது அந்தக் குருகுலச் சிறையிலிருந்து வெளியேறிய பின்தான் அவர் எல்லாவற்றையும் கற்றுக்கொள்கிறார்.

அப்போது குடந்தையில் பணியாற்றிய ஒரு அரசு அதிகாரியான சேலம் இராமசாமி முதலியார் என்பவர் உவேசாவிடம் ஒரு சுவடித் தொகுப்பைக் கொடுத்து அதைப் படிக்கச் சொல்கிறார். அதை அவரால் புரிந்துகொள்ள இயலவில்லை. அலைந்து திரிந்து

கடைசியாகச் சமணப் பாரம்பரியத்தில் வந்த கரந்தை விஜயலட்சுமி அம்மாளிடம் பாடம் கேட்டு அதைப் புரிந்து பின் அதைப் பதிப்பிக்கிறார். அதுதான் பெருங் காப்பியங்களில் ஒன்றான சீவக சிந்தாமணி. உவேசாவின் பதிப்புகள் சிறந்திருப்பதற்கான காரணங் களில் ஒன்று அவர் மிகவும் நவீனமான பதிப்பு முறையைக் கையாண்டதுதான். அவர் மட்டும் குடந்தைக் கல்லூரிக்கு வந்து நவீன கல்விமுறையின் வெளிச்சம்படாமல் போயிருந்தால் அவர் இன்னொரு மகாவித்வான் மீனாட்சி சுந்தரம் பிள்ளையாகவே முடங்கி இருப்பார். யாராவது இப்போது மகாவித்வானின் 60,000 படைப்பு களில் ஒன்றையாவது சகித்துக்கொண்டு படித்துவிட இயலுமா?

பாரதியும் அப்படித்தானே, சீட்டுக்கவி பாடிக்கொண்டு எட்டைய புரத்திலேயே அவர் உழன்றிருந்தால் நமக்கு இன்றொரு மகாகவி கிடைத்திருப்பானா? நவீன ஊடகத்துறை பெற்றெடுத்த சிந்தனையாளன் அல்லவா அவன்!

ஒரே நேரத்தில் பல ஆசிரியர்களிடம் பல மாணவர்களுடன் சேர்ந்து படிப்பதுதான் சிறந்த கல்வி முறை. வைதீகத்தை மறுத்தெழுந்த நம் அவைதீகப் பாரம்பரியமான பவுத்த/சமணக் கல்விமுறை அத்தகையதே. அது ஒரு monastic கல்விமுறை. ஒற்றை ஆசிரியரிடம் ஒரு சில மாணவர்கள் அவரை ஒட்டி வாழ்ந்து கற்கும் பார்ப்பனியக் கல்வி முறைக்கு முற்றிலும் மாறுபட்ட, நிறுவனம் சார்ந்த கல்வி முறை இது. பல துறைகளில் மேம்பட்டிருந்த ஆசிரியர்களும் மாணவர்களும் சந்தித்து அறிவைப் பரிமாறிக்கொண்ட கல்விச் சாலைகள் அவை.

'பள்ளி,' 'கல்லூரி' எனும் இரு சொற்களும் பாலிமொழியின் கொடையல்லவா? சமஸ்கிருதம் அத்தகைய சொற்களை நமக்குத் தரவில்லையே.

அடித்தள மக்களும் கல்வி பெறும் வாய்ப்பை அளித்த கல்விமுறை பவுத்த, சமண அவைதீகக் கல்விமுறை. கிட்டத்தட்ட நவீன கல்வி முறைக்கு நெருங்கியது. வரலாற்றறிஞர் வின்செண்ட் ஸ்மித், 'மவுரிய ஆட்சிக் காலத்தில் தற்காலத்தில் (அதாவது அவருடைய காலத்தில்) இருப்பதைக் காட்டிலும் பெரிய அளவில் சாதாரண மக்கள் கல்வி பெற்றிருந்தனர்' என்கிறார். அசோகன் ஊரெங்கும் நட்டிருந்த அறவுரைகள் அனைத்தும் மக்கள் மொழியான பாலியில்தான்

இருந்தன. பண்டித, பார்ப்பன மொழியான சமஸ்கிருதத்தில் அவை இல்லை. சாதாரண மக்கள் கல்வி பெற்றிருந்தனர் என்கிற குறிப்பு இங்கே முக்கியம்.

தமிழகத்திலும் சங்க காலத்திலேயே சாதாரண மக்களும் கல்வி பெறும் வாய்ப்பிருந்துள்ளது. அய்ராவதம் மகாதேவன் போன்ற அறிஞர்கள் தற்போது கிடைத்துள்ள தொல் தமிழ் எழுத்துக்களின் மீது செய்துள்ள ஆய்வுகளின் அடிப்படையில் சொல்வது இது. திருக்குறளில் 'கல்வி' என்றொரு அதிகாரமே உண்டு. நன்னூல், நாலடியார் முதலான சமண நூல்களில் ஆசிரியருக்கான இலக்கணம், மாணவருக்கான இலக்கணங்கள் முதலியன சொல்லப்பட்டுள்ளன. ஆனால் எத்தகைய கல்விமுறை அப்போது இருந்தது என அறிய நமக்குச் சான்றுகள் இல்லை. அந்தக் கல்விமுறை சமணம் சார்ந்த ஒன்றாகத்தான் இருக்க வேண்டும். உறுதியாக அது பார்ப்பன குருகுல முறை அல்ல.

இப்படிக் குருகுல முறையை உன்னதப்படுத்தும் அபத்தத்துடன் தொடங்குகிறது மோடியின் புதிய கல்விக் கொள்கை நகல் அறிக்கை.

4.6

குலக் கல்வித் திட்டம்

பாஜக அரசின் இந்தப் புதிய கல்விக் கொள்கை நகல் அறிக்கையைச் சமீபத்தில் அவர்கள் '1986ஆம் ஆண்டு குழந்தை ஒழிப்புச் சட்டத்தில்' (Child Labour - Prohibition and Regulation Act 1986) செய்துள்ள திருத்தத் துடன் இணைத்துப் பார்ப்பது அவசியம்.

குழந்தைகளின் சிறார் பருவ மகிழ்ச்சிகளையும் அவர்களின் கல்வி வாய்ப்பையும் அழிக்கும் இந்தக் குழந்தை உழைப்பை இச்சட்டத்தின் மூலம் அரசால் ஒழித்துவிட இயலவில்லை என்பதை அறிவோம். இப்போது பாஜக அரசு தன் நாடாளுமன்றப் பெரும்பான்மையைப் பயன்படுத்தி இந்த இயலாமையையே இந்தத் திருத்தத்தின் மூலம் சட்டபூர்வப்படுத்தியுள்ளது.

இந்தத் திருத்தம் 14 வயதுக்குட்பட்ட குழந்தைகளைக் 'குடும்பத் தொழில்களில்' வேலை செய்ய அனுமதிக்கிறது. அதென்ன குடும்பத் தொழில்கள்? இன்றளவும் குடும்பத் தொழில்கள் பெரும்பாலும் வருண - சாதித் தொழில்களாகவும் தொடர்வதைக் கவனத்தில் கொள்ள வேண்டும்.

இந்தத் திருத்தத்தின் அடுத்த ஆபத்தான பகுதி 14 முதல் 18 வயதுக்குட்பட்ட குழந்தைகளை 'விடலைப் பருவத்தினர்' (Adolescents) என வரையறுத்து அவர்களை 'ஆபத்தற்ற' (non hazardous) தொழில்களில் பணியமர்த்தலாம் என அனுமதி அளிக்கிறது.

இதற்குச் சொல்லும் காரணம் 'எதார்த்தத்தை நாம் கணக்கில் எடுத்துக்கொள்ள வேண்டும்' என்பது.

இப்படியான கொடூரமான எதார்த்தங்களை ஒழித்துக்கட்டுவது என்பதா? இல்லை, ஒழித்துக்கட்ட முடியவில்லை என்பதைக் 'கணக்கில் எடுத்துக்கொண்டு' அவற்றைச் சட்டபூர்வமாக்குகிறோம் என்பதா?

ஒரு குறிப்பிட்ட தலித் சமூகம் கையால் மலம் அள்ளுவதை இன்னும் இந்த நாட்டில் ஒழிக்க இயலவில்லை. இந்த 'எதார்த்தத்தை'யும் கணக்கில் எடுத்துக்கொண்டு இதையும் சட்டபூர்வமாக்கப் போகிறதா மோடி அரசு?

சரி. இருக்கட்டும். இப்படிக் குழந்தை உழைப்பைச் சட்ட பூர்வமாக்கினால் கல்வி உரிமைச் சட்டம் என்னாவது? குழந்தை களுக்குக் கட்டாயமாகக் கல்வி அளிக்கப்படவேண்டும் என்கிற கடப்பாடு என்னாவது?

இதற்கு இந்தப் புதிய திருத்தம் இப்படி விடை அளிக்கிறது. 'பள்ளி நேரத்திற்கு அப்பாலும் விடுமுறை நாட்களிலும் (vocation)' மட்டும் தான் இப்படிக் குழந்தைகளை வேலைக்கு அமர்த்தலாமாம்.

இதைத்தானே ராஜாஜியின் குலக் கல்வித் திட்டமும் சொன்னது?

வேதனை என்னவெனில் அப்போது தமிழகத்தில் ஏற்பட்ட எதிர்ப்பும் சீற்றமும் இன்று அவிந்து கிடப்பதுதான்.

பாஜக அரசு இந்தத் திருத்தம் ஒரு வகையில் முற்போக்கானது என வேறு சொல்லிக்கொள்கிறது. அதற்கு அது சொல்லும் காரணம் இதுதான். முந்தைய குழந்தை உழைப்பு ஒழிப்புச் சட்டத்தில் ஒரு சில தொழில்களில் குழந்தைகளை வேலைக்கு அமர்த்தலாம் என்று இருந்ததை இப்போது இவர்கள் உருவாக்கியுள்ள திருத்தம் நீக்கி விட்டதாம். பள்ளி நேரத்தில் 'எந்தத் தொழிலுமே' செய்யக்கூடாது எனச் சொல்லிவிட்டார்களாம்.

ஆனால் முந்தைய ஐக்கிய முற்போக்குக் கூட்டணி அரசு இயற்றிய கல்வி உரிமைச் சட்டத்தில் (2009) தொடக்கக் கல்வி கட்டாயமாக்கப் பட்டுவிட்டது. அதன் பொருள் குழந்தைகளைப் பள்ளி நேரத்தில் யாரும் எந்த வேலைக்கும் அமர்த்தக்கூடாது என்பதுதான். எனவே இவர்கள் புதிதாக ஒன்றும் கிழித்துவிடவில்லை.

இன்று கல்வி மிகப் பெரிய அளவில் மாறியுள்ளது. கடும் போட்டி, கிட்டத்தட்ட 90 சதவீத மதிப்பெண்கள் பெற்றால்தான் மேற்படிப்பிற்கே செல்ல முடியும் என்கிற நிலை, போட்டித் தேர்வுகள்… எனக் குழந்தைகள் முழு நேரமும் உழைக்க வேண்டி உள்ளது. இந்நிலையில் பள்ளிநேரம் தவிர்த்த காலங்களில் வெளியில் வேலை செய்யலாம் என்றால் அப்படி வேலை செய்ய நேரும் ஏழை, எளிய மற்றும் தலித் குழந்தைகளின் எதிர்காலம் என்னாகும்?

கொஞ்சம் கொஞ்சமாக அவர்கள் 'படித்துக் கொண்டே' எந்த வேலையைச் செய்கிறார்களோ அந்த வேலையிலேயே ஊறி அமிழ்ந்து அழிவார்கள்.

இந்துத்துவம் மிகப் பிரம்மாதமாகத் தன் வேலையைச் செய்கிறது.

4.7

மாணவர்களைத் தரம் பிரிக்கும் ஆபத்து

பத்ரி சேஷாத்ரிகள் ஏன் இதைக் கொண்டாடுகின்றனர்?

10ஆம் வகுப்பு அளவில் ஆங்கிலம், கணிதம், அறிவியல் ஆகிய பாடங்கள் இருநிலைகள் கொண்டவையாக இருக்கும் என்ற முன்னெடுப்பு மிகவும் பாராட்டத்தக்கது. ஆனால், இதுதான் கடுமையாக எதிர்க்கப்படுகிறது. ஏற்கனவே பிற நாடுகளில் இருக்கும் முறைதான் இது. +2 அளவில் கணிதத்தையும் அறிவியலையும் எடுத்துப் படிக்க விரும்புபவர்கள் மட்டும் உயர்நிலைப் பாடங்களை எடுத்துப் படித்தால் போதுமானது. பிற மாணவர்கள் எளிய நிலையில் இப்பாடங்களை எடுத்துக்கொண்டு, மொழியிலும் சமூக அறிவியலிலும் அதிக கவனத்தைச் செலுத்தலாம் அல்லது விளையாட்டில் கவனம் செலுத்தலாம். களத்தில் பணியாற்றும் ஆசிரியர்களைக் கேட்டால் தெரியும் இதன் முக்கியத்துவம்.

மேலே உள்ள இந்தக் கூற்று இந்துத்துவ-ஆர்எஸ்எஸ் கருத்தியல்கள் மற்றும் அமைப்புகளின் தீவிர ஆதரவாளரான பத்ரி சேஷாத்ரி தங்கள் அரசின் புதிய கல்விக் கொள்கையை ஆதரித்து தி இந்து நாளிதழில் (ஆக. 22, 2016) எழுதியுள்ள கட்டுரையிலிருந்து எடுத்தது. சேஷாத்ரி யிடம் ஒரு அம்சம் பாராட்டுக்குரியது. அவர் வேறு சிலரைப் போலத் தன்னிடம் உள்ள பார்ப்பனிய ஒதுக்கல் அணுகல்முறையை நசுக்கி நசுக்கி வெளிப்படுத்துவதில்லை. வெளிப்படையாகவே தன்னை யார் என அடையாளப்படுத்திக் கொண்டுவிடுவார்.

சரி; இப்போது அவர் சொல்கிற விஷயத்திற்கு வருவோம். தற்போது உள்ள கல்விமுறையில் பத்தாம் வகுப்புவரை சொல்லிக் கொடுக்கும் பாடங்களும் தேர்வுகளும் பொதுவானவை. கணிதம்,

அறிவியல் முதலியவற்றைப் படிக்கும் மாணவர்கள் எனவும் பிற மாணவர்கள் எனவும் அவர்கள் பிரிக்கப்படுவதில்லை. திறன்மிகு மாணவர்கள், திறன் குறைந்த மாணவர்கள் எனப் பிரிக்கப்பட்டு தேர்வுகள் நடத்தப்படுவதுமில்லை. +1 சேரும்போதுதான் அவன்/ அவள் தன் கல்வி மற்றும் பாடங்கள் குறித்து எதைப் படிப்பது எனத் தேர்வுகளைச் செய்யத் தொடங்க வேண்டி இருக்கிறது. +2 வுக்குப் பின்னர்தான் முழுமையாக அம்மாணவர்தான் அறிவியல் / தொழில் நுட்பம்/மருத்துவம் படிப்பதா இல்லை வேறு கலைப்பாடங்கள் அல்லது தொழிற்பயிற்சி எனத் தேர்வு செய்து தன் வாழ்வையும் எதிர்காலத்தையும் தீர்மானித்துக்கொள்வதா என்கிற நிர்ப்பந்தத்திற்குத் தள்ளப்படுகிறார்.

இந்த நிலையில் ஒரு மிகப்பெரிய மாற்றத்தைச் செய்ய எத்தனிக்கிறது நரேந்திர மோடி அரசின் நம்பிக்கைமிக்க bureaucrats தயாரித்துள்ள இன்றைய புதிய கல்விக் கொள்கை பற்றிய முன்மொழிவு.

இதன்படி 9ஆம் வகுப்பு வரைதான் தேர்வுகள் பொதுவாக இருக்கும். 10ஆம் வகுப்பு வரும்போது மாணவர்கள் அவர்களின் கல்வித் தரத்தின்படி இரு பிரிவுகளாகப் பிரிக்கப்படுவர். இது குறித்து நகல் அறிக்கை விரிக்கும் கொள்கைத் திட்டம் (உள்ளீடுகள், 4.8.5) சொல்வது:

> பத்தாம் வகுப்புத் தேர்வுகளில் மாணவர்களின் தேர்வு வீதம் மிகக் குறைவாக இருப்பது என்பது அவர்கள் கணிதம், அறிவியல், ஆங்கிலம் ஆகிய மூன்று பாடங்களைச் சரியாகச் செய்யாததால் ஏற்படுகிறது. இந்தத் தேர்ச்சி வீதத்தை அதிகரிக்கும் பொருட்டு இந்த மூன்று பாடங்களுக்குமான பத்தாம் வகுப்புத் தேர்வு இரு மட்டங்களில் நடத்தப்படும். பிரிவு A, பிரிவு B என பத்தாம் வகுப்புத் தேர்வு இரண்டாகப் பிரிக்கப்படும். பிரிவு A தேர்வுகள் உயர்ந்த மட்டத்திலும் பிரிவு B தேர்வுகள் தாழ்ந்த மட்டத்திலும் நடத்தப்படும். பத்தாம் வகுப்பிற்குப் பின் தொழிற் பயிற்சியை மேற்கொள்ள விரும்புகிறவர்களும், ஆங்கிலம், கணிதம், அறிவியல் முதலான பாடங்களில் முன்பயிற்சி தேவையில்லாத படிப்பு மற்றும் பாடத்திட்டங்களைப் பயில விரும்புவோரும் பத்தாம் வகுப்புத் தேர்வில் பிரிவு B யைத் தேர்வு செய்யலாம்.

ஆக இனி இந்தத் திட்டம் அமுலுக்கு வந்தால் மாணவர்கள் பத்தாம் வகுப்பில் இரு பிரிவுகளாகப் பிரிக்கப்பட்டுத் தனித் தனியே அவர்களுக்குத் தேர்வுகள் நடத்தப்படும்.

நீண்டகாலம் அரசுப்பணியிலிருந்து ஓய்வுபெற்ற அதிகாரிகள் தயாரித்துள்ள இந்த அறிக்கையின் வாசகங்கள் மிகத் தந்திரமாகத் தயாரிக்கப்பட்டுள்ளன. பத்தாம் வகுப்பில் மாணவர்களுக்கு எத்தகைய தேர்வைத் தேர்வு செய்வது என்கிற 'சுதந்திரத்தை' அளிப்பதாக அறிக்கை பசப்புகிறது. ஆனால் இது நடைமுறைக்கு வரும்போது எப்படி இருக்கும்?

வகுப்பு நடக்கும்போதே மாணவர்கள் தரம் பிரிக்கப்படுவர். உயர்மட்டத் தேர்வு எழுதப் போகிற மாணவர்கள் எனவும் தாழ்ந்த மட்டத் தேர்வு மாணவர்கள் எனவும் இரு பிரிவுகளாக அவர்கள் பிரிக்கப்பட்டு அணுகப்படுவர். தேவை இல்லாமல் ஏன் தாழ்ந்த மட்டத் தேர்வுகளை எழுதப் போகிற மாணவர்களுக்குக் கூடுதலான பாடங்களைச் சொல்லிக் கொடுக்க வேண்டும் எனச் சொல்லி ஒரு பள்ளியில் பத்தாம் வகுப்பில் நான்கு பிரிவுகள் இருந்தால் உயர் மட்டத் தேர்வுகள் எழுதுபவர்கள் எனவும் தாழ்ந்த மட்டத் தேர்வுகளை எழுதுவோர் எனவும் தனித்தனியே வகுப்புகளும் பிரிக்கப்படும்.

கல்வியின் நோக்கம் முழுமையான மனிதரை உருவாக்குவது. அதனால்தான் அறிவியல் படிக்கும் மாணவருக்கும்கூட நாம் சங்க இலக்கியங்களையும் ஷேக்ஸ்பியரையும் சொல்லிக் கொடுக்கிறோம். இயற்பியல் அல்லது வேதியலில் ஆய்வுப் பட்டங்களைப் பெறுபவர்களைக்கூட Doctor of Philosophy (PhD) என்கிறோம். சோவியத் ரஷ்யாவில் இருபதாண்டுகாலம் கல்வி அமைச்சராக இருந்த லூனா சார்ஸ்கி, 'அதீத நுண்திறன் ஒருவரை முடமாக்கும் (over specialisation cripples a man)' என்பார்.

ஆனால் நவ தாராளவாதம் கோலோச்சும் இன்றைய உலகில் பல்கலைக்கழகம் குறித்து 18ஆம் நூற்றாண்டுத் தத்துவ ஞானிகளான வில்லியம் ஹம்போல்ட் போன்றோர் தயாரித்த இந்த வரைவுத் திட்டம் தூக்கி எறியப்பட்டு ஆணைக்குக் கீழ்ப்படிந்து நடக்கிற, குறிப்பான துறைகளில் அதீத திறன் மிக்க 'ரோபோ'க்களாக மனிதர்களைத் தயாரிக்கும் பயிற்சி நிலையங்களாக இன்று கல்வி நிறுவனங்கள் மாற்றப்படுகின்றன.

இது ஒரு உலகளாவிய போக்குத்தான். இந்த உலகளாவிய போக்கு மனிதர்களைத் தரம்பிரித்து உறுதியாக எல்லைகள் வகுக்கப்பட்டு, எல்லை மீறுதலைக் கடும் குற்றமாக்கிய இந்தியத் துணைக்கண்டத்தில்

மிக எளிதாகப் பொருந்திப் போவதற்கு ஒரு அருமையான எடுத்துக் காட்டுதான் நரேந்திர மோடி அரசு வெளியிட்டுள்ள இந்த அறிக்கையும் அதைப் பத்ரி சேஷாத்ரிகள் கொண்டாடுவதும்.

'ஏற்கனவே பிற நாடுகளில் இருக்கும் முறைதான் இது' என்கிறார் சேஷாத்ரி. அவர் ஒரு அமெரிகன் ரிடர்ன்ட். மேல்நாடுகளை எடுத்துக் காட்டுகிறார். அவர் சொல்வதை மறுக்க இயலாது. Academic Ability Grouping, Academic Tracking முதலான பெயர்களில் மேல்நாடுகளில் மாணவர்களை அவர்களின் கற்கைத் திறன்களின் அடிப்படையில் இப்படிப் 'பிரிவு' களாகப் பிரிக்கும் நிலை நவதாராளவாத யுகத்தில் ஏற்பட்டுள்ளது உண்மைதான்.

ஆனால் ஜனநாயகவாதிகள் மற்றும் கல்வியாளர்களிடமிருந்து அதற்குக் கடும் எதிர்ப்புகள் வந்துள்ளன என்பதும் இத்தகைய நிலை ஆரோக்கியமானதல்ல என இது குறித்த பல்கலைக்கழக ஆய்வுகள் சுட்டிக்காட்டி இருப்பதும் கவனத்துக்குரியவை.

சேஷாத்ரிகள் இவற்றைக் கவனப்படுத்த மாட்டார்கள். மனிதர் களைத் தரம் பிரிக்கும் அவலத்தைச் சகியா நாம்தான் இவற்றைத் தேடிப் பயில வேண்டும்; எச்சரிக்கையாக இருக்க வேண்டும்; எதிர்த்துப் போராட வேண்டும்.

> மாணவர்களைத் தரம் பிரிப்பது சமூகச் சீரழிவுக்கே இட்டுச் செல்லும்.
>
> — பேராசிரியர் ஜோ போலர்

பத்ரி சேஷாத்ரி சொல்வதுபோல பிரிட்டன், அமெரிக்கா உள்ளிட்ட வளர்ச்சியடைந்த நாடுகளிலும் இப்படியான திறன் அடிப்படையில் மாணவர்களைப் பிரித்துக் கற்பிப்பது உண்மைதான் என்பேன். அதுவும் 2000க்குப் பிறகு இது அதிகமாகி உள்ளதாகவும் சொல்லப் படுகிறது. இத்தகைய 'தரம் பிரித்துக் கற்பித்தல்' என்பது பலவகை களில் மேற்கொள்ளப்படுகிறது.

ஒரே வகுப்பு மாணவர்களைத் தர அடிப்படையில் குழுக்களாகப் பிரித்துக் கற்பிப்பது, கணிதம் போன்ற சில கடினமான பாடங்களுக்கு மட்டும் மாணவர்களைத் தரம் பிரித்துக் கற்பிப்பது, அவ்வப்போது மதிப்பீடுகளைச் செய்து இரண்டாம் தரமாக இருந்த பிள்ளைகளை முதல் தரத்திற்குக் கொண்டுவருவது எனப் பல வடிவங்களில் இது செயல்படுகிறது.

இது தவிர இப்படித் தரம் பிரித்துக் கற்பிப்பது கொள்கையளவில் தவறு என ஏற்று பல தரத்தினரும் ஒன்றாக ஒரே வகுப்பில் ஒரே பாடத்திட்டம், ஒரே தேர்வு எனக் கற்பிப்பதும் அங்கு உள்ளது...

அது மட்டுமல்ல அவ்வப்போது துறைசார்ந்த வல்லுநர்களைக் கொண்டு இந்த முறைகள் ஒவ்வொன்றும் ஆய்வு செய்யப்பட்டு அந்த ஆய்வறிக்கைகள் பிரதமர், கல்வித்துறை அமைச்சர் ஆகியோர் முன்வைக்கப்படுகின்றன. கல்விசார்ந்த அக்கறையுள்ள அமைப்புகளால் இத்தகைய தரப் பிரிப்பு பொதுத்தளத்தில் விவாதிக்கப்படுவதாகவும் அறிகிறோம்.

ஆனால் மோடி அரசாங்கம் திட்டமிடும் இந்தத் தரப் பிரிப்பு அணுகல்முறை எத்தகையது என்பது நமக்குச் சரியாக விளங்கவில்லை. இது குறித்த அரசின் நகல் அறிக்கை முன்மொழிவு ஒரு மூன்று வரிகளில் முடிந்துவிடுகிறது. இதன்படித் தரம் குறைந்த மாணவர்கள் தனித் தேர்வைத் தேர்வு செய்து எளிதாக அந்தத் தேர்வில் வெற்றி பெற்றுவிடலாம். ஆனால் அவர்கள் அறிவியல், தொழில் நுட்பம் சார்ந்த மேற்படிப்புகள் மற்றும் பணிகளுக்குச் செல்ல இயலாது. நிச்சயமாக உயர்கல்வி மற்றும் உயர்பதவிகளுக்கான போட்டித் தேர்வுகளுக்குச் செல்வதும் கடினமாகி விடும். தனித்தேர்வு என்கிற பொழுது தனிக் கேள்வித்தாள்கள், தனிப்பாடத் திட்டம், தனிச் சான்றிதழ்கள் என்றாகிறது. எனவே கற்கைத் தளத்தில் இந்த இரு பிரிவினரும் மீண்டும் சந்திக்கவே இயலாத நிலையை ஒன்பதாம் வகுப்புக்கு மேல் இந்த மாணவர்கள் அடைகின்றனர்.

படிப்பு முடிந்து அவர்கள் மீண்டும் சந்திக்க நேர்ந்தால் அப்போது அவர்கள் பெரும்பாலும் சமூக நிலையில் பெரும் ஏற்றத்தாழ்வுடன் இருப்பது உறுதி.

இங்கொன்றைச் சொல்ல வேண்டும். பள்ளியில் சேர்பவர்களில் கற்கைத் திறன் கூடுதலாக உள்ளவர்களும் இருப்பர். குறைவாக உள்ளவர்களும் இருப்பர் என்பது உண்மைதான். குறைவாக உள்ளவர்களைக் கண்டறிந்து, சிறப்புக் கவனம் செலுத்தி அவர்களை மேலுயர்த்துவது ஆசிரியர்களின் கடமை. அந்த வகையில் கற்கைத் திறன் குறைந்தவர்களைத் தனியாகப் பிரித்து அணுகவேண்டியது தவிர்க்க இயலாதது,

ஆனால் இவ்வாறு பிரிப்பது என்பதன் நோக்கம் அப்படித் திறன் குறைந்த மாணவர்களைத் தனியாகவும் சிறப்பாகவும் கவனிப்பதும், அவர்களது பெற்றோருடன் இணைந்து செயல்பட்டு அவர்களை மற்றவர்களுடன் சமமாக ஆக்குவதென்பதும்தான். இது தொடக்கக் கல்வி மட்டத்தில் அதிகம் பயன்தரக்கூடியதாக இருக்கும். ஆனால் மோடி அரசின் இந்தப் புதிய கல்வித் திட்டம் சொல்வது இதுவல்ல. இது ஒன்பதாம் வகுப்பில் செயல்படுத்துகிற ஒன்று. இது இத்தகைய தரம் குறைந்த மாணவர்களை மேலுயர்த்தும் நோக்கத்துடன் செய்யப்படுவதும் அல்ல. மாறாக நிரந்தரமாக அந்த மாணவர்களை இரண்டாம் தரமானவர்களாகக் கீழிறக்கும் நோக்கம் கொண்டது. இதை நாம் புரிந்துகொள்ள வேண்டும்.

மேலை நாடுகளில் இப்படித் திறன் அடிப்படையில் மாணவர்களைப் பிரித்துக் கற்பிக்கும் கல்வி முறை குறித்து எத்தகைய கருத்துகள் நிலவுகின்றன எனச் சுருக்கமாகப் பார்ப்போம்.

அங்கு இரண்டு அல்லது மூன்று படிநிலைகளில் இந்தத் தரப்பிரிப்பு நடைபெறுகிறது. 1. திறன்மிகுந்த மாணவர்கள். 2. இடைநிலை மாணவர்கள் 3. திறன் குறைந்த மாணவர்கள்.

இப்படியான தரப்பிரிப்பைத் திறன் மிகுந்த மாணவர்களின் பெற்றோர்கள் பெரிய அளவில் ஆதரிக்கின்றனர். எல்லா மாணவர் களுடன் சேர்ந்து ஒன்றாகக் கற்பிக்கப்படும்போது திறன் குறைந்த மாணவர்களைக் கணக்கில் கொண்டு மெதுவாகவும், கொஞ்சம் கொஞ்சமாகவும் சொல்லிக் கொடுக்க வேண்டியதாகிறது. தவிரவும் திறன் குறைந்த மாணவர்களுடன் சேர்த்துக் கற்பிக்கும்போது மாணவர்கள் முன் வலுவான சவால்கள் (challenges) முன்வைக்கப் படுவதில்லை. இவற்றால் திறன்மிக்க தங்களின் பிள்ளைகளின் மேல் நோக்கிய இயக்கத்திற்கான வேகம் குறைகிறது என்பது இப்படித் தரம்பிரிக்கப்பட்ட (heterogeneous) கல்வியை ஆதரித்து வரவேற்கும் பெற்றோர்களின் கருத்து. எல்லோருக்கும் ஒரே மாதிரியான (homogeneous) கற்பித்தல் முறையை எதிர்க்கும் இவர்கள் அனைவரும் உயர் வர்க்கத்தினர்; இனம், சமூக நிலை என எல்லா மட்டங்களில் உயர்ந்து நிற்போர் என்பது குறிப்பிடத்தக்கது.

ஆனால் பொதுக் கல்விமுறையை ஆதரிக்கும் 'தேசிய கல்விக் குழுமம்' (National Education Association) முதலிய இயக்கத்தினர்

இந்தத் தரம் பிரிக்கும் கல்விமுறையை எதிர்க்கின்றனர். வகுப்புக்குள் மாணவர்களை இப்படி இரு குழுக்களாக உருவாக்குவதும் பள்ளிக்குள் இவர்களை இரு வகைப் பாடங்களை நோக்கித் தள்ளுவதும் ஒட்டு மொத்தமான சமூக வளர்ச்சிக்கு உதவுவது என்பதைக் காட்டிலும் அடித்தள சமூக மாணவர்களை வெறும் உடலுழைப்பாளர்களாகவும் பயிற்சியாளர்களாகவும், மேற்தட்டு மக்களின் (gifted others) தேவை களைப் பூர்த்தி செய்கிற அடுத்த நிலையினராகவும் மாற்றும் என இவர்கள் கூறுகின்றனர்.

தவிரவும் இப்படித் தரம் பிரித்து அணுகும்முறை தரக்குறை வானவர்கள் என ஒதுக்கப்பட்டவர்கள் மத்தியில் மேலுயரும் ஊக்கத்தை (motivation) அழிக்கும். அவர்கள் மீது குத்தப்படும் 'தரக்குறைவானவர்கள்' என்கிற 'லேபிள்' அவர்களை நிரந்தரமாக ஆக்கங் குறைந்தவர்களாக ஆக்கும்.

'அவரவர்களை அவரவர்களின் தகுதிக்குரிய இடத்தில் வைத்துப் பயிற்றுவிப்பது, கூடுதலான திறன் உடையவர்களைச் சீரிய கல்விசார் பயிற்சிகளைக் கொடுத்து மேலும் தகுதிப்படுத்துவது, அதேநேரத்தில் தரம் குறைந்துள்ளவர்களை சாதாரண, அதிக மூளை உழைப்பைக் கோராத பயிற்சியாளர்களாக மட்டும் உருவாக்குவது என்பது நவீன தொழிலாளர் கொள்கையின் ஓரங்கமாக உள்ளதையும் நாம் கவனத்தில் கொள்ள வேண்டும்' என்பதையும் இத்தகையோர் சுட்டிக் காட்டுகின்றனர்.

'Crossing the Tracks: How 'Untracking' Can Save America's Schools' (New Press, 1992) எனும் நூலின் ஆசிரியர் ஆனே வீலாக் (Anne Wheelock) ஒரு நேர்காணலில் கூறும் சில கருத்துகள்:

கேள்வி : *தரப்பிரிப்புக் கல்விமுறை கல்வி வளர்ச்சிக்கு உதவுமா?*

ஆனே வீலாக் : இல்லை. அது நடுநிலையானது அல்ல. பாதுகாப் பானதும் அல்ல என்பதை ஆய்வுகள் உறுதியாக்குகின்றன. பரவலாக அது வரவேற்கப்பட்டபோதும் அது மாணவர்களின் ஊக்கத்தைக் குறைக்கிறது. குழந்தைகளுக்குத் தீங்கை விளைவிக்கக் கூடியது அது.

கேள்வி : *எப்படி அது தீங்கானது?*

ஆனே வீலாக் : பல வகைகளில் அது தீங்கானது:

1. *குழந்தைகளை இப்படித் தரம் பிரிப்பதற்கு நாம் கையாளும் அணுகல்முறை மிகவும் அகவயமாமனது. அறிவுக் கூர்மை*

பற்றிய குறுகலான பார்வைகளை அடிப்படையாகக் கொண்டது.

2. தரம் பிரித்தல் மூலம் மாணவர்கள் 'மந்தமாகக் கற்பவர்கள்' அல்லது 'வேகமாகக் கற்பவர்கள்' என்பது போன்ற முத்திரை களைச் (labels) சுமக்க நேர்கிறது. அது அவர்கள் மனதில் மட்டு மல்ல அவர்களின் ஆசிரியர்கள் மனதிலும் பதிந்துவிடுகிறது. இது மாணவர்களின் கற்கும் வேகத்தையே கற்கும் திறனாகக் குழப்பிக் கொள்வதில் முடிகிறது.

3. மாணவர்களை அணுகும்போதெல்லாம் அவர்கள் எந்தத் தரத்தினர் என்கிற பார்வையிலிருந்தே அணுகுகிறோம். அவர்கள் குறித்த நம் எதிர்பார்ப்புகளே இதனால் பாதிக்கப்படுகிறது.

4. ஒருமுறை இப்படித் தரம் பிரிக்கப்பட்டால் பள்ளிக் கல்வி முடியும் வரை அவர்கள் அதே நிலையில் தொடர்வதுதான் பொதுவாக நிகழ்கிறது. அவர்களின் சாதனை மட்டங்களுக்கு இடையேயான இடைவெளி நாளாக நாளாக மிகைப்படுத்தி உணரப்படுகின்றது. ஒரு மாணவரின் வளர்ச்சியின் எந்த ஒரு கட்டத்திலும் நாம் காணுகிற அவரது கல்விச் சாதனையை வைத்து அவரது எதிர்காலச் சாதனையையும் ஊகித்துவிட முடியும் எனும் கருத்து அபத்தமானது (it becomes a self & fulfilling prophecy).

இப்படிப் போகிறது அந்த நேர்காணல்.

பிரிட்டனில் உள்ள சஸ்செக்ஸ் (Sussex) பல்கலைக்கழகத்தில் இத்தகைய தரப் பிரிப்புக் கல்விமுறை பற்றிச் செய்யப்பட்ட இரு வேறு ஆய்வுகள் இப்படி மாணவர்களைத் தரம் பிரிப்பது அவர்களது திறனை மதிப்பிடும் துல்லியமான ஆய்வுமுறையும் அல்ல; அவர்களின் கல்வி வளர்ச்சிக்கு அது உகந்ததும் அல்ல என்பதைத் தெளிவுபடுத்தியுள்ளன.

சஸ்செக்ஸ் பல்கலைக்கழகக் கல்வித்துறையின் மேரி கியூரி பேராசிரியர் ஜோ போலர், 'பல வகைப்பட்ட திறன் உடையவர்களும் கலந்து படிக்கும் கணித வகுப்பு மாணவர்கள் திறன் அடிப்படையில் பிரிக்கப்பட்ட கணித மாணவர்களைக் காட்டிலும் சிறப்பாக விளங்குகின்றனர்' என நிறுவியுள்ளார். அமெரிக்கப் பள்ளிகளில் பயிலும் 700 மாணவர்களை நான்காண்டு காலம் ஆய்வு செய்து அவர் இந்த முடிவை எட்டியுள்ளார். தவிரவும் அவர் குறிப்பிடும் இந்தப் பலவகைப்பட்ட திறனுடைய மாணவர்கள் என்போர் ஒப்பீட்டளவில் எளிய சமூக நிலைகளைச் சார்ந்தோர்; முன்னதாக கணிதப்பாடத்தில் பலவீனமாக இருந்தோர் என்பது குறிப்பிடத்தக்கது.

பிரிட்டிஷ் பிரதமர் கார்டன் பிரவுன் முன் தன் ஆய்வைச் சமர்ப்பித்த பேராசிரியர் போலர், 'உலகில் வேறெந்த நாட்டைக் காட்டிலும் இங்கிலாந்தில் நாம் இப்படி மிகக் குறைந்த வயதிலேயே குழந்தைகளைத் திறன் அடிப்படையில் பிரிக்கிறோம் எனலாம். அதே நேரத்தில் நமது சமூகம்தான் அதிக அளவில் சமூக விரோதச் செயல்கள் நிறைந்ததாகவும், ஒழுங்கீனம் மிக்கதாகவும் உள்ளது என்பது வியப்புக்குரிய ஒன்றல்ல. குறைந்த திறனுடையவர்கள் எனக் குழந்தைகளை இப்படித் தரம் பிரித்து வைக்கும்போது அவர்கள் மனதில் தம்மைப்பற்றி 'வாழ்வில் தோல்வியுற்றவர்கள்' என்கிற முடிவு உருவாகிறது. இந்நிலையில் அவர்கள் சமூக விரோத மதிப்பீடுகளுக்கு ஆட்படுகின்றனர். அது அவர்களைச் சமூக விரோதச் செயல்களுக்கு இட்டுச் செல்கிறது' என்று கூறியது கவனத்துக்குரியது.

தரம் பிரிக்கப்படாமல் கணிதம் பயிற்றுவிக்கப்படும் மூன்று அமெரிக்கப் பள்ளிகளில் பயிலும் மாணவர்கள் மத்தியில் நான்காண்டு காலம் போலர் ஆய்வு செய்தார். ஒவ்வொரு மாணவரும் சக மாணவரின் கல்வியில் பொறுப்பைப் பகிர்ந்துகொள்ளும் கடப்பாடுடன் கூடிய கல்விமுறை அது. இதன் விளைவாகத் திறன் குறைந்த மாணவர்கள் மட்டுமின்றி, திறன்மிகுந்த மாணவர்களும் தம் சாதனைகளை அதிகரித்துக் கொள்ளும் நிலை ஏற்பட்டு வருவதை அவர் நிறுவினார். சக குடிமக்களின் நலனில் பொறுப்பேற்கும் உயர் விழுமியம் மாணவர்கள் மத்தியில் உருவாவதற்கும் அது வழி வகுத்தது.

'உயர்திறன்மிக்க மாணவர்கள் பயன் பெறுவர் எனும் நம்பிக்கையில்தான் பல பெற்றோர்கள் திறன் அடிப்படையில் பிரிக்கப்பட்ட கல்வி முறையை ஆதரிக்கின்றனர். ஆனால் கலந்து படிக்கும்போதுதான் இரு சாராருமே அதிகம் பயன்பெறுகின்றனர் என்பதை எனது சமீபத்திய ஆய்வுகள் நிறுவியுள்ளன; அதிகத் திறனுடையோர் அதிகம் பயன் பெறுவதையும் அது நிறுவியுள்ளது. நமது அரசாங்கம் இளைஞர்களின் நன்னடத்தையில் அக்கறை யுடையதாக இருக்குமேயானால் மாணவர்கள் மத்தியில் மரியாதையையும் பொறுப்புணர்வையும் ஊட்டும் கல்விமுறை பற்றியும் எத்தகைய மாணவர்களை எவ்வாறு ஒருங்கிணைப்பது என்பதிலும் அக்கறை செலுத்தவேண்டும். சமூக விரோத மதிப்பீடுகளை உடையவர்களாக ஆகும் வகையில் மாணவர்களைப் பிரித்து நிறுத்துவதுகூடாது' என்கிறார் போலர்.

சஸ்செக்ஸ் பல்கலைக்கழகத்தின் கல்வித்துறையைச் சேர்ந்த பேராசிரியர் டுனே மற்றும் அவரது சக ஆசிரியைகள் 168 ஆரம்ப மற்றும் உயர்நிலைப் பள்ளிகளை ஆய்வுக் களமாகக் கொண்டு ஒரு ஆய்வைச் செய்துள்ளனர். சமூக நிலையில் மேம்பட்ட குடும்பங் களிலிருந்து வரும் குழந்தைகள் திறன்மிகு பிரிவுகளில் வைக்கப் படுகின்றனர் எனவும், அதே போல மத்திய தரவர்க்கப் பிள்ளைகளின் முந்தைய சாதனைகள் எப்படி இருந்தபோதும் அவர்கள் உயர் பிரிவுகளில் வைக்கப்படுவதற்கான வாய்ப்புகள் அதிகம் என்பதையும் இந்த ஆய்வின் மூலம் அவர்கள் நிறுவியுள்ளனர். ஆனால் அடித்தளச் சமூகத்தினராக இருந்தால் அவர்கள் திறன்மிகு பிரிவில் இடம்பெறும் வாய்ப்புக் குறைவு. ஆக இந்தத் தர அடிப்படையிலான பிரித்தல் என்பது உண்மையில் வர்க்க அடிப்படையிலான பிரித்தலாக உள்ளது என்பதையும் அவர்கள் இதன் மூலம் நிறுவியுள்ளனர்.

மோடி அரசின் இந்தக் கல்வித் திட்டம் அமுலுக்கு வருமேயானால் இப்படி வர்க்க அடிப்படையில் மட்டுமின்றி சாதி, வருணம் மற்றும் மத அடிப்படையிலும் மாணவர்கள் பள்ளித் தலத்திற்குள் பிரித்து நிறுத்தப்படுவர். அது எத்தகைய விளைவுகளைச் சமூகத்தில் ஏற்படுத்தும் என்பதை இன்னொருமுறை சொல்ல வேண்டியதில்லை.

4.8

ஐந்தாம் வகுப்பிற்கு மேல் மீண்டும் *பாஸ்-ஃபெயில் முறையைக் கொணர்தலும்* 'திறன்மிக்க இந்தியர்களை' உருவாக்கும் திட்டமும்

2009இல் காங்கிரஸ் தலைமையில் இருந்த ஐக்கிய முற்போக்குக் கூட்டணி அரசு இயற்றிய கல்வி உரிமைச் சட்டத்தின் முக்கியமான வரவேற்கத்தக்க அம்சம் என்பது அதன் மூலம் தொடக்கக் கல்வியில் பயிலும் மாணவர்களைத் தேர்வில் தோற்றவர்கள் (fail) எனச் சொல்லி மீண்டும் அதே வகுப்பில் தக்க வைக்கும்முறை முடிவுக்குக் கொண்டுவரப்பட்டதுதான். கல்வி உரிமைச் சட்டத்தின் 16ஆவது பிரிவாக இது உள்ளது. 'எல்லோருக்கும் கல்வி' எனும் கோட்பாட்டில் அக்கறையுள்ள கல்வியாளர்கள் அனைவரும் இதைப் பாராட்டி உள்ளனர்.

கல்வி உரிமைச் சட்டம் மூலம் அளிக்கப்பட்டுள்ள இந்த உரிமை சட்டபூர்வமான ஒன்று. மத்திய மாநில அரசுகள் எதுவும் மாணவர் களுக்கு அளிக்கப்பட்டுள்ள இந்த உரிமையை உரிய சட்டத் திருத்தம் இல்லாமல் பறித்துவிட முடியாது. இதன்படி 8ஆம் வகுப்புவரை (அதாவது மாணவர்க்குக் குறைந்தபட்சம் 14 வயதாகும் வரை) அவரைத் தேர்வில் தோற்றதாகச் சொல்லி அதே வகுப்பில் இருத்தவோ பள்ளியைவிட்டு நீக்கவோ முடியாது. இது குடிமக்களுக்கு அளிக்கப்பட்டுள்ள உரிமைகளில் ஒன்றாகிறது.

குறைந்த பட்சக் கல்வித் தகுதியுள்ள குடிமக்களை உருவாக்கும் நோக்கிலிருந்து இது உருவாக்கப்பட்டுள்ளது. இன்று எந்த ஒரு அடிமட்ட வேலைகளுக்குப் போக வேண்டுமென்றாலும், ஓட்டுநர் உரிமம் பெறுவது போன்றவற்றிற்கும், ஏன் ஹரியானா போன்ற மாநிலங்களில் ஊராட்சித் தேர்தல்களில் நிற்பதற்கும், பெண்களாயின் திருமணத்திற்கும்கூடக் குறைந்தபட்சக் கல்வி தேவைப்படுகிற நிலையில் இது ஒரு முக்கிய அடிப்படை உரிமை ஆகிறது.

இந்த உரிமை அளிக்கப்படாவிட்டால் என்ன ஆகும்?

தேர்வில் தோற்றுவிட்டார்கள் எனச் சொல்லி அதே வகுப்பில் நிறுத்தப் படும் மாணவ மாணவிகளில் பெரும்பாலோர் அத்துடன் படிப்பு நிறுத்தப்பட்டுக் குடும்பத் தொழில்களுக்குள் அல்லது குழந்தை உழைப்பிற்குள் முடக்கப்படுவர். பெண்களாயின் இளம் வயதிலேயே திருமணத்திற்குள்ளும் தள்ளப்படலாம்.

அப்படி மேற்படிப்பு வாய்ப்பு மறுக்கப்பட்டுத் தேங்கிப் போகிறவர்கள் சமூகத்தின் எந்தப் பிரிவிலிருந்து வந்தவர்களாக இருப்பர்? ஏழை எளிய அடித்தளப் பிரிவினர். இன்னும் துல்லியமாகச் சொல்வதானால் தலித்துகள், மிகவும் பிற்படுத்தப்பட்டவர்கள், பழங்குடியினர், முஸ்லிம்கள், பெண்கள் முதலானோர் இப்படிப் பெரிதும் பாதிக்கப்படுவார்கள்.

கல்வி உரிமைச் சட்டம் அமுலாக்கப்பட்டபின் இப்படிப் பள்ளிப் படிப்பை அரைகுறையாக நிறுத்துவோரின் (dropouts) எண்ணிக்கை பெரிய அளவில் குறைந்துள்ளது. 2009-2010இல் இப்படிப் படிப்பை நிறுத்தியோர் 9 சதவீதம். சட்டம் அமலுக்கு வந்தபின் 2013-14இல் இது 5 சதவீதமாகக் குறைந்துள்ளது.

இப்படிப் பாஸ்×ஃபெயில் போடும் முறை எட்டாம் வகுப்புவரை நிறுத்திவைக்கப்பட்டது குறித்த எதிர்க் கருத்துக்களைப் பார்க்குமுன் கல்வி உரிமைச் சட்டம் இத்துடன் இணைத்துக் கூறியுள்ள இன்னொரு அம்சத்தைப் பார்ப்போம்.

கல்வி உரிமைச் சட்டத்தின் 30 (1) பிரிவின்படி தொடக்கக் கல்வி முடியும்வரை எந்த ஒரு குழந்தையும் அரசுத் தேர்வு எதிலும் வெற்றிபெறத் தேவையில்லை. 29(2) (h) பிரிவின்படி பள்ளிகளில் எல்லாவற்றையும் உள்ளடக்கிய தொடர் மதிப்பீடுகளுக்குக் குழந்தைகள் ஆட்படுத்தப்பட வேண்டும். ஆக, மாணவர்களை அரசு அல்லது பள்ளி அளவில் நடத்தப்படும் தேர்வுகளில் தோல்வி அடைந்ததாகக் காரணம் காட்டி அதே வகுப்பில் தக்க வைப்பதுதான் தடை செய்யப்பட்டுள்ளதே ஒழிய பிள்ளைகளைத் தொடர்ந்து மதிப்பீடு செய்து அவர்களின் முன்னேற்றத்தைக் கண்காணிப்பது இதனுடன் கூடவே கட்டாயமான கடமையாக்கப்படுகிறது. அந்த மதிப்பீடு என்பது வெறும் படிப்பு மட்டுமல்லாது அனைத்தையும் உள்ளடக்கியதாகவும் (Comprehensive Continuous Assessment) இருக்க வேண்டும். கற்கைத் திறனைச் சோதிப்பது என்கிற திசையிலிருந்து

மாறி இதர அம்சங்களை உள்ளடக்கி மதிப்பிடுவது என்பது இதன் பொருள். எவ்வகையிலும் இந்த மதிப்பீடு குழந்தைகளை அச்ச மூட்டுவதாக இருக்கலாகாது என்பது முக்கியம். அப்படியான மதிப்பீட்டில் பின்தங்கியவர்களாகக் கண்டறியப்படும் குழந்தை களுக்குச் சிறப்புக் கவனம் செலுத்தி அவர்களை மற்றவர்களுக்குச் சமமாக்க எல்லா முயற்சிகளும் மேற்கொள்ளப்படவேண்டும் என்பது இதன் பொருள்.

இப்படிக் குழந்தைகள் பின்தங்குகிற நிலை என்பதற்கு அவர்களை மட்டுமே பொறுப்பாக்க முடியாது. பள்ளியிலும் கற்பிக்கும் முறையிலும் உள்ள குறைபாடுகள், போதிய ஆசிரியர்கள் பணி அமர்த்தப்படாமை, ஆசிரியர்களுக்குப் போதிய தொடர் பயிற்சிகளை அளிக்காமை, ஆசிரியர்களை இதர பணிகளில் ஈடுபடுத்துதல், பள்ளியில் கழிப்பறை உள்ளிட்ட அடிப்படை வசதிகள் இல்லாமை எனப் பல காரணங்கள் உண்டு. இவையும் சரி செய்யப்படுதல் வேண்டும்.

ஆனால் இவை எதையும் செய்யாமல் கல்வியில் பின்தங்கி யுள்ளதற்கான பொறுப்பு அனைத்தையும் மாணவர்மீது சுமத்தி அவர்களை ஃபெயில் ஆக்கி, அதே வகுப்பில் மேலும் ஓராண்டு அமர்த்துவது என்பது அந்தப் பிள்ளைகள் மீது குற்ற உணர்ச்சியைச் சுமத்தி கல்வியில் ஆர்வமின்மையை (demotivation) ஏற்படுத்தி இறுதியில் படிப்பை அரைகுறையாக நிறுத்துவதற்கே இட்டுச் செல்லும்.

தவிரவும் இதில் இன்னொரு அம்சமும் கவனத்துக்குரியது. எந்தக் குழந்தையையும் 'கல்வியில் பின்தங்கிய குழந்தை' என முத்திரை குத்துவது அபத்தம். ஒரு குழந்தை கணக்கில் பலவீனமாக இருந்தால் மொழி அல்லது அறிவியல் பாடத்தில் ஆர்வமுடையதாக இருக்கலாம். எனவே தொடர் மதிப்பீட்டின் மூலம் இந்தப் பலவீனங்களை அடையாளம் காண்பதென்பது அதைக் காரணம் காட்டி அந்தக் குழந்தையை முத்திரை குத்தி அதன் கல்வி ஆர்வத்தைத் தீய்ப்பதற்கு அல்ல; மாறாக, அந்தப் பாடங்களைக் கற்பிக்கும் முறையில் சிறப்புக் கவனம் செலுத்துவது என்பதற்காகத்தான்.

இறுதியாக நாம் கவனம் கொள்ள வேண்டிய இன்னொரு உண்மை உள்ளது. அப்படிக் கல்வியில் பின்தங்கியவர்களாக அடையாளப் படுத்தப்படும் குழந்தைகளை மேலும் ஓராண்டு அதே வகுப்பில்

உட்கார வைப்பதால் அந்தக் குழந்தை முன்னேற்றம் அடைந்துவிடும் என்பதற்கும் எந்த அறிவியல் ஆதாரமும் கிடையாது.

ஆக, கல்வி உரிமைச் சட்டத்தின் இந்த 16ஆவது பிரிவு என்பதைத் தனியே பிரித்து, வெறுமனே எட்டாம் வகுப்புவரை யாரையும் 'ஃபெயில்' ஆக்குவது இல்லை என்பதாக மட்டும் சுருக்கிப் புரிந்து கொள்ளக்கூடாது. பள்ளிகளின் அகக் கட்டுமான வளர்ச்சி உள்ளிட்ட மேற்கூறிய அனைத்து நிபந்தனைகளுடன் கூடியதே இந்த 'ஒரே வகுப்பில் குழந்தைகளை மீண்டும் ஒருமுறை உட்கார வைக்கக் கூடாது' என்கிற சட்டம்.

பாஜக அரசு தனது புதிய கல்விக் கொள்கையின் ஊடாக மீண்டும் பாஸ்×ஃபெயில் முறையைக்கொண்டு வருவதில் தீவிரம் காட்டுவதைப் பேசுவதற்கு முன்னதாக இடைக் காலத்தில் நிகழ்ந்தவற்றைப் பார்ப்போம்.

2012இல் நடைபெற்ற 'மத்திய கல்வி ஆலோசனை வாரியத்தின் (CABE)' 59ஆவது கூட்டத்தில் பல மாநிலங்கள் இந்த முறையை, அதாவது எட்டாம் வகுப்புவரை யாரையும் நிறுத்தக் கூடாது எனும் முறையை முடிவுக்குக் கொண்டுவர வேண்டும் என்கிற குரலை ஒலித்தன. கிட்டத்தட்ட 18 மாநிலங்கள் அத்தகைய கருத்தைக் கொண்டிருந்ததாகத் தெரிகிறது. ஆம் ஆத்மி கட்சியின் அர்விந்த் கெஜ்ரிவால், மனிஷ் சிசோடியா உள்ளிட்டவர்களும் அக்கருத்தைத் தீவிரமாக ஒலித்தனர்.

சொன்ன காரணங்கள் இரண்டு. பாஸ்×ஃபெயில்முறை ஒழிக்கப்பட்டது மாணவர்கள் மத்தியில் பொறுப்பின்மையை வளர்க்கிறது. தம்மைத் தகுதிப்படுத்திக் கொள்ளாமலேயே குழந்தைகள் எட்டாம் வகுப்புவரை வந்துவிடுவதால் ஒன்பது மற்றும் பத்தாம் வகுப்புத் தேர்வுகளில் தோற்பவர்களின் எண்ணிக்கை 2010க்கு முன்னிருந்ததைக் காட்டிலும் இன்று அதிகமாகியுள்ளது என்பது ஒன்று.

அடுத்து, இப்படி எட்டாம் வகுப்புவரை தடங்கல் இல்லாமல் வந்துவிடும் குழந்தைகள் மூன்று அல்லது நான்காம் வகுப்புப் பாடங்களைக்கூடப் படிக்க இயலாதவர்களாக உள்ளார்கள் என்பது அவர்கள் சொன்ன அடுத்த காரணம்.

இதை ஒட்டி அப்போதைய மத்திய கல்வி அமைச்சர் கபில் சிபல் ஹரியானா மாநிலக் கல்வி அமைச்சர் கீதா புக்கல் தலைமையில் இதுகுறித்து ஆராய ஒரு குழு அமைத்தார். 2014இல் அறிக்கை சமர்ப்பித்த இக்குழு கொஞ்சம் கொஞ்சமாக ஃபெயில் போடுவது இல்லை என்கிற இந்தக் கொள்கை முடிவுக்குக் கொண்டுவரப்பட வேண்டும் என்கிற பரிந்துரையைச் செய்தது.

அடுத்துப் பதவி ஏற்ற பாஜக அரசு இதில் தீவிரம் காட்டியது. ஆறு முதல் எட்டாம் வகுப்புவரை பயிலும் மாணவர்கள் ஆண்டிறுதியில் தொடர் மதிப்பீட்டிற்கு ஆளாக்கப்பட்டுக் குறைந்தபட்சக் கல்வித் தகுதிக்கான சோதனையில் (Minimum Standards of Academic Performance – MSAP) வெற்றி பெற்றுள்ளதாகச் சான்றிதழ் வழங்கப் படும் நிலையை ஏற்படுத்தலாமா எனக் கருத்து வழங்குமாறு அட்டர்னி ஜெனெரல் முகுல் ரோதகட்கியிடம் கருத்துக் கேட்டது. இந்தப் பின்னணியில்தான் இன்றைய இவர்களின் தேசிய கல்விக் கொள்கை இப்படி எட்டாம் வகுப்புவரை மாணவர்களை ஃபெயில் போடாதிருப்பதை ஒழித்துக்கட்ட வேண்டும் என்கிறது.

இரண்டு அம்சங்கள் இங்கே குறிப்பிடத்தக்கன. இப்படி ஆரம்பக் கல்வியில் பாஸ்×ஃபெயில்முறை கூடாது என்பது அப்படி ஒன்றும் புதிய கருத்தல்ல. கல்வி உரிமைச் சட்டம் வருவதற்கு முன்பே கிட்டத்தட்ட 28 மாநிலங்களில் நான்காவது வகுப்பு அல்லது ஐந்தாவது வகுப்புவரை பாஸ்×ஃபெயில்முறை கிடையாது என்பது போல ஏதோ ஒரு வகையில் இது நடைமுறையில் இருந்ததுதான்.

தவிரவும் மாவட்ட அளவிலான கல்வித் தரவுகளின் (District Information System for Education – DISE) அடிப்படையில் நமக்குக் கிடைக்கும் தகவல்கள் வேறு விதமாக உள்ளன. 2011 முதல் 2015 வரை உள்ள தரவுகளின்படி 20 மாநிலங்களில் ஹிமாசல் பிரதேஷ், சட்டிஸ்கார் தவிர பிறவற்றில் ஒன்பதாம் வகுப்பில் தோல்வி யுற்றவர்களின் எண்ணிக்கை தற்போது குறைந்துள்ளது. அதோடு இதே காலகட்டத்தில் ஹிமாசல், அசாம், சட்டிஸ்கார், ராஜஸ்தான் ஆகிய மாநிலங்கள் தவிர பிறவற்றில் பத்தாம் வகுப்புத் தேர்வில் வெற்றிபெற்றோரின் எண்ணிக்கை கூடியுள்ளது.

எல்லாவற்றையும் தொகுத்துப் பார்க்கும்போது எட்டாம் வகுப்புவரை பாஸ்×ஃபெயில்முறை ஒழிக்கப்பட்டுவிட்டதால் கல்வித்தரம் குறைந்துள்ளது எனும் குற்றச்சாட்டில் பொருளில்லை என்பது தெளிவாகிறது.

அப்படியே ஏதும் கல்வித் தரம் குறைந்துள்ளது என்றால் அது பாஸ் ×ஃபெயில்முறை நிறுத்தப்பட்டதன் விளைவு அல்ல அத்துடன் மேற்கொள்ளப்பட வேண்டிய இதர சீர்திருத்தங்களைச் செய்யாததே காரணம். கல்வி உரிமைச் சட்டம் இயற்றப்பட்ட போது 12 லட்சம் ஆசிரியர்கள் பற்றாக்குறை இருந்தது. அதை நிரப்புவதற்கு எந்த முயற்சியும் மேற்கொள்ளப்படவில்லை என்பது ஒரு எடுத்துக்காட்டு.

இந்தப் பின்னணியில்தான் பாஜக அரசின் தேசிய கல்விக் கொள்கை இப்படி மாணவர்களை ஃபெயில் ஆக்கி அதே வகுப்பில் நிறுத்தி வைக்கக் கூடாது எனும் கொள்கையை 5ஆம் வகுப்புடன் நிறுத்திக் கொள்வது எனும் திட்டத்தை முன்வைக்கிறது (உள்ளீடுகள் பத்தி 4.3.3). ஆறாம் வகுப்பு முதல் பாஸ்×ஃபெயில்முறை மீண்டும் புகுத்தப் படுமாம்.

இதை விளக்கி அமையும் சுப்பிரமணியம் குழுவின் அறிக்கையின் 9.15.2 மற்றும் 9.15.3 பத்திகள் இவர்களின் உள்நோக்கத்தை வெளிப்படுத்திவிடுகிறது. இந்தப் பத்திகளின் சுருக்கம் இதுதான்:

'உள்ளடக்கப்பட்ட தொடர் மதிப்பீடு மற்றும் பருவ இறுதித் தேர்வுகள் ஊடாக பலவீனமான மாணவர்கள் அடையாளம் காணப்பட்டு அவர்களுக்குத் திருத்தப் பயிற்சி அளித்து இன்னொரு முறை வாய்ப்பளிக்கப்படும். இப்படி இருமுறை அவர் தடையைக் (bar) கடக்க இயலாவிட்டால் ஒன்று அவர் அதே வகுப்பில் நிறுத்திவைக்கப்படுவார். அல்லது அவருக்குத் தொழிற்பயிற்சி (vocational stream) போன்ற இதர துறைகளைத் தேர்வு செய்யும் வாய்ப்பு வழங்கப்படும். இதற்கு உரிய வகையில் கல்வி உரிமைச் சட்டத்தின் 30 (1) பிரிவு திருத்தப்படும்.'

ஆஹா!

மடியில் மறைத்து வைத்திருந்த பூனைக்குட்டி வெளியே குதித்து விடுகிறது.

அவர்களின் நோக்கம் இப்படிப் பெருந்திரளான அடித்தளச் சமூகத்தைச் சேர்ந்த மாணவர்களை உயர்கல்வியிலிருந்து விலக்கித் தொழிற்பயிற்சியில் தள்ளுவதுதான்.

4.9

'மேக் இன் இந்தியாவும்' உயர்கல்வியிலிருந்து கட்டாயமாக ஒதுக்கி வைக்கப்படுவோரும்

சுப்பிரமணியம் குழு தயாரித்துள்ள தேசியக் கல்விக் கொள்கை நகல் அறிக்கையில் 10ஆம் வகுப்பில் மாணவர்களுக்கான தேர்வுகள் இரண்டு மட்டங்களில் நடத்தப்படும் திட்டம் முன்மொழியப் பட்டுள்ளது குறித்து விரிவாகப் பார்த்தோம். கணிதம், அறிவியல், ஆங்கிலம் முதலான பாடங்களைப் படித்து உயர் மேற்படிப்பு களுக்குச் செல்லும் மணவர்களுக்கான A வகைத் தேர்வு எழுதுவோர் எனவும் இத்தகைய படிப்புகளுக்குச் செல்ல இயலாமல் தொழிற் பயிற்சி பெறக்கூடிய மாணவர்களுக்கான B வகைத் தேர்வு எழுதுவோர் எனவும் மாணவர்களை இரண்டாகப் பிரிக்கும் திட்டம் அது.

ஆக ஆறாம் வகுப்பிலிருந்து பாஸ்×ஃபெயில் முறையை மீண்டும் கொண்டு வருவது, பத்தாம் வகுப்பில் உயர் படிப்பிற்கு உரியோர், தொழிற் பயிற்சிக்கு உரியோர் என மாணவர்களைப் பிரிப்பது ஆகியவற்றின் ஊடாக பெருந்தொகை மாணவர்கள் இனி உயர் கல்வியிலிருந்து விலக்கப்படுவர். இதன் விளைவாக இப்போது படிப்பைப் பாதியில் நிறுத்துவோரைக் காட்டிலும் இந்தப் புதிய தேசிய கொள்கை அமுலாக்கத்தின் ஊடாக உயர்கல்வியிலிருந்து விலக்கப் படுவோரின் எண்ணிக்கை கூடுதலாக இருக்கும் என அனில் சடகோபால் போன்ற கல்வியாளர்கள் மதிப்பிடுகின்றனர். கிட்டத்தட்ட மூன்றில் இரண்டு பகுதி மாணவர்கள் இப்படி விலக்கப்பட வாய்ப்பு உண்டு என்கிறார் அவர்.

இந்த விலக்கப்பட்ட மாணவர்களின் எதிர்காலம் எப்படி அமையும்?

முந்தைய ஐக்கிய முற்போக்குக் கூட்டணி (UPA) அரசு 2013இல் 'தேசியத் திறன்கள் தகுதியாக்கச் சட்டகம்' (The National Skills Qualifications Framework — NSQF) ஒன்றை வெளியிட்டது. உலகமய / தாராளமயப் பொருளாதாரச் சூழலுக்குத் தக மலிவான உழைப்புச் சக்திகளை உருவாக்குவதற்கான திட்டம் இது. 'திட்ட ஆணையம்' முதலான நேரு காலம் தொடங்கிச் செயல்பட்டுவந்த ஓரளவு முற்போக்கான கருத்தாக்கங்களை எல்லாம் ஆட்சிக்கு வந்தவுடன் கலைத்தெறிந்த மோடி அரசு உலக முதலாளியத்துக்குச் சேவை செய்யத் தோதான முந்தைய அரசின் திட்டங்களை மட்டும் வலுவாகப் பற்றி இன்னும் தீவிரமாகச் செயல்படுத்தி வருவதை அறிவோம். அந்த வகையில் மேற்கொள்ளப்பட்ட நடவடிக்கைகளில் இதுவும் ஒன்றாகிறது. 2015இல் மோடி அரசு 'திறன் வளர்ச்சி மற்றும் தொழில் முனைவு குறித்த தேசிய கொள்கை' (National Policy on Skill Development and Enterprenuership, 2015) என ஒன்றை முன்வைத்தது. இதில் முந்தைய அரசின் இந்தத் தேசியத் திறன்கள் தகுதியாக்கச் சட்டகமும் இப்போது இந்தக் கல்விக் கொள்கையின் ஊடாக இணைக்கப்படுகிறது (உள்ளீடுகள் 4.8.4).

சுப்பிரமணியம் குழு உருவாக்கியுள்ள தேசியக் கல்விக் கொள்கை மற்றும் உள்ளீடுகள் அறிக்கை ஆகிய இரண்டிலும் அடிக்கடி நம் கண்ணில் படும் ஒரு சொல் 'திறன்படுத்துதல்' (skilling) என்பது. 25 சதவீதப் பள்ளிகளிலும் உயர்கல்வி நிறுவனங்களிலும் இந்தத் திறன் பயிற்சிக்கு வாய்ப்பளிக்கப்படுமாம் (உள்ளீடுகள் 4.8.2). பழங்குடிக் குழந்தைகளைத் திறன்படுத்துதல் குறித்தும் இந்த ஆவணங்களில் விரிவாகப் பேசப்படுகிறது (உள்ளீடுகள், 4.6.5 மற்றும் சுப்பிரமணியம் அறிக்கை 9.23.5). 'பழங்குடிகளின் கல்வியைத் திறன்மயப்படுத்த வேண்டும்' என்கிறது சுப்பிரமணியம் அறிக்கை. 'வேலைக்குத் தகுதியானவர்களாக்குதல்' (employability) எனும் சொல் நிறையப் பாவிக்கப்படுவதையும் காணலாம்.

இங்கொன்றை நாம் கவனத்தில் இருத்த வேண்டும். இன்றைய உலகமயப் பொருளாதாரத்தின் இன்னொரு பண்பு 'வேலையில்லாப் பொருளாதார வளர்ச்சி' (jobless economic growth) என்பது. நவீன தொழில்நுட்பங்கள் இதைச் சாத்தியமாக்கியுள்ளதை நாம் எதார்த்த வாழ்வில் பார்த்துக்கொண்டு உள்ளோம். பலர் செய்யும் வேலைகளை இப்போது கருவிகளே இன்னும் விரைவாகச் செய்துவிடுகின்றன. இனி பணியாளர்கள் இரண்டே வகைப்படுவர். மிக உயர்கல்வித்

தகுதிகள் படைத்த ஐந்து அல்லது ஆறு இலக்க ஊதியம் பெறுபவர்கள் ஒரு வகையினர். ஒரு ஏழு முதல் பத்து சதவீதம் பேர் இப்படி இருந்தால் போதுமானது. மற்றவர்கள் திறன் பயிற்சியாளர்கள். மிகக் குறைந்த ஊதியத்திற்கு இவர்கள் பணியமர்த்தப்படுவர். இத்தகைய மலிவான உழைப்புச் சக்திகளை உற்பத்தி செய்யும் நோக்கில் பாஜக அரசின் இன்றைய கல்விக் கொள்கை வடிவமைக்கப்பட்டு உள்ளதைத் தான் திறன் பயிற்சி குறித்துக் கொடுக்கப்படும் அழுத்தங்களும், மாணவர்களில் ஒரு பெரும் பகுதியை உயர்கல்வியிலிருந்து விலக்கி வெறும் திறன் பயிற்சியாளர்களாக மாற்றும் முயற்சிகளும் காட்டு கின்றன.

மோடி அரசாங்கம் முன்வைக்கும் இந்த Make in India (இந்தியாவில் உற்பத்தி) என்கிற முழக்கத்தோடும் அரசின் இந்த முயற்சியை நாம் இணைத்துப் பார்க்க வேண்டும். இந்தியாவில் உற்பத்தி என்பதைச் சாத்தியமாக்குவதற்கு மிகக் குறைந்த ஊதியத்தில் பணியாற்றும் தொழிலாளிகளை உலக முதலாளியத்தின் முன் நிறுத்தியாக வேண்டி இருக்கிறது. பெரிய அளவில் மாணவர்களை உயர்கல்விப் பாதை யிலிருந்து திருப்பி இப்படித் திறன் பயிற்சிக்கு அனுப்புவது இதற்குத் தேவையாகிறது.

மீண்டும் ஒரு வருணப் பிரிவினை, வருண அடிப்படையில் தொழிற் பிரிவினை ஆகியவற்றைச் சாத்தியமாக்கும் ஒரு கருவியாக இன்று இந்தக் கல்விக் கொள்கையை இந்துத்துவ அரசு நம்முன் நிறுத்துகிறது.

4.10

திறன் இந்தியா எனும் பெயரில் திறன் நீக்கம் செய்யப்படும் தொழிலாளிகள்

'முந்தைய கற்கைக்கு ஏற்பு வழங்கல்' (Recognition of Prior Learning – RPL) என்கிற கருத்தாக்கம் ஒன்று இந்த அறிக்கைகளில் பேசப்படுகிறது (உள்ளீடுகள் 4.8.5). இதுகூட முன்குறிப்பிட்ட தேசியத் திறன்கள் தகுதியாக்கச் சட்டகத்தால் முன்மொழியப்பட்ட ஒன்றுதான். முறையான கல்வி மூலம் சான்றிதழ் பெற்றிராத, ஆனால் அதே நேரத்தில் குறிப்பிட்ட தொழில்துறைகளில் அனுபவ அடிப்படையில் திறன் பெற்றவர்களைக் கண்டறிந்து அவர்களுக்குத் தகுதிச் சான்றிதழ் வழங்கும் திட்டம் இது. மேலோட்டமாகப் பார்க்கும்போது இது வரவேற்கத்தக்கதாகத் தோன்றும். ஆனால் இதுவும் உலக முதலாளியத் திற்கு மலிவான உழைப்புச் சக்திகளை அடையாளம் காட்டும் ஒரு உத்திதான். அது மட்டுமல்ல இப்படியான உழைப்புச் சக்திகளில் ஒருசாரரை புதிய உழைப்புச் சூழலிலிருந்து விலக்கி வைக்கும் திட்டமாகவும் இது உள்ளது.

சற்று விளக்கமாகக் காண்போம். பெரும்பாலும் அமைப் பாக்கப்படாத தொழில்களில் (unorganized sector) பணியாற்றும் தொழிலாளிகள் இவர்கள். தாங்கள் பணிசெய்யும் பகுதிகளின் கலாச்சார மற்றும் புவியியல் சூழலுடன் இயல்பாகப் பொருந்திப் போனவர்கள் இவர்கள். அந்த வகையில் தம் சூழலுக்குரிய தனித்துவத்துடன் விளங்குபவர்கள். எப்படி இவர்களது 'முந்தைய கற்கைத் திறன்' இப்போது மதிப்பீடு செய்யப்பட்டுச் சான்றிதழ் வழங்கப்படும்?

'தேசிய தொழில் படித்தரங்களின்' (National Occupational Standards – NOS) அடிப்படையில் அவர்கள் மதிப்பிடப்படுவார்களாம். அவர்களின் 'செயல்திறன் வெளிப்பாடுகள்' (performance outcomes),

அதாவது அவர்களின் உற்பத்தித்திறன் 'உலகளாவிய அளவுகோல் களின்' (global parameters) அடிப்படையில் மதிப்பிடப்படுமாம். இந்த அடிப்படைகளில் அவர்கள் தமது தற்போதைய உற்பத்தித் திறனுக்கான சான்றிதழ்களைப் பெறுவர். சரி. அவர்களின் இந்த 'செயல்திறன் வெளிப்பாடுகள்' அல்லது உற்பத்தித் திறன் எந்த அளவுகோலின் அடிப்படையில் மதிப்பிடப்படுமாம்? கார்பொரேட்களின் கட்டுப் பாட்டில் இயங்கும் Sector Skill Council (SSC) அதைத் தீர்மானிக்குமாம்.

ஆக, இனி இந்தத் தொழிலாளிகள் தனியார் அல்லது பொதுத்துறை எதுவாக இருந்த போதிலும் நேரடியாகவோ இல்லை ஒப்பந்தக் காரர்கள் மூலமாகவோ பணியமர்த்தப்பட வேண்டுமானால் அவர்கள் இந்தச் சான்றிதழ் வைத்திருக்க வேண்டும். வங்கியில் ஒரு கடன் பெற வேண்டுமானாலும் இனி இது கட்டாயமாகத் தேவைப்படும். குறிப்பான சூழலில் பொருந்திப்போன இந்தத் தொழிலாளிகள் எப்படி இந்தக் கார்பொரேட்களின் 'உலகத்தர' அளவுகோல்களின்படி உரிய சான்றிதழ்கள் பெறப்போகிறார்கள்? தெரியவில்லை. ஒன்று உறுதி. அமைப்புச் சாராத தொழில்களில் இதுகாறும் தம் கைவினைத் திறன்களின் மூலம் பிழைத்துக் கொண்டிருந்த இந்தத் தொழிலாளிகளில் பலர் இவர்களின் அளவுகோல்களின்படி சான்றிதழ் பெறத் தகுதி யற்றவர்களாக வரையறுக்கப்படப் போவது உறுதி. மொத்தத்தில் 'திறன் இந்தியா' என்கிற பெயரில் இந்தத் தொழிலாளிகளில் பலர் திறன் நீக்கம் செய்யப்படப் போவதுதான் நடக்கப் போகிறது. அமைப்பாக்கப்படாத துறைகளில் பணியாற்றும் இவர்கள் இனி இந்தச் சான்றிதழ்கள் இல்லாததால் சட்ட ஏற்பில்லாத (illegal) தொழிலாளிகளாக ஆக்கப்படுவர். தொழிலாளர்களுக்கான சட்டப் பாதுகாப்புகளையும் குறைந்தபட்ச சட்டபூர்வமான கூலி முதலிய வற்றையும்கூட இழப்பர்.

4.11

மாணவர் சேர்க்கை இல்லை எனச் சொல்லி பள்ளிகளை மூடுவதை ஒரு கொள்கையாகவே அறிவிக்கும் திட்டம்

குறைந்த மாணவர் சேர்க்கையும் உள்கட்டமைப்பும் இல்லாத பள்ளிகளை இணைத்து இணைப்புப் பள்ளிகளை (composite schools) உருவாக்குதல் என்பது இந்த நகல் அறிக்கை முன்வைக்கும் திட்டங்களில் ஒன்று (உள்ளீடுகள் 4.4.1). இது அரசுப் பள்ளிகளைக் கொஞ்சம் கொஞ்சமாக ஒழித்துக் கட்டும் முயற்சி அன்றி வேறில்லை. உள்கட்டமைப்புகளைச் செய்து தருதல், போதிய ஆசிரியர்களை நியமித்தல் ஆகியவற்றின் மூலம் அரசுப் பள்ளிகளில் மாணவர் சேர்க்கையை அதிகரிப்பது என்பதற்குப் பதிலாக அவற்றை ஒழித்துக் கட்டுவது என்பது அரசின் தனியார்மயப்படுத்தும் முயற்சியின் ஓரங்கம்தான். தவிரவும் இப்படிப் பல பள்ளிகளை ஒழித்து ஒரே பள்ளியாக மாற்றுவது என்பது ஏழை எளிய அடித்தள மக்கள் வசிக்கும் பகுதிகளில் 'அருகமைப் பள்ளிகள்' (Neighbourhood Schools) உருவாக்கப்பட வேண்டும் என்கிற கோட்பாட்டிற்கு எதிரானது.

ஏற்கனவே சாதி ஆதிக்கம் கோலோச்சும் பகுதிகளில் உள்ள கிராமப்புறப் பள்ளிகளில் தலித் மாணவர்கள் இடமாற்றுச் சான்றிதழ் களைப் பெற்றுக்கொண்டு நகர்ப்புற தனியார் பள்ளிகளுக்குச் செல்லும் அவலம் தமிழகத்தில் நடந்துகொண்டு உள்ளது. வேதாரண்யம் அருகில் உள்ள ஒரு அரசுப் பள்ளியில் தலித் மாணவர்கள் சேர்க்கப் படுவதில்லை என்கிற செய்தி சில ஆண்டுகளுக்கு முன் சர்ச்சைக் குள்ளாகியது (The Hindu, April 15, 2012). திருவண்ணாமலைக்கு அருகில் உள்ள பள்ளி ஒன்றிலும் அப்படி ஒரு பிரச்சினை உள்ளது சில ஆண்டுகளுக்குமுன் வெளிப்பட்டது. பரமக்குடி அருகிலுள்ள மண்டல மாணிக்கம் எனும் கிராமத்தில் தலித் மாணவர்கள் இடமாற்றுச் சான்றிதழ்கள் பெற்று இப்படி வெளியேறுவதை எங்கள்

குழு தன் ஆய்வில் நிறுவியுள்ளது. பள்ளிகளில் மாணவர் சேர்க்கை குறைவதற்கு இப்படியெல்லாமும் கூடக் காரணங்கள் உள்ளன. இதையெல்லாம் கணக்கில் எடுத்துக்கொண்டு உரிய தீர்வுகளை யோசிக்காமல் பள்ளி களை மூடுவது எனும் முடிவு எப்படிச் சரியாக இருக்கும்.

சச்சார் குழு அறிக்கையில் பள்ளிச் சேர்க்கையில் முஸ்லிம் பெண்களின் எண்ணிக்கையை அதிகப்படுத்த அவர் கூறும் வழிகளில் ஒன்று முஸ்லிம் குடியிருப்புகளுக்கு அருகில் பள்ளிகளை அமைப்பது என்பது. அச்சம் தரும் சூழலில் பிள்ளைகளைத் தனியே தூர அனுப்புவதில் பெற்றோர்களுக்கு உள்ள நியாயமான கவலையைச் சுட்டிக்காட்டி இந்தப் பரிந்துரையை முன்வைப்பார் நீதியரசர் சச்சார்.

இன்று பொதுவாகவே அச்சம் தரும் சூழல் நிலவுகிறது. சமீபத்தில் கூட சென்னைப் பள்ளிகளில் பள்ளி முடிந்து வரும் பிள்ளைகள் கடத்தப்படுவதாக ஒரு செய்தி வந்ததை அறிவோம். இந்நிலையில் அருகில் உள்ள பள்ளிகளை ஒழித்துத் தூரத்தில் பள்ளிகளை அமைக்கும் இந்தத் திட்டம் ஆபத்தானது. இது நிறைவேற்றப் படுமாயின் ஏற்கனவே அருகமைப் பள்ளிகளில் பயின்று கொண்டிருந்த ஏழை எளிய மாணவர்கள் அருகில் உள்ள அதிகச் செலவுடன் கூடிய தனியார் பள்ளிகளை நாடவேண்டிவரும். அல்லது அந்தப் பிள்ளைகள் படிப்பை நிறுத்த நேரிடும்.

அருகில் பள்ளிகளை அமைப்பது அனைவருக்கும் பொருந்தக்கூடிய ஒன்று. இதை ஊற்றி மூடும் முயற்சி கல்வி முதலாளிகளுக்குத்தான் சாதகமாக அமையும். அருகமைப் பள்ளிகளை அமைப்பது, அவற்றைப் பாதுகாப்பது, அவற்றில் மாணவர் சேர்க்கை குறைந்தால் அதற்கான காரணங்களைக் கண்டறிந்து அவற்றைப் போக்குவது முதலான முயற்சிகளை அரசு செய்யவேண்டுமே ஒழிய அதைச் சாக்காக வைத்துப் பள்ளிகளை மூடக்கூடாது. அப்படி மூடினால் தொலை தூரத்தில் உள்ள பள்ளிகளுக்குச் செல்ல முடியாதவர்களும், அதிகச் செலவு செய்து படிக்க இயலாதவர்களும் படிப்பைப் பாதியில் நிறுத்த நேரிடும்.

ஏற்கனவே அரசுப்பள்ளிகளை மூடுவது நடந்துகொண்டுதான் இருக்கிறது. சென்னையில் மட்டும் 2009இலிருந்து 2014 கால கட்டத்தில் 31 பள்ளிகளை மாணவர் சேர்க்கை இல்லை எனச் சொல்லி அவற்றை அருகிலுள்ள பள்ளிகளுடன் மாநகராட்சி இணைத்தது. மாணவர்

சேர்க்கை குறைவதற்கான அடிப்படைக் காரணம் போதிய வசதிகள் இல்லாததுதான். இரண்டாண்டுகளுக்கு முன்னர் சென்னையிலுள்ள மணலியில் ஒரு பள்ளியில் கூரை இடிந்து விழுந்தது.

கல்விக்கென இப்போது சிறப்பு வரி (Education Cess) வசூலிக்கப் படுகிறது. இந்தத் தொகை அரசுப் பள்ளிகளை மேம்படுத்தச் செலவிடப்பட வேண்டும். மாறாக, இப்படி அவற்றை மூடுவது மற்றும் தனியார்களிடம் ஒப்படைப்பது என்பதெல்லாம் மக்கள் விரோத நடவடிக்கைகள். சென்னை கார்பொரேஷன் இப்படிப் பள்ளிகளைத் தனியார்களிடம் ஒப்படைப்பது என்கிற கொள்கையை யும் அறிவித்தது. சென்னை போன்ற வணிக முக்கியத்துவம் வாய்ந்த பகுதிகளில் இவை தனியார் வசம் ஒப்படைக்கப்படும்போது அது அவர்களின் வணிக / லாப நோக்கிலேயே பயன்படுத்தப்படும் என இம்முயற்சியைக் கல்வியில் அக்கறையுள்ள அமைப்புகள் அப்போதே எச்சரித்தன.

சென்னை மாநகராட்சி கல்விக்கான ஆண்டு நிதி ஒதுக்கீட்டை மூன்றில் ஒரு பங்கு குறைத்துள்ளது. அதோடு ஒதுக்கப்படும் நிதியிலேயே மூன்றில் ஒரு பங்கைத்தான் செலவிடுகிறது. இதன் விளைவே மாநகராட்சிப் பள்ளிகளில் மாணவர் சேர்க்கை குறைவது. இப்படி மாணவர் சேர்க்கையைக் குறைக்கும் நிலையை உருவாக்கி விட்டு, பிறகு அதையே காரணமாகச் சொல்லி பள்ளிகளை மூடும் நிலை ஏற்பட்டுள்ளது.

இப்போது பாஜக அரசு ஒருபடி மேலே சென்று, அரசுப் பள்ளிகளை மூடுவதையே தங்களின் கல்விக் கொள்கையாக அறிவிக்கும் நிலை ஏற்பட்டுள்ளது.

4.12

ஒழித்துக் கட்டப்படும் பல்கலைக்கழக மானியக் குழு (யூஜிசி)

உயர்கல்வி குறித்த ஆபத்தான முன்வைப்புகள்-1

கல்வியை வணிகக் கொள்ளைக்கும், வெளிநாட்டு நிறுவனங்களுக்கும் திறந்துவிடுவதற்கான முயற்சிகள் பதினைந்து ஆண்டுகளுக்குமுன் வாஜ்பேயி தலைமையிலான பாஜக அரசின் காலத்திலிருந்தே தொடங்கிவிட்டது. பின்னர் வந்த காங்கிரஸ் தலைமையிலான கூட்டணி ஆட்சியும் இந்தப் பிரச்சினையில் பாஜக அரசிடமிருந்து பெரிதும் வேறுபடவில்லை. உயர்கல்வியை இப்படிப் பன்னாட்டுமயப்படுத்துவது தொடர்பான காட்ஸ் ஆளுகைக்குள் இந்தியா தன்னை இணைத்துக்கொண்டபின் அதை நடைமுறைப்படுத்துவதற்குத் தோதாக இப்போது செயல்பாட்டில் உள்ள உயர் கல்வி தொடர்பான நிறுவன அமைப்புக்களைப் பெரிய அளவில் மாற்ற வேண்டிய அவசியம் ஏற்பட்டது. அத்தகைய முயற்சிகளில் ஒன்றாக, இப்போது இருப்பது போன்ற பல்கலைக்கழக மானியக் குழு (UGC), தொழில்நுட்பக் கல்விக்கான அகில இந்திய கழகம் (AICTE மற்றும் NCTE), மருத்துவக் கல்விக்கழகம் முதலான உயர்கல்வி ஒழுங்காற்று நிறுவனங்கள் எல்லாவற்றையும் கலைத்துவிட்டு அவற்றை ஒரே நிறுவனமாக்குதல் என்கிற முயற்சியும் அப்போதே தொடங்கியது.

இப்படி ஒற்றைச் சாளர முறையில் எல்லாவற்றையும் கட்டுப்படுத்த ஒரு புதிய நிறுவனம் உருவாக்கப்பட்டால் புதிய சூழலுக்குத் தக புதிய விதிமுறைகளை உருவாக்கலாம். புதிய 'காட்ஸ்' கல்வி ஒப்பந்தத்திற்கு ஒப்ப இந்த விதிமுறைகளை அமைக்கலாம் என்பது

நோக்கம். இந்த நோக்கில் புதிய பரிந்துரைகளுக்காக நியமிக்கப்பட்ட சாம் பிட்ரோடாவும் (2006), யஷ்பாலும் (2008) இப்படியான ஒரு ஒன்றிணைக்கப்பட்ட மத்திய கல்வி நிறுவனம் குறித்துத் தம் அறிக்கைகளில் பேசினர். Independent Regulatory Authority of Higher Education' (IRA for HE) என பிட்ரோடாவும் National Council of Higher Education Research என யஷ்பாலும் இதற்குப் பெயர் இட்டனர். இந்த மாதிரி நடவடிக்கைகளில் காங்கிரஸ் அரசுடன் முழுமையாக ஒத்துப் போகும் பாஜக தனது 2014 தேர்தல் அறிக்கையில் இந்த நோக்கத்தை முன்வைத்தது. 'அதிக அளவில் அதிகாரப்படுத்தப்பட்ட மத்திய நிறுவனம்' (highly empowered central institution) ஒன்றை அமைப்பது குறித்துப் பேசியது. ஆட்சிக்கு வந்தபின் எம்.கே.காவ் என்பவர் தலைமையில் AICTE தொடர்பாக ஒரு மறுபரிசீலனைக் குழுவை அமைத்தது. அதுவும் இப்படி இந்த உயர்கல்வி ஒழுங்காற்று நிறுவனங்களை ஒன்றாக இணைக்கப் பரிந்துரைத்தது (2015).

இந்தப் பின்னணியில் இப்போது அவர்கள் அறிவித்துள்ள புதிய கல்விக் கொள்கையில் இது குறித்துச் சொல்வதைக் காண்போம். புதிய கல்விக் கொள்கைக்கான உள்ளீடுகள் எனும் வரைவின் 8.1.2 மற்றும் 8.1.3 பத்திகளில் கூறப்படுபவற்றைப் பார்க்கலாம்.

காவ் குழு அறிக்கையின்படி AICTE, NCERT, UGC முதலானவற்றை எல்லாம் ஒன்றாக்குவது என்பதுதான் தமது நோக்கமானாலும் அதைச் சாத்தியம் ஆக்குவதற்கு இடையில் உடனடியாகச் செய்பவை எனச் சிலவற்றை இன்றைய அறிக்கை சொல்லுகிறது. National Higher Education Promotion and Management Act என ஒரு சட்டம் இயற்றி அதன்படி Indian Regulatory Authority for Higher Education என்கிற அமைப்பு உருவாக்கப்படும் என்பது அதில் ஒன்று. இந்த அமைப்பு உயர் கல்வி நிறுவனங்களுக்கான தரநிர்ணயம், மாதிரிப் பாடத் திட்டம், சட்ட விதிகள் முதலியவற்றை உருவாக்குமாம். இந்த விதிகளுக்கு இணங்க, புதிய உயர்கல்வி நிறுவங்களுக்கான ஏற்பையும் மதிப்பீட்டையும் (accreditation) வழங்க சுயாட்சியுடன்கூடிய சட்டபூர்வமான அமைப்புகளை மாநிலங்கள் உருவாக்குமாம்.

இப்படி உருவாக்கப் போகும் எல்லா அளவுகோல்களும் விதிகளும் 'காட்ஸ்' ஒப்பந்தத்திற்கு உட்பட்டே அமையும் என்பதைச் சொல்ல வேண்டியதில்லை.

அடுத்து யூஜிசியின் எதிர்காலம் குறித்துப் புதிய கல்விக் கொள்கை சொல்வதைப் பார்ப்போம்.

பல்கலைக்கழகங்களை மதிப்பீடு செய்து நிதி வழங்குவதற்காக உருவாக்கப்பட்டதுதான் 'பல்கலைக்கழக மானியக் குழு' எனப்படும் UGC. சுதந்திரத்திற்குப் பிறகு டாக்டர் ராதாகிருஷ்ணன் அவர்கள் தலைமையில் உருவாக்கப்பட்ட முதல் கல்விக்கொள்கையின் அடிப்படையில் அமைக்கப்பட்ட அமைப்பு இது. இதன் பணி பல்கலைக்கழகங்களுக்கு நிதி நல்குவது, ஆண்டுதோறும் சுமார் 80,000 மாணவர்களுக்குக் கல்வித்தொகை வழங்குவது ஆகியவற்றோடு முடிந்துவிடுவதில்லை. அதன் இன்னொரு முக்கியமான பணி பல்கலைக்கழகங்களுக்கு ஏற்பு வழங்குவதும் தொடர்ந்து பல்கலைக் கழகங்களும் கல்லூரிகளும் விதிமுறைகளின்படிச் செயல்படு கின்றனவா எனக் கண்காணிப்பதும்தான். ஆனால் இனி இதன் பணி இது அல்ல என இந்தப் புதிய கல்விக்கொள்கை சொல்கிறது. யூஜிசி இனி 'புதிப்பிக்கப்பட்டு மேலும் மெலிதாகவும் ஒல்லியாகவும் (leaner and thinner)' ஆக்கப்படுமாம். உருவாக்கப்படப் போகும் தேசிய அளவிலான Fellowship Programme மட்டும் அதன்மூலம் நிறைவேற்றப்படுமாம். வேறு எந்த 'ஒழுங்காற்று மற்றும் வளர்ச்சிப் பணிகளும்' அதற்கு அளிக்கப்படாதாம். அதாவது பல்கலைக் கழகங்களுக்கு ஏற்பு வழங்கிக் கண்காணித்து ஒழுங்காற்றும் அதிகாரம் அதனிடமிருந்து பறிக்கப்படும் என்பதுதான் இதன் பொருள்..

இதற்குமேல் பெரிதாக அவர்களின் திட்டத்தை விளக்க வேண்டிய தில்லை. ஒரே கல்லில் அவர்கள் இரண்டு மாங்காயை வீழ்த்து கிறார்கள். பன்னாட்டு மூலதனத்திற்குப் பணியும் நோக்கத்தை நிறைவேற்றிக் கொள்வது ஒரு பக்கம். இன்னொரு பக்கம் இப்படி எல்லாவற்றையும் ஒற்றைச் சாளரத்தில் மையப்படுத்திக்கொண்டு வருவது கல்வியைக் காவிமயப்படுத்தும் அவர்களது முயற்சிக்கு வசதியும்கூட.

இப்படியான ஒற்றைச் சாளர உயர் கல்வி ஒழுங்கமைப்பு அதிகார மையம் என்பனவெல்லாம் இந்தியா போன்ற ஒரு விரிந்த, பல்வேறு பண்பாட்டுக் கூறுகளைக் கொண்ட நாட்டிற்குப் பொருந்தாது என்பது பற்றி எல்லாம் அவர்களுக்குக் கவலை இல்லை. அவர்கள் வெறுப்பது இந்தியாவின் இந்தப் பன்மைத்துவத்தைத்தானே.

4.13

கல்வி நீக்கம் செய்யப்படும் கல்வித்துறை

உயர்கல்வி குறித்த ஆபத்தான முன்வைப்புகள்-2

உடனடியாக வெளிநாட்டு மூலதனத்திற்குத் திறந்துவிட இருக்கக்கூடிய உயர்கல்வித் துறையில் பாஜக அரசு செய்யத் திட்டமிடும் இதர ஆபத்தான சில முயற்சிகளை இனி காண்போம். 'புதிய தேசிய கொள்கைக்கான உள்ளீடுகள்' என்னும் அவர்களது அறிக்கையின் 4.14 பத்தியின் (Governance Reforms in Higher Education) உட்பிரிவுகள் மிகக் கவனமாக வாசிக்கப்பட வேண்டியவை. அவர்கள் முன் மொழியும் எதிர்காலத் திட்டங்களைப் பார்க்கலாம்.

1. கல்வியாளர்களைக் கொண்ட உயர் கல்வி ஆணையம் (Education Commission) ஒன்று அமைக்கப்படுமாம் (4.14.1). ஐந்தாண்டுக்கு ஒருமுறை இது புதுப்பிக்கப்படுமாம். இது மனித வளர்ச்சித் துறைக்கு ஆலோசனைகள் வழங்குமாம்.

தீனாநாத் பத்ரா மாதிரியான ஆர்எஸ்எஸ் இந்துத்துவ 'கல்வியாளர் களால்' இது நிரப்பப்படும் என உறுதியாக நம்பலாம்.

2. உயர்கல்வி நிறுவனங்களின் ஆட்சிக் குழுக்களில் (Syndicate, Academic Council, Senate முதலியன) இனி தொழில் நிறுவனப் பிரதிநிதிகளும் முன்னாள் மாணவர்களும் சேர்க்கப்படுவார் களாம் (4.14.3).

இப்படிக் கார்பொரேட் முதலாளிகளால் கல்வித் துறையின் உயர் அமைப்புக்களை நிரப்ப இவர்கள் திட்டமிடுவது அப்படி ஒன்றும் வியப்புக்குரியதல்ல. ஏற்கனவே பதினைந்து ஆண்டுகளுக்கு முன் வாஜ்பேயி தலைமையில் இவர்கள் ஆண்டபோது கல்வித்துறையில் செய்த பல்வேறு மோசமான தலையீடுகளில் ஒன்று முகேஷ் அம்பானி, ஆதித்த பிர்லா ஆகிய கார்பொரேட் முதலாளிகள் இருவரைக் கொண்டு கல்விக் கொள்கை ஒன்று உருவாக்கப்பட்டது. அப்போதே

நான் இது குறித்து விரிவாக எழுதியிருந்தேன். மாணவர் சங்கங்கள், ஆசிரியர் சங்கங்கள் ஆகியவற்றிற்கு எதிரான கருத்துகளை இந்த முதலாளிகள் அதில் உதிர்த்திருந்தனர்.

இனி மோடிக்குத் தேர்தல் பிரச்சாரத்திற்கு விமானம் வழங்கிய அதானிகளும் அம்பானிகளும் நமது பல்கலைக்கழகங்களின் அன்றாடச் செயல்பாடுகளைத் தீர்மானிக்கும் இடங்களில் இருப்பர்.

3. Indian Educational Service (IES) ஒன்றை உருவாக்கப் போகின்றனராம் (4.14.4). IAS, IPS, IFS போன்று இவர்கள் உருவாக்கத் திட்டமிடும் இந்தக் கல்வித்துறை உயர் அதிகார வர்க்கம் எத்தகைய பணிகளில் அமர்த்தப்படும்; என்ன மாதிரி இவர்களின் செயல்பாடுகள் அமையும் என்பதெல்லாம் தெரியவில்லை. மத்திய மனிதவளத் துறை அமைச்சகம் இந்த கல்வி அதிகார வர்க்கத்தின் Cadre Controlling Authority ஆக இருக்குமாம். இப்படியாகக் கல்விக்கான ஒரு அகில இந்தியப் பணியம் அமைக்கப்படும்வரை இடைக்கால நடவடிக்கையாகத் தற்போதுள்ள கல்வித்துறை சார்ந்த கல்வி மற்றும் நிர்வாகப் பொறுப்புகளிலிருந்து UPSC வழியாக an onetime recruitment ஆக ஆட்கள் தேர்வு செய்யப்படுவராம்.

உயர்கல்விக்கான பல்வேறு மேட்டிமைத்தனமான நிறுவனங்கள் பற்றி சுப்பிரமணியம் குழு பேசிக்கொண்டே போகிறது. 'உயர்கல்வியில் திறன் மேம்பாட்டுக்கான ஒரு குழு' (Council for Excellence in Higher Education) ஒன்று உருவாக்கப்படுமாம். 'உயர்கல்விக்கான தேசிய ஆய்வுதவி நிதியம்' (National Higher Education Fellowship Fund), அப்புறம் 'கல்வி அறிவுத்திறம் சார்ந்த மைய அமைப்பு' (Central Bureau of Educational Intelligence), இறுதி முத்தாய்ப்பாகக் கல்வி ஆணையம் (Standing Education Commission) முதலானவை சுப்பிரமணியம் குழு முன்வைக்கும் பரிந்துரைகள். இதற்கேற்ற வகையில் கல்வி தொடர்பான பல சட்டவிதிகளையும் (statues) சுப்பிரமணியம் குழு பரிந்துரைத்துக்கொண்டே போகிறது. 'உயர் கல்விக்கான தேசிய சட்டம்' (National Law on Higher Education), 'உயர் கல்வி மேம்பாடு மற்றும் நிர்வாகத்திற்கான தேசிய சட்டம்' (National Higher Education Promotion and Management Act) என்பன இவற்றில் சில. இருக்கிற குழப்பங்களைத் தீர்ப்பதற்கு வழி சொல்வதற்குப் பதிலாக மேலும் குழப்பங்களை உருவாக்குவதற்கான வழிமுறைகளாகவே இவை உள்ளன.

கல்வி என்பது முழுமையான மனிதர்களை உருவாக்கும் நோக்கத்தைக் கொண்ட ஒரு மனிதநேயப் பணி. இது குறித்து நான் தொடர்ந்து சொல்லி வருகிறேன். சுய சிந்தனையும் விமர்சனத் திறனும் உள்ள மனிதர்களை உருவாக்குவதுதான் கல்வியின் குறிக்கோள். ஆனால் இவர்களின் நோக்கமோ சுய சிந்தனையற்ற கார்பொரேட் எடுபிடிகளை உருவாக்குவதுதான். முழுக்க முழுக்கக் கல்வித்துறை சார்ந்த மொழியையே இவர்கள் இந்த நோக்கிலிருந்துதான் கட்டமைக் கிறார்கள். பொருளாதாரத் தாராளமயம் இங்கே அறிமுகப்படுத்தப் பட்ட அதே கணத்தில்தான் மத்திய அரசின் 'கல்வித்துறை' என்பது 'மனிதவளத் துறை' யாகப் பெயர் மாற்றம் செய்யப்பட்டது கவனத்துக்குரியது. முழுமையான மனிதர்களை அல்ல, கார்பொரேட் களுக்கான மனிதவளங்களை (Human Resource) உருவாக்குவதுதான் இன்றைய கல்வியின் நோக்கமாக ஆகியுள்ளது. குடிமக்களை இந்தக் கல்வி அமைப்பின் 'உற்பத்திப் பொருள்' (product) என்கிறது சுப்பிரமணியம் குழு *(3.1.1)*.

அறிவுத்துறையைப் பொருளாதாரத்தின் ஓர் அங்கமாக ஆக்குவதன் வெளிப்பாடுதான் Knowledge Economy போன்ற சொல்லுருவாக் கங்கள். இவர்களின் நோக்கம் அறிவாளிகளை உருவாக்குவதால் அல்ல. சுய சிந்தனையும் விமர்சனத்திறனும் அற்ற 'திறனாளிகளை' உருவாக்குவதுதான்.

இரண்டாண்டுகளுக்கு முன் சென்னை ஐஐடீயில் 'அம்பேத்கர் பெரியார் மாணவர் இயக்கம்' தாக்குதலுக்கு உள்ளாக்கப்பட்ட போது RSS ideologueகளில் ஒருவரான ராதா ராஜன் என்பவர் தன் இந்துத்துவ இணையதளத்தில் (Indiafacts.org) முன்வைத்திருந்த கருத்துகளை நான் கவனப்படுத்தி இருந்தது நினைவிருக்கலாம்.

'ஒழுங்காக' ப் பல ஆண்டுகளாகச் செயல்பட்டுக் கொண்டிருந்த சென்னை IIT யில் இப்படியாக அம்பேத்கர் மற்றும் பெரியார் பெயரில் எல்லாம் அமைப்புகள் உருவாகி மாணவர்கள் 'கெட்டு' ப் போனதற்குக் காரணமாக அந்த அம்மையார் சொன்னது இதுதான்:

கலைத்துறையில் ஐந்தாண்டு Integrated Post Graduate படிப்பு ஒன்று தொடங்கிய பின்தான் இப்படி மாணவர்கள் கெட்டுப் போனார்களாம். அப்படி என்ன அந்தப் புதிய ஐந்தாண்டு கலைத் துறைக் கல்வியில் பிரச்சினையாம்? அதில் Inter Disciplinary பாடங்கள் இருந்ததும் மானுடவியல், சமூகவியல் முதலான பாடங்கள் சொல்லிக்

கொடுக்கப்பட்டதுந்தான் எல்லாச் சீரழிவுக்கும் காரணம் என்றார் அந்த ஆர்எஸ்எஸ் அம்மை.

மானுடவியல், சமூகவியல் போன்ற துறைகள்தாம் இங்கே சாதிகளின் உருவாக்கம் பற்றி எல்லாம் பேசுகிறதாம். ஆரிய மொழியினர் மத்திய ஆசியாவிலிருந்து வந்தவர்கள் என்பதையெல்லாம் கவனப் படுத்துகிறதாம். இதெல்லாம் நான் மிகைப்படுத்திச் சொல்வதல்ல. அந்த ஆர்எஸ்எஸ் அம்மையார் சொன்னவைதான்.

திராவிட மொழிகளின் தனித்துவத்தை நிறுவிய கால்டுவெல்லை ஜென்மப் பகையாகக் கருதுபவர்கள் இயற்றும் கல்விக் கொள்கை இது என்பதை நினைவில் கொள்ளவேண்டும்.

இரு குறிப்புகள்

1. தன்னை மழைக்குக்கூட பள்ளியில் ஒதுங்காதவன் எனச் சொல்லிக்கொண்ட தந்தை பெரியார் கல்வி குறித்து சொல்லியுள்ள ஒரு கருத்தைப் 'பெரியாரின் கல்விச் சிந்தனைகள்' தொகுப் பிற்கு எழுதியுள்ள தொகுப்புரையில் குறிப்பிட்டுள்ளேன். கல்வி என்பது ஏதோ சில புது விஷயங்களை மாணவர்களின் மண்டைக்குள் திணிப்பதல்ல; மாறாக ஏற்கனவே அங்கு குவிக்கப்பட்டுள்ள குப்பைகளை நீக்கிப் புதிய சுதந்திரமான சிந்தனைக்கு வழிவகுப்பதே கல்வி எனும் பொருளில் அவர் 'நிர்வாணமான சிந்தனா சக்தியைக் கொடுப்பதுதான் கல்வி' எனச் சொல்வது நினைவிற்குரியது.

2. ஆர்எஸ்எஸ் கருத்தியலாளர்களில் ஒருவரான கே.ஆர். மல்கானி 'இந்தியர்களுக்குக் கல்வி தேவையில்லை' எனச் சில பத்தாண்டு களுக்குமுன் சொல்லி சர்ச்சையானதும் இவற்றுடன் ஒப்பு நோக்கத்தக்கது.

4.14

'தீர்ப்பாயங்கள்' எனும் பெயரில் மாணவர்களின் நீதி கோரும் உரிமை முடக்கப்படுதல்

பறிபோகும் மாணவர் உரிமைகள்-1

கல்விப் பிரச்சினைகளுக்கு என மத்தியிலும் மாநிலங்களிலும் தனியாக 'ட்ரிபியூனல்கள்' அமைக்கப்படுமாம் (4.14.5). இந்த ட்ரிப்யூனல்களின் நடுவர்களாக ஓய்வு பெற்ற நீதிபதிகள் நியமிக்கப்படுவராம்.

எதிர்த்துப் போராட வேண்டிய மிக மோசமான திட்டம் இது. இதன் மூலம் உள்நாட்டு, வெளிநாட்டு கார்பொரேட் கல்வி முதலாளிகள் இந்திய நீதித்துறைக்குப் பொறுப்பாக இருக்கும் கடப்பாடு நீக்கப் படுகிறது. கல்வி முதலாளிகள் செய்யும் எந்த அநீதிகளையும் இனி பாதிக்கப்படும் பெற்றோர்களும் மாணவர்களும் நம் நீதிமன்றங்களை அணுகி முறையிட முடியாது. நமது நீதித்துறைக்கு இனி இவர்கள் பதில் சொல்ல வேண்டியதில்லை. பணி ஓய்வுபெற்ற நீதிபதிகள்தான் இந்தத் தீர்ப்பாயத்தில் நியமிக்கப்படுவர் என்பது இன்னும் மோசமான விளைவுகளுக்கே இட்டுச் செல்லும். பணி ஓய்வுக்குப்பின் நியமிக்கப் படும் இந்நீதிபதிகள் அரசின் முன் வாலைச் சுருட்டிக்கொண்டு பணிவு காட்டுவர்.

மாணவர்களையும் குடிமக்களையும் இப்படி கார்பொரேட்களிடம் அடகு வைத்து விசுவாசம் காட்டுகிறது மோடி அரசு.

4.15

மாணவர் அமைப்புகள் மீது கண்காணிப்பு

பறிபோகும் மாணவர் உரிமைகள்-2

எதிர்பார்த்தது போல பாஜக அரசின் இந்தக் கல்விக்கொள்கை மாணவர் சங்கங்களின் மீது தன் எரிச்சலைத் தந்திரமாக உமிழ்கிறது. மாணவர் சங்கங்கள் 'ஜனநாயகத்திற்கு ஆற்றியுள்ள பணிகளை யெல்லாம்' புகழ்வதாகத் தொடங்கும் (4.14.6) இந்த ஆவணம் உடனடியாகத் தன் சுய உருவை வெளிப்படுத்துகிறது. உயர் கல்வி வளாகங்களுக்குள் உள்ள ஒழுங்கீனங்கள் அனைத்திற்கும் 'வெளியார்' களும் தமது கல்விக்கான உரிய கால வரையறையைத் தாண்டி வளாகத்திற்குள்ளேயே கல்வியைத் தொடரும் 'சீனியர் மாணவர்' களும்தான் காரணம் எனச் சொல்லும் இந்த ஆவணம், இப்படி வெளியார்களும், சீனியர் மாணவர்களும் வளாகத்திற்குள் இருந்து தீவிர அரசியலில் பங்கேற்று ஒழுங்கீனங்களுக்குக் காரணமாவது குறித்து ஓர் ஆய்வு மேற்கொள்ளப்படும் என எச்சரிக்கிறது.

உயர்கல்வி மாணவர்கள் அரசியலில் பங்கேற்றுச் செயல்பட்டதற்கு இந்திய அளவிலும், தமிழக அளவிலும், உலக அளவிலும் ஏராளமான எடுத்துக்காட்டுகள் உண்டு. படிப்பு கிடக்கட்டும்; வெளியே வாருங்கள் என்கிற மகாத்மா காந்தியின் அழைப்பைக் கேட்டுக் கல்வியைத் துறந்து வளாகங்களை விட்டு வெளியே வந்த ஏராளமான இளைஞர் களை இந்திய வரலாறு கண்டுள்ளது. இந்தி எதிர்ப்புப் போராட்டத்தின் ஊடாக ஒரு ஆட்சி மாற்றத்திற்கே காரணமாக இருந்துள்ளனர் தமிழக மாணவர்கள். கார்பொரேட் எடுபிடிகளாகவும் வெறும் பயிற்சி பெற்ற திறனாளிகளாகவும் இளைய தலைமுறையை உருவாக்க நினைக்கும் இந்த அரசு மாணவர்கள் அரசியல்படுத்தப்படுவதை இப்படி ஆத்திரத்துடன் நோக்குவதில் வியப்பில்லை. சமீபத்தில் ஜவஹர்லால் நேரு பல்கலைக்கழகத்திலும், ஹைதராபாத் மத்திய பல்கலைக்கழகத்திலும் ஏற்பட்ட மாணவர் கிளர்ச்சியை மனதில்

கொண்டு இப்படி மாணவர் அமைப்புகளைக் காய்கிறது இந்த ஆவணம். இப்போது 18 வயதில் வாக்களிக்கும் உரிமையை இளைஞர்கள் பெறுகின்றனர். இதன் மூலம் உயர்கல்வி வளாகங்களில் உள்ள மாணவர்களும் இன்று வாக்களிக்கும் உரிமை பெற்றுள்ளனர். அவர்கள் அரசியல் உணர்வு பெறக் கூடாது எனச் சொல்வது எப்படிச் சரியாகும்.

எந்த ஜவஹர்லால் நேரு பல்கலைக்கழகத்தை மனதில் வைத்து இப்படித் தம் ஆத்திரத்தை வெளியிடுகிறார்களோ அந்த ஜவஹர்லால் நேரு பல்கலைக்கழகம்தான் இந்திய அளவில் தரம்மிக்க பல்கலைக் கழகமாகவும் உள்ளது என்பதும் இங்கு கவனத்துக்கு உரியது.

பல்கலைக்கழகங்களில் மாணவர் அமைப்புகள் சுதந்திரமாக இயங்க வேண்டும். மாணவர் சங்கத் தேர்தல்கள் உரிய காலத்தில் முறையாக நடத்தப்பட்டு முழு உரிமைகளுடன் வளாகங்களுக்குள் செயல்பட அனுமதிக்கப்பட வேண்டும்.

4.16

இட ஒதுக்கீடு மற்றும் கல்விக்கூடங்களில் தீண்டாமை குறித்து அறிக்கை வெளிப்படுத்தும் மௌனம்

இட ஒதுக்கீடு மற்றும் கல்விக் கூடங்களில் தீண்டாமை: கல்வி நிலையங்களில் பெண்கள் ஒதுக்கப்படுதல், அவர்கள் மீதான வன்முறை ஆகியவற்றை எள்ளளவும் சகிக்க முடியாது என்கிறது இந்தக் கொள்கை அறிக்கை (உள்ளீடுகள் 4.6.13). சாத்தியமான உறுதியாக்க நடவடிக்கைகள் மூலமாக உயர்கல்வி நிறுவனங்களில் பெண்களின் சேர்க்கையை அதிகரிப்பது, அவர்கள் கல்வியைத் தொடர்ந்து நிறைவு செய்வது ஆகியவற்றில் உரிய கவனம் செலுத்தப்படும் எனவும் கூறுகிறது.

இதை முழுமையாக நாம் வரவேற்கிறோம். ஆனால் இதே போல உறுதியான சொற்களில் கல்வி நிலையங்களில் தீண்டாமை ஒதுக்கல்களைச் சகிக்க முடியாது என்றோ, இடஒதுக்கீடு முழுமை யாகக் கடைப்பிடிக்கப்படும் என்றோ, கல்வி நிலையங்களில் தீண்டாமையை முடிவுக்குக் கொண்டுவர 'ரோஹித் சட்டம்' இயற்றப்படும் என்றோ எங்கும் சொல்லப்படவில்லை.

ஹைதராபாத் மத்திய பல்கலைக்கழகத்தில் தீண்டாமைக்குப் பலியான ரோஹித் வெமுலாவின் மரணம் இந்திய அளவில் உயர் கல்வி நிலையங்களில் நிலவும் தீண்டாமை குறித்தும், சாதி அடிப்படையிலான அரசியல் தலையீடுகள் குறித்தும் மிகப் பெரிய விவாதங்களுக்குக் காரணமாகியுள்ள சூழலில் வெளிவரும் இந்த அறிக்கை இதுகுறித்து வெளிப்படுத்தும் மௌனம் மன்னிக்க இயலாதது.

உயர்கல்வி நிலையங்களில் நிலவும் பல்வேறு வகையான தீண்டாமை வடிவங்கள் இந்த விவாதங்களினூடாக வெளிப்பட்டன.

இது குறித்த சுக்தியோ தோரட் குழு முன்வைத்துள்ள பரிந்துரைகள் நிறைவேற்றப்பட வேண்டும் என்கிற கோரிக்கையும் எழுந்துள்ளது. பெண்கள் மீதான வன்முறைக்கு எதிராக இன்று இயற்றப்பட்டுள்ள 'நிர்பயா சட்டம்' போல கல்வி நிலையத் தீண்டாமை வடிவங்களுக்கு எதிராக ஒரு 'ரோஹித் சட்டம்' இயற்றப்பட வேண்டும் என்கிற குரலும் இன்று ஒலிக்கப்படுகிறது. இந்நிலையில் இது குறித்து இந்தக் கல்விக் கொள்கை அறிக்கைகள் காட்டும் மௌனம் இவற்றைத் தயாரித்தவர்களையும் முன்னிலைப்படுத்துபவர்களையும் அடையாளம் காட்டுகிறது.

பலரும் சுட்டிக் காட்டி இருப்பதுபோல 'உள்ளீடுகள்' எனப்படும் அறிக்கையில் ஏதேனும் ஒரு சொல் முற்றாகத் தவிர்க்கப்பட்டுள்ளது என்றால் அது 'இட ஒதுக்கீடு' எனும் சொல்தான். பழங்குடி மக்களை உயர்கல்வியிலிருந்து ஓரங்கட்டி அவர்களுக்குத் திறன் பயிற்சி அளிப்பது பற்றி, பத்தி பத்தியாகப் பேசும் இந்த அறிக்கைகள் அவர்களுக்கு அளிக்கப்பட வேண்டிய இட ஒதுக்கீடு முதலான உரிமைகள் முறையாக நிறைவேற்றப்படும் என்பது குறித்து மட்டும் எங்கும் பேசவில்லை.

4.17

குறிவைக்கப்படும் ஆசிரியர்கள்

இன்று விவாதத்திற்குள்ளாகி இருக்கும் மோடி அரசின் இந்த நகல் அறிக்கைகளின் உருவாக்கம் குறித்த ஒரு வரலாற்றை இங்கு நினைவுபடுத்த வேண்டும்.

மோடி அரசு பதவி ஏற்ற சில காலத்தில் இந்தப் புதிய கல்விக் கொள்கை குறித்த அறிவிப்பு வெளியிடப்பட்டது. Mygovt எனும் இணணையதளத்தில் இது குறித்த அறிவிப்பை அரசு வெளியிட்டது. இது குறித்து அப்போது நான் எழுதியதில் சிலவரிகள்:

'முதல் முறையாகச் சாதாரண மனிதர்களையும் கொள்கை உருவாக்கலில் இணைக்கும் முயற்சி' எனவும், 'எல்லோரையும் உள்ளடக்கி, பங்கேற்க வாய்ப்பளிக்கும் முழுமையான முயற்சி' எனவும் ஆர்ப்பாட்டமான சொல் அலங்காரங்களுடன் அது முன்வைக்கப்பட்டிருந்தாலும், பல்வேறு கருத்துகளையும் வரவேற்று, விவாதத்திற்கு உட்படுத்தி, தேவையானவற்றை உள்ளடக்கித் திருத்தி அமைக்கும் நோக்குடன் இது அமையவில்லை. மாறாக, ஏற்கனவே தீர்மானிக்கப்பட்ட கருத்துகளைப் பங்கேற்பவர்களிடமிருந்து கறக்கும் நோக்குடனேயே இது அமைந்துள்ளது. தவிரவும் ஏற்கனவே உள்ள கல்விக் கொள்கையில் உள்ள பிரச்சினைகள், தனியார்மயம், வணிகமயம் முதலானவை இன்று எழுப்பியுள்ள சவால்கள் குறித்தெல்லாம் எதுவும் அதில் பேசப்படவும் இல்லை. இப்படி அனைத்து அம்சங்களையும் கணக்கில் கொண்டுள்ள ஒரு முழுமை யான நகல் அறிக்கையை முன்வைத்து அதன் அடிப்படையில் பங்கேற்பவர்கள் கருத்துகளை வைப்பது என்கிற வடிவில் அது அமைக்கப்படவில்லை. மாறாக 33 மையக் கருத்துகள் (themes), ஒவ்வொன்றும் 200 வார்த்தைகளில் தரப்பட்டுள்ளன. 13 மையக் கருத்துகள் தொடக்கக் கல்வி குறித்தவை. மற்றவை உயர்கல்வி குறித்தவை. ஒவ்வொன்றுக்கும் கீழ் சில தேர்ந்தெடுக்கப்பட்ட

கேள்விகள் உள்ளன. இந்தக் கேள்விகளுக்கு மட்டுந்தான் பார்வை யாளர்கள் பதில் சொல்ல வேண்டும். அந்தப் பதில்கள் 500 எழுத்துக் களுக்கு உட்பட்டதாக அமையவேண்டும்.

இத்தகைய 'ட்விட்டர்' பாணிப் பதில்கள் மூலமாக எந்த ஒரு விவாதத்தையும் கோவையாக முன்வைக்க இயலாது. ஒன்று அதை அப்படியே ஏற்கலாம் அல்லது முற்றாக மறுக்கலாம். அல்லது ஒரு மாற்றுக் கருத்தை வைக்கலாம். ஆக மொத்தம் பல்வேறு சிதறலான கருத்துகள்தான் விளைவாக அமையுமே ஒழிய அது ஒரு தேசிய விவாதமாக அமைய வாய்ப்பே இல்லை. விவாதத்தினூடான கருத்தொருமிப்பு இதில் சாத்தியமில்லை.

இந்தப் பதில்களைத் தொகுப்பதற்கும், தேசிய அளவில் 'முன்னரே வரையறுக்கப்பட்ட கருத்துக் கணிப்பு வடிவிலான' ஒரு கேள்வித் தொகுப்பின் அடிப்படையில் விவாதங்களை நடத்திக் கருத்துகளைத் தொகுப்பதற்கும், ஒரு முழுமையான புதிய கல்விக் கொள்கையை உருவாக்குவதற்கும் 'குழு' ஒன்று அமைக்கப்பட்டுள்ளதாகவும் அந்த இணையதளம் அறிவிக்கிறது. ஆனால் அந்த மர்மமான குழுவில் யாரெல்லாம் உள்ளனர் என்பது அறிவிக்கப்படவில்லை.

இந்தக் கேள்வித் தொகுப்புகள் தமக்கு வேண்டிய கருத்துக்களை எவ்வாறு பங்கேற்பவர்களிடமிருந்து வரவழைக்கும் நோக்கில் அமைக்கப்பட்டுள்ளன என்பது குறித்து அக்கறையுள்ள சிலர் விமர்சனங்களைச் செய்துள்ளனர். அவற்றிலிருந்து ஒன்றிரண்டு மட்டும் இங்கே தரப்படுகின்றன.

தொடக்கக் கல்விக்கான 13 மையக் கருத்துகளையும் அதற்கு எழுப்பப்பட்ட கேள்விகளையும் மொத்தமாகப் பார்த்தால் 'பொதுத் துறை மற்றும் தனியார் துறை ஒத்துழைப்பு' (Public Private Partnership – PPP) என்கிற பெயரில் தனியார்மயத்தை நோக்கியதாகவே அவை அமைந்துள்ளன என்பது ஒரு விமர்சனம். எடுத்துக்காட்டாக ஒன்று: 'பள்ளியில் உங்கள் பிள்ளை சரியாகப் படிக்காததற்கு என்ன காரணங்கள் என நினைக்கிறீர்கள்?' என்பது ஒரு கேள்வி. ஆக அரசுப் பள்ளிகள் ஒழுங்காகச் செயல்படுவதில்லை என்கிற முன்கருத்துடன் அதற்கு ஏற்ப ஒரு பதிலைப் பெறும் முயற்சியாக இது அமைகிறது என்கிறார் இது குறித்து எழுதியுள்ள நிரஞ்சனரத்யா.

இடைநிலைக் கல்விசார்ந்த மையக்கருத்தில் இந்தத் தனியார் பொதுத்துறை ஒத்துழைப்பு என்பது நேரடியாகவே முன்வைக்கப்பட்டு,

அதனடியாகப் 'பள்ளிக் கல்வியைத் தனியார் பொதுத்துறை ஒத்துழைப்பின் மூலம் விரிவாக்கலாம் என நினைக்கிறீர்களா?' எனக் கேட்கப்படுகிறது. தொடர்ந்து பல இடங்களில் 'ஆசிரிய மதிப்பீடு' (teacher assessment) குறித்த கேள்வி எழுப்பப்படுவதையும் அவர் சுட்டிக் காட்டுகிறார். 'செய்து காட்டு அல்லது செத்துமடி' (perform or perish) எனும் உலக வங்கியின் அணுகல்முறையை இது அப்படியே முன்வைக்கும் முயற்சியாக உள்ளது. அதாவது ஆசிரிய மதிப்பீடு களைச் செய்து அவ்வப்போது அவர்களின் பணி போதுமான தரத்தில் இல்லை எனச் சொல்லி அவர்களை வேலையைவிட்டு நீக்கும் முயற்சி இது. நிரந்தர ஆசிரியர்கள் என்கிற ஒரு இனத்தையே ஒழித்துக் கட்டும் கொடூரமான ஒரு கார்பொரேட் அணுகல் முறை இது.'

இவை நான் அப்போது எழுதியவை. இப்போது மேலே சொல்லப்பட்ட கல்விக் கொள்கை உருவாக்க நடவடிக்கையின் அடுத்த கட்டமாக இந்த அறிக்கை வெளிவந்துள்ளது. இதில் ஆசிரியர்கள் குறித்த அவர்களின் அணுகல்முறையைப் பார்ப்போம்.

அதற்கு முன் ஒரு சொல்.

நான் கல்லூரி ஆசிரியர் கழகத்தில் சுமார் 20 ஆண்டு காலம் முக்கிய பொறுப்புகளில் இருந்து செயல்பட்டவன். ஆசிரியர்கள் குறித்தும் ஆசிரியர் சங்கங்கள் குறித்தும் எனக்குச் சில விமர்சனங்கள் உண்டு. ஆனால் எல்லாப் பிரச்சினைகளுக்கும் ஆசிரியர்களே காரணம் என்பது அபத்தம் மட்டுமல்ல; உள்நோக்கத்துடன்கூடிய கண்டிக்கப்பட வேண்டிய குற்றச்சாட்டு. அதிகபட்சமாக இப்படி வேண்டுமானால் சொல்லலாம். இன்றைய கல்வி அமைப்பில் அவர்களும் ஓர் அங்கம் என்கிற வகையில் இன்றைய கல்விச் சீரழிவில் ஆசிரியர்களுக்கும் ஒரு பங்குண்டு; அவை சரி செய்யப்பட வேண்டும் என்பதிலும் நமக்குப் பிரச்சினை இல்லை.

ஆனால் இன்று மோடி அரசால் வெளியிடப்பட்டுள்ள இந்த அறிக்கைகள் ஆசிரியர்களே எல்லாவற்றிற்கும் காரணம் என்பது போலவும் அவர்களை ஏதோ குற்றவாளிகளைப் போலக் கண்காணிக்க வேண்டும் என்பது போலவும் அணுகுகிறது. இந்த அறிக்கை யிலிருந்து ஒரு பத்தி:

ஆசிரியர் பள்ளிக்கு வராமை, ஆசிரியப் பதவிகள் நிரப்பப் படாமை, ஆசிரியர்களுக்குக் கடமைப் பொறுப்பின்மை முதலான பிரச்சினைகளை வலிமையான அரசியல் கருத்தொற்றுமை,

விருப்புறுதி ஆகியவற்றின் அடிப்படையிலேயே தீர்க்க முடியும் (ஆசிரியர்கள் மீது ஒழுங்கு நடவடிக்கை எடுக்கும் அதிகாரம்). ஆரம்பப் பள்ளியாயின் பள்ளி நிர்வாகத்திடமும், மேல்நிலைப் பள்ளிகளாயின் தலைமை ஆசிரியர்களிடமும் அளிக்கப்பட வேண்டும் (ஆசிரியர்களைக் கண்காணிக்கும் பணியில்). மொபைல் ஃபோன்கள், 'பயோ மெட்ரிக்' கருவிகள் பயன்படுத்தப் படவேண்டும் (உள்ளீடுகள் 4.10.5.).

ஆசிரியர்களை அடிமைகளாகவும், எந்நேரமும் தம் பணி பறிபோய்விடலாம் எனும் அச்சத்துடனேயே வாழும் ஒரு இனத்த வராகவும் மாற்றுதல் எனும் கார்ப்பொரேட் அணுகல்முறையின் ஓர் அப்பட்டமான வெளிப்பாடு இது.

ஐந்தாண்டுகளுக்கு ஒருமுறை ஆசிரியர்கள் தம் தகுதி குறித்த மதிப்பீட்டிற்கு ஆட்படுத்தப்படுவர் எனவும், அந்த அடிப்படை யிலேயே அவர்களின் பணி மேம்பாடு முதலியன தீர்மானிக்கப்படும் எனவும் இந்த அறிக்கைகள் முன்வைக்கின்றன (உள்ளீடுகள் 4.10.13). இதுவும் ஒரு கார்பொரேட் அணுகல்முறைதான். இதில் பழிவாங்கப் படுவதற்கான வாய்ப்புகள் உள்ளன.

இவை அனைத்தும் ஏதோ இன்றைய பிரச்சினைகளுக்கெல்லாம் ஆசிரியர்களே காரணம் என்பதுபோல ஒரு கருத்தை ஏற்படுத்து கின்றன. ஆசிரியர்கள் இன்று இந்தக் கார்ப்பொரேட் கல்வி நிறுவனங் களில் கொத்தடிமைகளைப்போல நடத்தப்படுகின்றனர். நிர்வாகத் திற்குப் பிடிக்காதவர்கள் எந்த நேரமும் பணிநீக்கம் செய்யப்படுவர். இங்கு அவர்களுக்கு அளிக்கப்படும் வேலைப்பளு இதே போன்ற ஒரு மேலைப் பல்கலைக்கழகத்தில் பணியாற்றும் ஆசிரியரது வேலைப் பளுவைக் காட்டிலும் பலமடங்கு அதிகம். அதே நேரத்தில் ஒப்பீட்டளவில் இங்கே ஊதியம் பல மடங்கு குறைவு.

ஆசிரியர் இயக்கங்களிலும் பொதுவான பிரச்சினைகளிலும் பங்குபெறும் உரிமை மட்டுமல்ல, கண்முன் இந்தக் கார்ப்பொரேட் கல்வி நிறுவனங்கள் நடத்தும் கல்விக் கொள்ளைகள், மாணவர்மீதான வன்முறைகள் எதையும் தட்டிக் கேட்கும் எந்த உரிமையும் இன்று ஆசிரியர்களுக்குக் கிடையாது. சுதந்திரமாக ஒரு பொதுக்கருத்தைப் பொது மேடைகளில் பேசும் உரிமையும்கூட அவருக்குக் கிடையாது.

இப்படிச் சமகால உலகப் பல்கலைக்கழகங்களில் ஆசிரியர் களுக்குள்ள எந்த உரிமையும், எந்த வசதியும், எந்த மரியாதையும்

அளிக்கப்படாத நிலையில் உலகத்தரத்தில் ஆசிரியர்கள் ஐந்தாண்டு களுக்கு ஒருமுறை தர மதிப்பீடு செய்யப்படுவர் என்பதன் பொருள் என்ன? யார் இவர்களைத் தர மதிப்பீடு செய்வர்?

ஆசிரியத்தர மதிப்பீடு கூடாது எனச் சொல்லவில்லை. ஆனால் அதற்குரிய முன்நிபந்தனைகளும் சூழல்களும் நிறைவேற்றப்படாமல் ஆசிரிய மதிப்பீடு மட்டும் செய்யப்படும் என்கிறபோது அது ஆசிரியர்கள் மீதான இன்னொரு அடக்குமுறையாகவே இருக்கும். ஆசிரிய மதிப்பீடு பற்றிப் பேசும் இந்த அறிக்கை சுதந்திரமாக இயங்கும் ஆசிரியர் இயக்கங்களின் தேவை குறித்து ஏதும் பேசாதது குறிப்பிடத் தக்கது.

சுதந்திரமாக இயங்கும் ஆசிரிய இயக்கங்கள், கல்வி நிறுவனங் களின் சகல மட்டச் செயற்பாடுகளிலும் வெளிப்படைத் தன்மை, கல்வி நிறுவனங்களுக்குள் கல்வி சார்ந்த அனைத்துப் பணிகளிலும் கார்ப்பொரேட் முதலாளிகளின் தலையீடின்மை, ஆசிரியர்கள் தொடர்ந்து தம் தகுதிகளை மேம்படுத்திக்கொள்ளும் கல்விச் சூழல் முதலியவை உருவாக்கப்படாமல் வெறுமனே ஆசிரிய மதிப்பீடு என்பது ஆசிரியர்கள் மீதான வன்முறையாகவே அமையும்.

4.18

சிறுபான்மைச் சமூகங்களின் கல்வி நிறுவனங்களும் 25 சதவீத மாணவருக்கு இலவசக் கல்வியும்

முஸ்லிம்கள், கிறிஸ்தவர்கள் முதலான சிறுபான்மைச் சமூகங்கள் நடத்துகிற கல்வி நிறுவனங்களுக்குச் சில சிறப்புரிமைகளை, அவர்கள் சிறுபான்மையினர் என்கிற அடிப்படையில் நமது அரசியல் சட்டம் வழங்குகிறது. அரசியல் சட்டத்தின் 30(1) பிரிவைக் குறிப்பாகச் சொல்லலாம்.

சிறுபான்மைச் சமூகத்தினருக்கு இத்தகைய சிறப்புரிமைகள் வழங்குவது எல்லா ஜனநாயக அரசமைவுகளிலும் நடைமுறையில் உள்ளதுதான். மரபுரீதியாகவும், வருண சாதி அடிப்படையிலும் காலம் காலமாகக் கல்வி மறுக்கப்பட்ட நம் அடித்தள மக்களுக்குக் கல்வி அளித்த பாரம்பரியமும் பெருமையும் சிறுபான்மைச் சமூகங்களுக்கு, குறிப்பாக கிறிஸ்தவ மிஷனரிகளுக்கு உண்டு.

அதே நேரத்தில் ஒரு நிறுவனம் என்கிற வகையில் எல்லா நிறுவனங்களிலும் இருக்கக்கூடிய எல்லாவிதமான அதிகார அத்துமீறல்கள், தவறுகள் ஆகியவை இந்த நிறுவனங்களிலும் உண்டு. சிறுபான்மைச் சமூகம் என்கிற வகையில் இவர்களுக்கு அளிக்கப்படும் சிறப்புரிமைகள் அவற்றில் பணியாற்றும் ஊழியர்களுக்கு எதிராகப் பயன்படுத்தப்பட்ட பல நிகழ்வுகளை ஆசிரியர் சங்கங்களில் நீண்ட காலம் பணியாற்றியவன் எனும் வகையில் நடைமுறையில் நான் அறிவேன். இதில் கிறிஸ்தவ, முஸ்லிம் அமைப்புகள் என எதுவும் விதிவிலக்கல்ல. தமிழகத்திலேயே பல எடுத்துக்காட்டுகளைச் சுட்டமுடியும்.

இதில் ரொம்பவும் வேடிக்கை அல்லது வேதனை என்னவெனில் இந்தச் சிறப்புரிமைகளைப் பயன்படுத்தி நடக்கும் அத்துமீறல்களால் பாதிக்கப்படுவோரும் பலநேரங்களில் அதே சிறுபான்மைச் சமூகத் தவராக இருப்பதுதான். அந்த வகையில் சிறுபான்மையருக்கு அளிக்கப்படும் இந்தச் சிறப்புரிமைகளே இம்மாதிரியான நிகழ்வுகளில் சிறுபான்மையினரின் உரிமைகளைப் பறிப்பதற்கான கருவியாகவும் ஆகிவிடுகிறது.

2009இல் இங்கே கல்வி உரிமைச் சட்டம் அமுலுக்கு வந்தது. அதன் 12 (1) (c) பிரிவு அரசு உதவி பெறாத கல்வி நிறுவனங்களாயினும் ஒன்றாம் வகுப்பு மாணவர் சேர்க்கையில் 25 சதவீதத்தைக் கட்டாய மாகப் 'பொருளாதார ரீதியாகப் பின்தங்கிய மாணவர்களுக்கு இலவசமாக அளித்து அதைத் தொடர வேண்டும்' என்பதைப் பள்ளி களுக்குக் கட்டாயமாக்கியது.

இந்த நிபந்தனை தமக்குப் பொருந்தாது எனச் சிறுபான்மை கல்வி நிறுவங்கள் நீதிமன்றத்தை அணுகின. மே 2014இல் தலைமை நீதிபதி ஆர்.எம்.லோதா தலைமையில் அமைக்கப்பட்ட ஐந்து நீதிபதிகள் கொண்ட உச்சநீதிமன்ற அமர்வு கல்வி உரிமைச் சட்டத்தின் இந்த 12 (1) (c) பிரிவு சட்டபூர்வமானது எனத் தீர்ப்பளித்ததோடு, எனினும் இது சிறுபான்மை நிறுவனங்களுக்குப் பொருந்தாது என விலக்களித்தது. அரசு உதவி பெறாத சிறுபான்மை நிறுவனங்களுக்கு மட்டுமின்றி அரசு உதவி பெறும் சிறுபான்மை நிறுவனங்களுக்கும் இது பொருந்தாது என விலக்களிக்கப்பட்டது.

இந்நிலையில் இப்போது பாஜக அரசு வெளியிட்டுள்ள கல்விக் கொள்கை ஆவணங்கள் சிறுபான்மை நிறுவனங்களுக்கு அளிக்கப் பட்ட இந்த விலக்கு மறுபரிசீலனை செய்யப்பட வேண்டும் எனக் கூறியுள்ளது (உள்ளீடுகள் 4.4.2 மற்றும் சுப்பிரமணியம் குழு ஆவணம் 6.6.13) இன்று சர்ச்சைக்குள்ளாகி இருக்கிறது. கிறிஸ்தவ, முஸ்லிம் மத நிறுவனங்கள் இன்று இந்தக் கல்விக் கொள்கைக்கு எதிராகக் களம் இறங்கியுள்ளதற்குப் பின்னணியாக இதுவும், யோகா, சமஸ்கிருதம் ஆகியவற்றின் ஊடாக இந்துத்துவக் கருத்துகளைப் பாடத்திட்டத்தில் புகுத்தும் முயற்சிகளும்தான் காரணமாக உள்ளன.

சுப்பிரமணியம் குழு இது குறித்து மிக விரிவாகப் பேசுகிறது (6.6). சிறுபான்மையினரின் கல்வி நிறுவனங்களுக்கு அளிக்கப்பட்ட இந்த விலக்கை அது கேலி செய்கிறது. அரசு உதவி பெறாத கல்வி

நிறுவனங்களுக்கு மட்டுமின்றி அரசு உதவிபெறும் நிறுவனங்களுக்கும் விலக்கு அளித்திருப்பதை இளக்காரமாகச் சுட்டிக் காட்டுகிறது. 'சிறுபான்மை நிறுவனங்கள் ஏதாவது ஒரு கொம்பைப் பிடித்துக்கொண்டு தமது கடப்பாடுகளிலிருந்து தப்பிப்பதே வழக்கமாகி விட்ட சூழலில் பொருளாதார ரீதியாகப் பின்தங்கியுள்ள மக்களின் உரிமைகளுக்கும் அரசியல் சட்டத்தின் 30(1) பிரிவு சிறுபான்மை மக்களுக்கு வழங்கியுள்ள சிறப்புரிமைக்கும் உள்ள முரண்பாட்டைத் தீர்க்க வேண்டிய தருணம் வந்துவிட்டது' என்கிறது (6.6.11). முத்தாய்ப்பாக கல்வி உரிமைச் சட்டத்தின் 12(1)(C) பிரிவு சிறுபான்மை நிறுவனங்களுக்கும் பொருந்துமாறு செய்யவேண்டும் எனப் பரிந்துரைக்கிறது.

சிறுபான்மை மக்களைச் சீண்டக் கிடைத்த வாய்ப்புகளை எல்லாம் வலிமையாகப் பயன்படுத்திக்கொள்ளும் இந்துத்துவ அரசின் விசுவாசமான ஓய்வுபெற்ற அதிகாரிகளால் தயாரிக்கப்பட்ட இந்த அறிக்கையின் உள்நோக்கத்தை விளக்க வேண்டியதில்லை. பொருளாதார ரீதியாகப் பின்தங்கியுள்ள மக்களின்பால் இந்த அறிக்கை தயாரிப்பாளர்களுக்கு இம்மியும் இரக்கம் உள்ளதற்குச் சான்றாக இந்த அறிக்கைகளில் வேறெங்கும் ஒரு வரியைக்கூடச் சுட்டிவிட இயலாது. அடித்தள மக்களை உயர்கல்வியிலிருந்து அகற்றுவதே இந்தப் புதிய கொள்கையின் நோக்கம் என்பதை இந்தத் தொடரில் நான் விரிவாக விளக்கியுள்ளேன். அப்பட்டமாக சிறுபான்மை வெறுப்பைக் கக்கும் ஒரு வாய்ப்பாகவே இந்தப் பரிந்துரை உள்ளபோதும் 12 (1) (c) பிரிவு சிறுபான்மை நிறுவனங்களையும் கட்டுப்படுத்த வேண்டும் என்பதில் உள்ள நியாயங்களை முற்றாகப் புறக்கணிக்க இயலாது.

இந்தியச் சமூகத்தால் பாரம்பரியமாகக் கல்வியிலிருந்து ஒதுக்கிவைக்கப்பட்ட அடித்தள மக்களுக்கு, பல்வேறு எதிர்ப்புகளுக்கும் பிரச்சினைகளுக்கும் துன்பங்களுக்கும் இடையில் கல்வி அளித்த தொண்டைக் கடந்த மூன்று நான்கு நூற்றாண்டுகளாகச் செய்த பெருமை சிறுபான்மை நிறுவனங்களுக்கு உண்டு என்ற போதும், இன்று அவையும் இத்தகைய சேவை என்பதை எல்லாம் தாண்டி லாபம் சம்பாதிக்கிற நிறுவனங்களாகவே ஆகிவிட்டன. எல்லாத் தனியார் நிறுவனங்களையும் போலத்தான் அவையும் இன்று செயல்படுகின்றன. சுப்பிரமணியம் குழு தன் அறிக்கையில் சுட்டிக் காட்டியுள்ளது போல 25 சதவீத கட்டாய இலவசச் சேர்க்கையில்

விலக்கு அளிக்கப்பட்ட பிறகு தனியார் கல்வி நிறுவனங்கள் 'சிறுபான்மை' நிலை கோரும் விண்ணப்பங்கள் அதிகமாகிவிட்டன.

இது தொடர்பாக நான் சில மூத்த சிறுபான்மை மதக் கல்வியாளர்களிடம் பேசியபோது பொருளாதார ரீதியாகப் பின்தங்கியவர்களுக்கு இப்படி 25 சதவீத இலவச ஒதுக்கீடு அளிப்பது ஒரு நியாயமான பரிந்துரைதான் என அவர்கள் ஏற்றுக்கொண்டனர். முற்றிலும் ஒரு தருமப் பணியாக இருந்தது என்பது இன்று ஒரு தொழிலாக மாறிப் போனபின் இதுபோன்ற பிற நிறுவனங்களுக்கு உள்ள கடப்பாட்டிலிருந்து தாங்கள் விலகி நிற்பதை ஓர் உரிமையாகக் கோருவதில் எந்த நியாயமும் இல்லை என்பதை அவர்கள் ஒத்துக்கொண்டனர்.

அவர்கள் இன்னொரு பார்வையையும் முன்வைத்தனர். இந்த 25 சதவீத இலவச ஒதுக்கீடு என்பதை எல்லா கிறிஸ்தவக் கல்வி அமைப்புகளும் எதிர்க்கவில்லை என்றனர். கடலோரக் கிராமங்களில் பணி செய்யும் ஒரு மூத்த பாதிரியார் இதுபோன்ற கிராமங்களில் இயங்கும் தம் பள்ளிகளில் இது ஒரு பிரச்சினை இல்லை என்றார். சொல்லப்போனால் அங்கு படிக்கும் பெரும் பாலானவர்கள் இத்தகைய ஏழை மாணவர்கள்தாம் என்றார். இந்த 25 சதவீத இலவச ஒதுக்கீட்டை எதிர்ப்பவர்கள் எல்லாம் நகர்ப் புறங்களில் செயல்படுகிற பெரிய அளவில் கல்விக் கட்டணம் வசூலிக்கும் பள்ளிகள், CBSE போன்ற பாடத் திட்டங்களைச் சொல்லிக் கொடுக்கும் மேல்தட்டுப் பள்ளிகள் போன்றவற்றை நடத்துகிறவர்கள் தாம் என்றார்.

எளிய மக்களுக்கு 25 சதவீத ஒதுக்கீட்டை ஏற்பதில் பிடிவாதம் காட்டிப் பொதுப் போக்கிலிருந்து விலகி நிற்காமல் சிறுபான்மை நிறுவனங்கள் இதை ஏற்று மைய நீரோட்டத்தில் இணைய வேண்டும்.

மூன்று குறிப்புகள்

1. சிறுபான்மை மக்களை, குறிப்பாக முஸ்லிம்களை மற்ற பெரும்பான்மை மக்களுடன் பொருளாதாரத்தில் சமநிலை வகிப்பவர்களாகவே சுப்பிரமணியம் குழு அணுகுகிறது. இது மிகப் பெரிய தவறு மட்டுமல்ல; நேர்மையற்ற அணுகல் முறையும் கூட. கோபால்சிங் குழு, சச்சார் குழு, ரங்கநாத் மிஸ்ரா ஆணையம் தொடங்கிப் பல்வேறு மாநில அளவிலான பிற்படுத்தப்பட்டோர் ஆணைய ஆய்வுகளில் முஸ்லிம்களின் நிலை பொருளாதார ரீதியாக மிகவும் பின்தங்கி உள்ளது நிறுவப்பட்டுள்ளது. கல்வி, வேலைவாய்ப்பு முதலான அனைத்து அம்சங்களிலும்

முஸ்லிம்கள் தலித்களைக் காட்டிலும் பின்தங்கியுள்ளனர் என சச்சார் குழு கூறியுள்ளது இங்கே குறிப்பிடத்தக்கது. கிறிஸ்தவர் களைப் பொறுத்தமட்டில் பெரிய அளவில் அவர்களில் தலித்களும் பழங்குடி மக்களும் உள்ளனர். இந்தியக் கிறிஸ்தவத்தைப் பழங்குடி மற்றும் திராவிட மக்களின் சமயம் எனச் சில சமூகவியலாளர்கள் குறிப்பிடுகின்றனர்.

2. கல்வி உரிமைச் சட்டம் அமலுக்கு வந்தபோது சிறுபான்மை நிறுவனங்கள் பொருளாதார ரீதியாகப் பின்தங்கிய 25 சதவீத இலவச ஒதுக்கிடு அளிப்பதற்கு எதிர்ப்புகள் தெரிவித்தன. அப்போது கல்வி அமைச்சராக இருந்த கபில் சிபல், 'அதனா லென்ன, உங்கள் சமூகத்தில் உள்ள அடித்தள ஏழை மக்களுக்கு இந்த வாய்ப்பைப் பயன்படுத்திக்கொள்ளுங்களேன்' எனச் சொன்னது நினைவிற்குரியது.

3. தமிழகத்திலுள்ள முஸ்லிம் உயர்கல்வி நிறுவனங்கள் பலவற்றில் முஸ்லிம்களைக் காட்டிலும் தலித்துகளுக்கும் பொருளாதாரத்தில் பின்தங்கியோருக்கும் அதிக இடமளிக்கப் பட்டுள்ளது.

4.19

ஆர்எஸ்எஸ்ஸின் அறிவுரைகளும் இந்த அறிக்கையும்

2014இல் பாஜக அரசு பதவியேற்ற கையோடு ஆர்எஸ்எஸ் தலைவர்கள் அப்போது கல்வி அமைச்சராக நியமிக்கப்பட்டிருந்த ஸ்மிருதி இரானியைச் சந்தித்து நீண்ட நேரம் பேசிவந்தனர். எனது இது மோடியின் காலம் நூலில் இது பதிவாகியுள்ளது.

சில மாதங்களுக்கு முன் ஸ்மிருதி இரானி நீக்கப்பட்டு அவரிடத்தில் ஜவடேகர் நியமிக்கப்பட்ட கையோடு அவரையும் ஆர்எஸ்எஸ் தலைவர்கள் சந்தித்து நீண்ட நேரம் பேசினர்.

ஏசியன் ஏஜ் இதழில் சென்ற ஜூன் 21 அன்று நிதின் மகாஜன் எழுதிய கட்டுரை ஒன்றை வாசித்தேன். மனிதவளத்துறை அமைச்சர் களைச் சந்தித்தபோது ஆர்எஸ்எஸ் தலைவர்கள் நான்கு அம்சங்களை வற்புறுத்தினர் என்றும், அவை இப்போது பாஜக அரசு வெளி யிட்டுள்ள புதிய கல்விக் கொள்கை அறிக்கையில் தவறாமல் இடம்பெற்றுள்ளன எனவும் இரண்டு மாதங்களுக்கு முன்பே இந்தக் கட்டுரையில் நிதின் எழுதியுள்ளது குறிப்பிடத்தக்கது. ஆர்எஸ்எஸ் வற்புறுத்திய அந்த நான்கு அம்சங்கள் இவைதான்:

1. பள்ளிகளில் மதிப்பீட்டுக் (விழுமியக்) கல்வியைப் (value education) புகுத்துவது.
2. தாய்மொழி வழிக் கல்விக்கு முக்கியத்துவம் அளிப்பது.
3. எட்டாம் வகுப்புவரை மாணவர்களை ஃபெயில் ஆக்கக்கூடாது எனும் நிலையை ஒழிப்பது.
4. சமஸ்கிருதக் கல்விக்கு ஊக்கம் அளிப்பது.

ஆர்எஸ்எஸ் உத்தரவிட்டால் பிறகு அதற்கு ஏது மாற்று? மோடி அரசு அவற்றை இன்று சிரமேற்கொண்டு செயல்படுத்தியுள்ளது.

சுப்பிரமணியம் குழு தயாரித்துள்ள இந்தக் கல்விக் கொள்கை நகல் ஆவணம் இந்த நான்கு அறிவுரைகளையும் தாம் உருவாக்கியுள்ள நகல் அறிக்கைக்குள் கொண்டு வந்துள்ளது.

இவற்றில் தாய்மொழிவழிக் கல்வியைப் பரிந்துரைத்திருப்பது தவிர பிற மூன்றின் நோக்கம் குறித்து விரிவாக விளக்கவேண்டிய தில்லை. 'விழுமியக் கல்வி' என அவர்கள் சொல்வது இந்துத்துவ விழுமியங் களைத்தான்.

எட்டாம் வகுப்புவரை ஃபெயில் ஆக்கக் கூடாது எனும் முக்கிய முடிவு அடித்தள மக்கள் மற்றும் பெண் குழந்தைகளின் நலன் நோக்கில் கொண்டு வரப்பட்டது. அப்படி ஃபெயில் ஆக்கும்போது அவர்கள் படிப்பு நிறுத்தப்பட்டு குழந்தை உழைப்பாளிகளாவது அல்லது இளம் வயதுத் திருமணத்திற்கு ஆட்படுத்தப்படுவது ஆகியவற்றைத் தடுப்பது என்பது இப்படி எட்டாம் வகுப்புவரை ஃபெயில் கூடாது என்பதன் முக்கிய நோக்கம். குலக் கல்விமுறையை ஆதரிக்கும் ஆர்எஸ்எஸ் இதை எதிர்ப்பதும் மோடி அரசு இதை முடிவுக்குக் கொண்டுவருவதும் வியப்பில்லை. இது குறித்து விரிவாக ஏற்கனவே பேசியுள்ளோம்.

ஆர்எஸ்எஸ்ஸின் மற்ற இரண்டு பரிந்துரைகளையும் அவை இந்த அறிக்கையில் வெளிப்படுத்தப்பட்டுள்ள விதத்தையும் சற்று விளக்க மாகக் காண்போம்.

4.20

சமஸ்கிருதத் திணிப்பும் தாய்மொழிவழிக் கல்வியும்

சமஸ்கிருதத்தை அவர்கள் ஒரு செத்த பிணத்தைத் தூக்கிப் பிடிப்பது போலத் தூக்கிப் பிடிப்பதும் புரிந்துகொள்ளக் கூடியதுதான்.

தாய்மொழி வழிக் கல்விக்கு முக்கியத்துவம் அளிப்பதில் நமக்குக் கருத்து மாறுபாடில்லை. ஆனால் இவர்களின் நோக்கமும் நாம் இதை ஆதரிப்பதன் நோக்கமும் முற்றிலும் வேறானது. நாம் தாய்மொழி வழிக் கல்வியை ஆதரிக்கிறோம். இரண்டாம் மொழி ஒன்றைக் கற்றுக் கொள்ள வேண்டும் என்பதில் நமக்கு எந்தப் பிரச்சினையும் இல்லை. தமிழகத்தைப் பொறுத்தமட்டில் அந்த இரண்டாம் மொழி ஆங்கிலம் தான். திராவிடக் கட்சி அரசுகளின் வரவேற்கத்தக்க செயல்பாடுகளில் இது ஒன்று.

ஆங்கிலக் கல்வியின் முக்கியத்துவம் இன்றைய உலகில் மேலும் அதிகமாகியுள்ளது. ஆனால் இந்த ஆவணம் அது குறித்து எங்கும் பேசவில்லை. ஆங்கில மொழி அறிவை எதிர்க்கும் இவர்கள் அந்தப் பின்னணியில் இருந்தே இதைச் சொல்கிறார்கள். ஆர்எஸ்எஸ்ஸின் நோக்கம் எக்காரணம் கொண்டும் ஆங்கிலம் வந்துவிடக்கூடாது என்பதுதான்.

தாய்மொழிக் கல்வியை ஆதரிக்கும் இவர்கள் மொழிவாரி மாநிலக் கொள்கையை எதிர்ப்பவர்களாக உள்ளதையும் நாம் மறந்துவிடக் கூடாது. இந்தியாவை 70க்கும் மேற்பட்ட சிறு மாநிலங்களாகப் பிரிப்பது அவர்களின் கொள்கை. தெலுங்கு மொழி பேசும் விசால ஆந்திராவிலிருந்து அதே தெலுங்கு மொழி பேசும் தெலங்கானா பிரிய வேண்டும் என எழுந்த போராட்டம் முதற்கொண்டு இதுபோல மாநிலங்களைத் துண்டாடும் கோரிக்கைகளை ஆர்எஸ்எஸ் தீவிரமாக ஆதரித்து வருவது இந்தப் பின்னணியிலிருந்துதான். மொழிவாரியான

பற்று மற்றும் அடையாளம் என்பது மத அடிப்படையில் இந்துக்களைத் திரட்டுவதற்குத் தடையாக இருக்கும் என்பது ஆர்எஸ்எஸ் அணுகல்முறை.

ஆனால் ஆங்கிலம் வழி ஒரு பரந்த அறிவைப் பெறுவது என்பதைக் காட்டிலும் தாய்மொழி அடையாளம் பரவாயில்லை என்பதுதான் இவர்கள் தாய்மொழிவழிக் கல்விக்கு ஆதரவளிப்பதன் பின்னணி.

சரி. தாய்மொழியில் கல்வி என்கிற ஆர்எஸ்எஸ் பரிந்துரையைச் சுப்பிரமணியம் குழு எந்த அளவிற்குத் தங்களின் நகல் அறிக்கையில் கொண்டு வந்துள்ளது ?

பயிற்று மொழி குறித்து அது மிகச் சுருக்கமாகப் பேசி முடித்துக் கொள்கிறது. ஐந்தாம் வகுப்புவரை தாய்மொழி, மாநில மொழி அல்லது பிராந்திய மொழி என ஏதோ ஒன்றைப் பயிற்று மொழியாக மாநில அரசுகள் தேர்ந்துகொள்ளலாம் என்பதோடு நிறுத்திக் கொள்கிறது (உள்ளீடுகள் 4.11.1). ஏதோ வேண்டா வெறுப்பாகச் சொல்வது போல கூடுதல் விளக்கம் ஏதும் இல்லாமல் சட்டென்று நிறுத்திக்கொள்வதைக் கவனிக்க வேண்டும். இப்படித் தாய்மொழி வழிக் கல்வியைப் பெரிய மனதுபண்ணி அனுமதிப்பதைக்கூட ஐந்தாம் வகுப்புடன் நிறுத்திக்கொள்வது கவனிக்கத்தக்கது. ஐந்தாம் வகுப்புக்குப் பின்னரும் உயர்கல்வியிலும் பயிற்று மொழி என்னவாக இருக்கும் என்கிற முக்கிய கேள்விக்கு இந்த அறிக்கைகளில் பதில் இல்லை.

இரண்டாவது மொழியாக ஆங்கிலம் இருக்கும் எனவும் மூன்றாவது மொழியாக எதைத் தேர்வு செய்வது என்பதை மாணவரின் விருப்பத்துக்கு விட்டுவிடுவதாகவும் கூறப்படுகிறது (உள்ளீடுகள் 4.11.2).

ஆர்எஸ்எஸ் பரிந்துரைக்காதபோதும்கூட இரண்டாவது மொழி என ஆங்கிலத்தைச் சுப்பிரமணியம் குழு ஏற்றுக்கொண்டது எப்படி ? எப்போதும் ஆர்எஸ்எஸ்ஸின் அடிப்படைவாதத்திற்கும் அவர்கள் அரசு அதிகாரத்தில் அமரும்போது செய்துகொள்ளும் சமரசத்திற்கும் இடையிலுள்ள ஒரு மெல்லிய முரண்பாடு இருக்கும். ஒரு சில அம்சங்களில் உலக எதார்த்தத்தைக் கணக்கில்கொண்டு அரசு சில நடவடிக்கைகளை மேற்கொள்ளும்போது ஆர்எஸ்எஸ் அந்த எதார்த்ததைப் புரிந்துகொண்டு அமைதி காக்கும். இந்துத்துவமும்

நவதாராளவாதமும் எனும் எனது கட்டுரையில் இதுகுறித்து விரிவாகப் பேசியுள்ளேன்.

ஐந்தாம் வகுப்புவரை தாய்மொழிவழிக் கல்வியைத் தயக்கத் துடன் அனுமதிப்பது, இரண்டாம் மொழியாக ஆங்கிலத்தைப் பரிந்துரைப்பது, இன்னொருபக்கம் சமஸ்கிருதப் புகழ் பாடுவது ஆகியவற்றிற்கிடையே இவர்கள் வெளிப்படுத்தும் சமரசத்தின் பின்னணி இதுதான்.

ஐந்தாம் வகுப்புவரை தாய்மொழிக் கல்வி, இரண்டாம் மொழியாக ஆங்கிலம் என்பதைத் தொடர்ந்து இந்தியாவின் வளம்மிக்க பாரம்பரியம், மொழி மற்றும் கலாச்சாரப் பன்மைத்துவம், ஜனநாயகம், சமத்துவம், சமூகநீதி என்றெல்லாம் வார்த்தைகளை உதிர்த்துக் கொண்டே சமஸ்கிருதத்திற்கு வரும்போது ஒரு sudden brake போட்டு ஒரு முழுப் பத்தி அதற்காக ஒதுக்கப்படுகிறது.

'இந்திய மொழிகளின் வளர்ச்சிக்கான சமஸ்கிருதத்தின் முக்கியத்துவம், இந்தியக் கலாச்சார ஒற்றுமைக்கு அதன் தனித்துவமான பங்களிப்பு ஆகியவற்றைக் கணக்கில்கொண்டு பள்ளி முதல் பல்கலைக்கழகங்கள் வரை சமஸ்கிருதம் பயில்வதற்கான வசதிகள் தாராளமாகச் செய்து தரப்படும்' (உள்ளீடுகள் 4.11.5).

பள்ளி முதல் பல்கலைக்கழகங்கள்வரை சமஸ்கிருதம் பயில தாராளமாக வசதி செய்து தரப்படுமாம். யோகா அல்லது சமஸ்கிருதம் முதலியவற்றைப் பாடத்திட்டத்தில் சேர்ப்பது என்பதில்கூட நமக்குப் பெரிய பிரச்சினை இல்லை. சமஸ்கிருதம் தமிழைப்போல ஒரு செவ்வியல் மொழி. இலக்கியம், தத்துவம், மருத்துவம் எனப் பல முக்கிய ஆக்கங்களைத் தன்னகத்தே கொண்ட மொழி என்பதில் எல்லாம்கூட மறுப்பில்லை. பிரச்சினை என்னவெனில் சமஸ்கிருதம் அல்லது யோகாவிற்கு அவற்றின் தகுதிக்கு மீறிய மதிப்பையும், புனிதத்துவத்தையும் அளித்து அதனூடாக இவர்களின் பிளவு அரசியலைப் புகுத்துவதுதான்.

பாருங்கள் இங்கே என்ன சொல்கிறார்கள் என்று. 'இந்திய மொழிகளின் வளர்ச்சிக்கு சமஸ்கிருதம் முக்கியமாக' இருந்துள்ள தாம். என்ன அயோக்கியத்தனம். இந்தியத்துணைக் கண்டத்திற்குள் குறைந்தபட்சம் இரண்டு அல்லது மூன்று மொழிக் குடும்பங்கள் உள்ளன. தமிழை முதன்மையாகக்கொண்ட திராவிட மொழிக் குடும்பம் சமஸ்கிருதக் குடும்பத்திலிருந்து முற்றிலும் வேறுபட்டது

என்பதைப் பொட்டில் அடித்தாற் போல எல்லிஸ் கால்டுவெல், போன்றோர் நிறுவி நூற்றைம்பது ஆண்டுகளுக்கும் மேலாகி விட்டன. என்ன நெஞ்சழுத்தம் இருந்தால் இப்படி எழுதுவார்கள். சமஸ்கிருதம் செத்துப்போன ஒரு மொழி. அதை உயிர்ப்பிக்கச் செய்யும் முயற்சிகள் போல அசட்டுத்தனம் ஏதும் இல்லை. இதுகுறித்து நான் விரிவாக எழுதியுள்ளேன். சரஸ்வதி நதி என ஏதோ ஒரு பள்ளத்தைத் தோண்டி அதில் எங்கிருந்தோ லட்சக் கணக்கான கியூசெக் தண்ணீரைக் கொண்டு வந்து ஊற்றும் இந்த மூடக் கும்பல் இதையெல்லாம் அவர்கள் கட்சி, இயக்கம் அளவில் வைத்துக்கொள்ள வேண்டும். இப்படிக் கல்வித் திட்டத்தின் ஓரங்கமாகக் கொண்டு வருகிற நச்சுத்தனத்தையெல்லாம் எப்படிச் சகிப்பது.

இன்னொன்றையும் கவனத்தில்கொள்ள வேண்டும். 'இந்திய மொழிகளின் வளர்ச்சிக்கே' சமஸ்கிருதம்தான் காரணம் எனச் சொல்வதன் பொருள் என்ன? இந்தக் கும்பல்கள் இதுநாள் வரை தமிழ் உள்ளிட்ட மொழிகளின் தாய் என செத்துப்போன சமஸ் கிருதத்தை சொல்லி வந்ததைத்தான் இப்போது சுப்பிரமணி குழுவினர் நசுக்கி நசுக்கி இப்படிச் சொல்கின்றனர்.

4.21

பன்னாட்டு மூலதனக் கொள்ளைக்கு உயர்கல்வியைத் திறந்துவிடும் காட்ஸ் ஒப்பந்தத்திற்கான ஒப்புதல் அறிக்கையே இந்தப் புதிய கல்விக் கொள்கை

இந்தக் கட்டுரைத் தொடரின் இறுதிக்கு வந்துள்ளோம். இன்று இவர்கள் உருவாக்குகிற இந்தப் புதிய 'தேசிய கல்விக் கொள்கை'யின் முக்கியக் குறிக்கோள் இந்த அறிக்கையின் இறுதிப் பகுதியில் (உள்ளீடுகள் 4.18) வழக்கமான பசப்பு வார்த்தைகளுக்கிடையில் பொதிந்து கிடக்கிறது. இவர்களின் நோக்கம் இந்துத்துவக் கருத்துகளைப் பாடத்திட்டத்தில் புகுத்துவது மட்டுமல்ல என்பதை மீண்டும் நினைவுபடுத்திக் கொள்வோம். சென்றமுறை இவர்கள் ஆட்சிக்கு வந்தபோது பெரிய அளவில் இந்துத்துவக் கருத்துகளைப் புகுத்தும் முயற்சியை மேற்கொண்டதை மறந்துவிட இயலாது. பாட நூற்களைத் திருத்தியது, உயர்கல்வி நிறுவனங்களைக் காவிகளைக்கொண்டு நிரப்பியது ஆகியவை தவிர சோதிடம், புரோகிதம் முதலானவற்றிற்கெல்லாம் பல்கலைக்கழகங்களில் பாடத்திட்டங்கள் உருவாக்குவது என அவர்களின் செயல்பாடுகள் அப்போது அமைந்தன. ஆனால் அப்போதுகூட இப்படியான புதிய 'தேசிய கல்விக் கொள்கை' உருவாக்கமுயற்சி எதையும் அவர்கள் செய்யவில்லை.

இப்போது அவர்கள் இதில் தீவிரம் காட்டுவதன் பின்னணி என்ன?

கல்வியை, குறிப்பாக உயர்கல்வியைப் பன்னாட்டு மூலதனக் கொள்ளைக்கு முழுமையாகத் திறந்துவிட வேண்டும். அதற்குத் தக இங்குள்ள உயர்கல்விக் கட்டமைப்பை அடியோடு மாற்றியமைக்க வேண்டும். உயர்கல்வி குறித்து அனைத்தையும் தீர்மானிக்கும்

அதிகாரத்தை ஏற்கனவே உள்ள UGC, ACTE, NCTE, MCI முதலான நிறுவனங்களிடமிருந்து பறித்துத் தேர்ந்தெடுக்கப்பட்ட மக்கள் பிரதிநிதிகளுக்குப் பொறுப்பற்ற ஒரு சுயேச்சையான ஒழுங்காற்று அமைப்பிடம் (Independent Regulatory Authority – IRA) தரவேண்டும் என்பது இன்று அவர்களின் நோக்கம். உள்நாட்டு மக்களின் நலன்களைப் பற்றிக் கவலைப்படாமல் முற்றிலும் பன்னாட்டு ஒப்பந்த விதிகளுக்கு இணங்க ஒட்டுமொத்த உயர்கல்வியையும் இயக்க 'உயர் அதிகாரத்துடன் கூடிய' National Commission for Higher Education and Research (NCHER) எனும் பெயரில் இத்தகைய IRA ஒன்றை அமைப்பது குறித்துத் தமது தேர்தல் அறிக்கையிலும் (2014) இவர்கள் கூறியிருந்ததை நினைவில்கொண்டு மேலே செல்வோம்.

தேசிய கல்விக் கொள்கைக்கான உள்ளீடுகள் எனும் இவர்களின் ஆவணத்தின் 4.18 அத்தியாயத்தைப் புரிந்துகொள்ள இவர்கள் சென்ற ஆண்டு நைரோபியில் ஒப்புதல் அளித்து வந்துள்ள சேவைகளை வணிகமாக்குவது தொடர்பான GATS ஒப்பந்தம் குறித்து மிகச் சுருக்கமாகச் சிலவற்றைக் காணலாம். இரண்டாம் உலகப் போரின் முடிவில் உருவான உலக ஒழுங்கமைப்பிற்குத் தக வளர்ச்சி அடைந்த நாடுகளின் பொருளாதார நலன்களை உறுதி செய்யும் நோக்கில் 'பன்னாட்டு நிதியம்' (IMF) 'பன்னாட்டு வணிக ஒப்பந்தம்' (GATT) முதலியன அப்போது உருவாக்கப்பட்டன.

சோவியத் மற்றும் கிழக்கு ஐரோப்பிய நாடுகளின் வீழ்ச்சிக்குப் பின் உருவான உலகமயச் சூழலில் உலகப் பொருளாதாரத்தின் மீது மேற்கு நாடுகளின் பிடி மேலும் வலுவாகியுள்ளதை அறிவோம். அதன் ஓர் அங்கம்தான் 1995இல் இந்த GATT ஒப்பந்தம், விரிவான பேச்சு வார்த்தைகள் மற்றும் பல்வேறு வகை அழுத்தங்கள் ஆகியவற்றின் ஊடாக 'உலக வர்த்தக அமைப்பு' (WTO) என மாற்றம் கண்டது. முன்னதாக GATT ஒப்பந்தம் செயல்பட்டுக்கொண்டிருந்த வரைக்கும் இந்தப் பன்னாட்டு வர்த்தகம் என்பது பொருள்களின் ஏற்றுமதி, இறக்குமதி, உற்பத்தி ஆகியவற்றின் மீதான நாடுகளின் கட்டுப்பாடுகளைக் கட்டுக்குள் வைத்தல் என்கிற அளவில் மட்டுமே இருந்தது. இப்போது இதன் வீச்சு பொருள்கள் என்பதைத் தாண்டி கல்வி உள்ளிட்ட 'சேவைத் துறை'களின் ஏற்றுமதி, இறக்குமதியிலும் அனைத்துக் கட்டுப்பாடுகளையும் குறைப்பது என்கிற மட்டத்திற்கு அதிகரித்துள்ளது. இந்தப் பின்னணியில் உருவானதே 'சேவைத்துறை வணிகத்திற்கான' இன்றைய GATS ஒப்பந்தம்.

இதன்மூலம் உயர்கல்வி என்பது 'வணிகத்திற்குரிய சேவை' (Tradable Service) என்று ஆக்கப்பட்டுள்ளது. அதாவது உயர்கல்வி என்பது வாங்க, விற்க, இவற்றின் மூலம் லாபம் சம்பாதிக்கக்கூடிய தொழிலாக ஆக்கப்பட்டுள்ளது. பன்னாட்டு நிறுவனங்கள் அப்படியான கல்வி வணிகத்தைப் பிற நாடுகளில் செய்வதற்கு இப்போது உள்ள கட்டுப்பாடுகள் அனைத்தையும் நீக்குவதற்கான கருவியாக உருவாக்கப் பட்டதுதான் சேவை வணிகத்திற்கான இந்த GATS ஒப்பந்தம். இதன் மூலம் கல்வி, மருத்துவம், தண்ணீர், மின்சாரம், போக்குவரத்து முதலிய சேவைகள் எல்லாம் லாபம் சம்பாதிப்பதற்குரிய பண்டங் களாக்கப்பட்டன.

இந்த ஒப்பந்தம் குறித்து மேலும் இரண்டு அம்சங்களை நாம் புரிந்துகொள்ள வேண்டும்.

முதல் அம்சம்: GATS ஆட்சியில் அங்கமாகும் செயல்பாடு இரண்டு கட்டங்களாக அமைகிறது.

முதலில், இந்த ஒப்பந்த அமைப்புக்குள் தங்களது சேவைத் துறைகளை 'அர்ப்பணிப்பதற்கு' (offer) இதில் அங்கமாகும் நாடுகள் ஒப்புதல் அளிக்கவேண்டும். 15 ஆண்டுகளுக்கு முன் வாஜ்பேயி தலைமையில் இருந்த பாஜக அரசு இப்படித் தன் சேவைகள் அனைத்தையும் அர்ப்பணிப்பதாக நிபந்தனைகள் ஏதுமின்றி ஒப்புதல் அளித்தது. பின்னர் வந்த மன்மோகன் சிங் தலைமையிலான அரசு சில திருத்தங்களுடன் அதை ஏற்றுக்கொண்டது.

அடுத்து, இப்படி அர்ப்பணிக்கப்பட்ட சேவைகளுக்கான விதிமுறை களை எல்லாம் வகுத்து இது ஒரு 'கடப்பாடு' (commitment) ஆக்கப் படும். ஒருமுறை இப்படி ஒரு நாடு தனது அர்ப்பணிப்பைக் கடப்பாடு ஆக்கிவிட்டால் பின் அதிலிருந்து விலகுவது எளிதல்ல. சென்ற 2015 டிசம்பர் 15 -18இல் நடைபெற்ற மூன்று நாள் பேச்சு வார்த்தைகளில் மோடி அரசின் வணிக அமைச்சர் இந்தியப் பிரதிநிதியாகக் கலந்துகொண்டார். ஆனால் அங்கு என்ன நடைபெற்றது என்பது குறித்து நாட்டு மக்களுக்கு முறையான அறிக்கை ஏதும் அளிக்கப்பட வில்லை. எனினும் கடும் எதிர்ப்புகளின் விளைவாக நைரோபி பேச்சு வார்த்தைகளில் கல்வியை வணிகமயமாக்குவது குறித்து மட்டும் விவாதிக்கப்படவில்லை எனத் தெரிகிறது. ஆனால் அங்கு பேசப்பட்ட பிறவற்றில் இந்தியா பெரிய அளவில் எவ்வித மறுப்பையும் தெரிவிக்காமல் 162 நாடுகள் வெளியிட்ட பொது அறிக்கையில் கையொப்பமிட்டதை அனைவரும் அறிவர்.

இரண்டாவது அம்சம்: GATS ஒப்பந்தத்தில் அங்கமாகும் எந்த ஒரு நாட்டுக்கும் எந்தெந்த சேவைகளைத் தாம் இப்படி அர்ப்பணிப்பது எனத் தேர்வு செய்கிற சுதந்திரம் உண்டு. எடுத்துக்காட்டாக GATS ஒப்பந்தத்தில் அங்கமாகியுள்ள 162 நாடுகளில் சுமார் 40 நாடுகள் உயர்கல்வியை இப்படி வணிகமாக்க ஒத்துக்கொள்ளவில்லை. இதில் ஐரோப்பிய ஒன்றியம், ஆப்பிரிக்க ஒன்றியம் ஆகியன அடங்கும். ஆனால் வாஜ்பேயி அரசு உயர்கல்வி உட்பட அனைத்துச் சேவை களையும் முழுமையாக அர்ப்பணித்தது.

இந்தத் தம்முடைய நிலைப்பாடுகளை நியாயப்படுத்தி ஐக்கிய நாடுகள் அவையின் கல்வி, பண்பாடு, அறிவியல் முதலான துறை களுக்கான 'யுனெஸ்கோ' மாநாட்டில் வாஜ்பேயி அமைச்சரவையில் மனித வளத்துறை அமைச்சராக இருந்த முரளி மனோகர் ஜோஷி பேசுகையில்,

> உயர்கல்வி என்பது படிக்கிற அந்தத் தனிநபருக்குத்தான் பயனளிக்கிறது. சமூகத்திற்கு அதனால் எந்தப் பயனும் இல்லை. எனவே அதற்குச் செலவிடும் தொகைக்கு அந்தத் தனிநபரே பொறுப்பு ஏற்கவேண்டும். ஆகையால் உயர்கல்வியை ஒரு 'பொதுமக்களுக்கான பொருளாக'க் (public good) கொள்ள முடியாது. அதை ஒரு 'திறன்சாராப் பொருள்' (non–merit good) என்றே கொள்ள வேண்டும்

என்று கூறியது குறிப்பிடத்தக்கது. இந்திய மக்களுக்குப் பச்சைத் துரோகம் இழைத்த இந்தப் பேச்சின் உட்பொருள் மிகவும் ஆபத்தானது. கல்வியை இப்படித் 'திறன்சாராப் பொருள்' என பாஜக அரசின் கல்வி அமைச்சர் வரையறுத்ததன் பின்னணியில் உள்ள அரசியல் மிகவும் ஆபத்தான ஒன்று. இதைச் சற்று விளக்கமாகப் பார்ப்போம்.

பொருளாதாரத்தில் இத்தகைய சேவைகளைப் பலவாறாகப் பிரிப்பர். தூயகாற்று, பொது அறிவு, மொழிவளம், தேசப் பாதுகாப்பு முதலானவை 'பொதுமக்களுக்கான பொருள்கள்' (Public Goods) எனப்படும். காற்று முதலிய இத்தகைய பொருள்களை ஒருவர் பாவிப்பதால் மற்றவர்கள் அவற்றைப் பாவிப்பதில் எந்தக் குறையும் ஏற்படாது. அதனால்தான் இவை பொதுப் பொருள்கள் அல்லது பொதுமக்களுக்கான பொருள்கள் எனப் பெயர் பெற்றன.

கல்வி முதலியன 'திறன்சார் பொருள்' (merit good) என வரையறுக்கப்படும். அதாவது ஒருவருக்கு அளிக்கப்படும் கல்வி என்பது அவருக்கு மட்டும் பயனளிப்பதோடு நின்றுவிடுவதில்லை.

சமூகத்தையே மேம்படுத்த உதவும் ஒரு பொருள் ஆகிறது. அந்த வகையில் அதற்கான செலவிற்குச் சமூகமே பொறுப்பாக வேண்டும்.

இது குறித்த எந்த ஒரு விவாதமும் இல்லாமல் முரளி மனோகர் ஜோஷி படு தினாவெட்டாக அந்த மேடையில் கல்வி என்பதைத் திறன்சாராப் பொருள் எனவும், அதனால் சமூகத்திற்கு எந்தப் பயனும் இல்லை எனவும் அறிவித்தார். உயர்கல்வியை இந்திய அரசு உலக முதலாளியத்தின் காலடியில் சமர்ப்பித்த வரலாறு இதுதான்.

இவ்வாறு சமர்ப்பிக்கப்பட்ட பிறகு இந்த உயர்கல்வி வணிகம் எந்தெந்த வகைகளில் (modes) செயல்படுத்தப்படும்? இது குறித்து GATS விதிகள் சொல்வதைக் காணலாம்.

GATS ஒப்பந்தத்தின் 1ஆம் பிரிவின் 2ஆம் உட்பிரிவு நான்கு வகைகளில் இந்த 'சேவை விநியோகம்' நடக்கும் என்கிறது. சுருக்கமாக அவற்றின் மொழியாக்கம்:

1. எல்லை தாண்டிய விநியோகம் (Cross Border Supply): சேவைக் கட்டணங்கள் செலுத்தி அயல்நாட்டு விநியோகிப்பவரிடம் இருந்து இணையதளம் மூலமாகக் கல்வி பெறுதல்.
2. வெளிநாட்டு நுகர்வு (Consumption Abroad): வெளிநாட்டிற்கு நேரடியாகச் சென்று கட்டணங்கள் செலுத்திக் கல்வி பெறுதல்.
3. வணிகத்திற்காக நேரடி வருகை (Commercial Presence): வெளிநாட்டு நிறுவனங்கள் இங்கு வந்து சேவைக் கட்டணம் வசூலித்துக் கல்வி வழங்குதல்.
4. ஆசிரியர் நேர்வருகை (Presence of Natural Persons): வெளிநாட்டு ஆசிரியர்கள் தனியாட்கள் என்ற முறையில், இந்தியாவுக்கு வந்து இங்குள்ள நிறுவனங்களில் சேவை வழங்கிக் கட்டணங்கள் வசூலித்தல்.

இந்தப் பின்னணியில் மோடி அரசின் நடவடிக்கைகளையும் இந்த தேசிய கல்விக் கொள்கை நகலையும் சுருக்கமாகக் காண்போம்.

1. மோடி அரசின் முதல் முழு நிதி நிலை அறிக்கை 2015இல் வந்தது. இதில் கல்விக்கான ஒதுக்கீடு 82,771 கோடியிலிருந்து 69,074 கோடியாகக் குறைக்கப்பட்டது. உயர்கல்விக்கான ஒதுக்கீட்டில் மட்டும் 3,900 கோடி குறைக்கப்பட்டது.
2. 2006 முதல் மத்திய பல்கலைக்கழகங்களில் 'நெட்' தேர்வு எழுதாத ஆய்வு மாணவர்களுக்கு, அவர்கள் எம்.ஃபில் மாணவர்களாயின்

மாதம் 5000உம் PhD மாணவர்களாயின் 8000உம் உதவித்தொகை வழங்கப்பட்டு வந்தது. இந்தத் தொகைகள் கூடுதலாக்கப்பட வேண்டும் என்கிற கோரிக்கையும் இருந்து வந்தது. மோடி அரசு பதவி ஏற்றபின் இந்த உதவித் தொகைகள் நிறுத்தப்பட்டன. இதை எதிர்த்து மாணவர்கள் மிகப் பெரிய போராட்டத்தை நடத்தினர்.

உயர்கல்வி என்பது ஒரு திறன்சாராப் பொருள். எனவே அதற்காக அரசு செலவு செய்யாது என GATS அர்ப்பணிப்பில் கொடுத்த வாக்குறுதியின் ஓரங்கமாகவே இந்த நடவடிக்கைகள் அமைகின்றன.

அடுத்து இன்றைய புதிய கல்விக் கொள்கைக்கான உள்ளீடுகள் அறிக்கையில் கல்வியைப் 'பன்னாட்டுமயப்படுத்துதல்' எனும் தலைப்பில் (4.18) இவர்கள் கூறுவதைச் சுருக்கமாகக் காணலாம்:

1. இன்றைய உலகமய யுகத்தில் கல்வியைப் பன்னாட்டுமய மாக்குவது தவிர்க்க இயலாது.
2. மாணவர்களும் ஆசிரியர்களும் இடம்பெயர்வது இதில் தவிர்க்க இயலாது.
3. கல்வித் திட்டத்தைப் பன்னாட்டுமயப் படுத்தல், எல்லை தாண்டிய விநியோகம், இணையம் மூலமாகப் பயிற்றுவித்தல் ஆகியன இவற்றில் தவிர்க்க இயலாது.
4. இதன்மூலம் உயர்கல்வி நிறுவனங்களுக்குத் தேசிய மற்றும் பன்னாட்டளவிலான அறிமுகம் கிடைக்கும்.

மேலே சொன்னவை அனைத்தும் உள்ளீடுகள் அறிக்கையின் 4.18 பிரிவின் முன்னுரையில் கூறப்படுபவை. GATS ஒப்பந்தத்தில் காணப் படும் நான்கு வகை விநியோக முறைகளும் இப்படி இதில் ஏற்றுக் கொள்ளப்பட்டுள்ளதைக் காணலாம். மேலும் இந்த அறிக்கையில் கூறப்படுவன:

1. உலகின் தலைசிறந்த 200 பல்கலைக்கழகங்களில் தேர்வு செய்யப் பட்ட நிறுவனங்கள் இந்தியாவில் தங்கள் இருப்பைச் சாத்திய மாக்க ஊக்குவிக்கப்படும் (4.18.1).
2. இந்தியப் பல்கலைக்கழகங்களும் வெளிநாடுகளில் தங்கள் கிளைகளை அமைக்கலாம். இதற்குரியவாறு சட்டங்கள் திருத்தப் படும் (4.18.2).
3. வெளிநாட்டு மாணவர்களும் இங்குவந்து பயிலும் நிலைக்கு ஏற்ப

இங்குள்ள உயர்கல்வி நிறுவனங்களின் தரம் மேம்படுத்தப்படும் (4.18.3).

4. வெளிநாட்டுப் பல்கலைக்கழக ஆசிரியர்கள் இங்கு வந்து நம் பல்கலைக்கழகங்களில் சேவை செய்யும் வகையில் விதிகள் திருத்தப்படும்(4.18.5).

5. வெளிநாட்டுப் பல்கலைக்கழகங்களில் தேர்ந்தெடுக்கப் பட்டவைகட்குத் தர மதிப்பீடு செய்யும் தகுதி வழங்கப்படும் (4.18.7).

ஆக GATS ஒப்பந்த நிபந்தனைகளை நாங்கள் ஏற்போம் என்கிற பிரகடனம்தான் இது. இதில் காக்கப்படும் மௌனங்கள் கவனிக்கத் தக்கன. இந்த நடவடிக்கைகள் மூலம் நம் உயர்கல்வி மாணவர்களுக்கு ஏற்படும் கூடுதல் செலவினங்கள் குறித்து அரசுக்கு எந்தக் கவலையும் இல்லை. தவிரவும் மாறியுள்ள உயர்கல்விச் சூழலைப் பயன்படுத்தி உயர்கல்வி வணிகத்தையே ஒரு முக்கிய வருமானமாகக் கொண்டுள்ள ஆஸ்திரேலியா போன்ற நாடுகளில் உள்ள தரக்குறைவான பல்கலைக் கழகங்கள்தான் இங்கு வந்து பெரிய அளவில் கடை விரிக்கப் போகின்றன. இவர்கள் சொல்லும் உலகத் தரமான பல்கலைக் கழகங்கள் இங்கே வந்து கிளைகள் அமைத்தாலும்கூட இங்கு வந்து கடை விரிக்கும்போது அவை தம் நாட்டில் உள்ள அளவிற்குத் தரமாக இருப்பதில்லை என்பதை யுனெஸ்கோ ஆய்வு ஒன்று ஏற்கனவே நிறுவியுள்ளது.

இன்னொன்றையும் நாம் கவனத்தில் நிறுத்தவேண்டும். ஒட்டு மொத்தமாய் நம் மாணவர்களை உயர்கல்விக்குரிய முதல் தரத்தினர் எனவும், வெறும் தொழிற்கல்விக்குரிய இரண்டாம் தரத்தினர் எனவும் பிரிக்கும் பின்னணியில்தான் இந்த ஆர்ப்பாட்டமான திட்டங்கள் அறிவிக்கப்படுகின்றன. இதனால் ஏதும் பயன் கிடைத் தாலும்கூட அது சமூகத்தின் மேல்தட்டினருக்கு மட்டுமே பயன்படப் போகிறது.

4.22

ஏன் கூடாது 'நீட்'

ஒன்று

இந்திய அளவில் மருத்துவக் கல்லூரி சேர்க்கையில் ஒரு சமச் சீர்வை ஏற்படுத்துவது என்று சொல்லித்தான் இங்கே நீட் புகுத்தப்படுகிறது. அது எத்தனை பொய் என்பதைப் பார்ப்போம். தமிழ்நாடு மட்டுமின்றி இன்றும் அசாம், கர்நாடகா, கேரளா, மே.வங்கம், ஆந்திரம், காஷ்மீர் எனப் பல மாநிலங்களிலும் 'நீட்'டுக்கு எதிர்ப்பு தோன்றியுள்ளது. மாணவர்கள், பெற்றோர்கள், வணிக நோக்கில்லாத கல்வித் துறையினர், மாநில நலன்களில் அக்கறையுள்ள கட்சியினர் என எதிர்ப்பு உருவாகியுள்ளது. இந்த வகையில் இன்று இந்தியத் துணைக் கண்டம் ஒரு வகையில் இந்தி பேசும் மாநிலங்கள் X இந்தி பேசாதவை என இரு கூறுகளாக எதிர் எதிர் நிலையில் நிற்கின்றன.

டெல்லியைத் தலைமையகமாகக் கொண்டு இயங்கும் சிபிஎஸ்இ போன்ற கல்வி வாரியப் பாடத் திட்டங்களில் பயின்ற உயர்சாதி, உயர் வர்க்க மாணவர்களே இதன் மூலம் பயன் பெறுவர் என்கிற பிற மாநிலத்தவரின் அச்சம் இன்று உறுதியாகியுள்ளது. சாதி, வர்க்கம் என்கிற வேற்றுமைகளுக்கு அப்பால் இப்போது மொழி, வாழும் நிலப்பகுதி, நகர்ப்புறம், கிராமப் புறம் எனும் முரண் ஆகிய அடிப்படையிலான ஒதுக்கல்கள் இதன் மூலம் உருவாக்கப்பட்டுள்ளன. அடித்தள மக்களின் கல்வி வளர்ச்சியில் முக்கிய பங்கு வகித்துள்ள பெருமைக்குரிய மாநிலக் கல்வி வாரியங்கள் இன்று மதிப்பு இழந்துள்ளன.

நீட்டுக்கு ஆதரவாகச் சொல்லப்பட்ட வாதங்கள் என்ன மாதிரியானவை? பல்வேறு விதமான தனித்தனி நுழைவுத் தேர்வு களிலிருந்து மாணவர்களை இத்தகைய பொதுத் தேர்வு காப்பாற்றும் என்பது ஒன்று; மற்றது மருத்துவச் சேர்க்கையில் இப்போதுள்ள மிகப்

பெரிய ஊழல்கள், கொள்ளைகள் முதலியன ஒழிக்கப்படும் என்பது. மற்றபடி ஒரே மாதிரி தரமான மருத்துவ வர்க்கம் ஒன்று இந்தியா பூராவும் உருவாகும் என்பது மூன்றாவதாகச் சொல்லப்பட்ட வாதம்.

எல்லாம் அபத்தம். ஒரு நுழைவுத் தேர்வு என்பது எப்படி ஒரே மாதிரி தரமான மருத்துவர்களை உருவாக்க முடியும்? திறமான, சீரான மருத்துவக் கல்வியும் பயிற்சியும்தான் ஒரே தரமான சிறந்த மருத்துவர்களை உருவாக்க முடியுமே ஒழிய ஒரு நுழைவுத் தேர்வு எப்படி அதைச் சாதிக்க முடியும்?

சேர்க்கையில் உள்ள ஊழல்களை ஒழிக்க வேண்டும் என்றால் உரிய விதிகளை உருவாக்கி, கடுமையான கண்காணிப்புகள், மீறும் நிறுவனங்களைக் கடுமையாகத் தண்டிப்பது ஆகியவற்றின் மூலம்தான் அதைச் சாதிக்க வேண்டுமே ஒழிய இப்படி இன்னும் ஒரு மோசமான ஒதுக்கல் நடவடிக்கைகளை மேற்கொண்டு அதைச் சாதிக்க முடியாது, சாதிக்கவும் கூடாது. தேவையானால் ஒவ்வொரு மாநிலத்திற்குமான நுழைவுத் தேர்வுகளைக் கட்டாயமாக்கலாம். பல மாநிலங்களில் அத்தகைய நுழைவுத் தேர்வுகள் சிறப்பாகச் செயல்பட்டு வருவது குறிப்பிடத்தக்கது. இதையெல்லாம் செய்யாமல் ஊழலை ஒழிக்கிறேன் என்கிற பெயரில் இப்படியான ஏழை எளிய அடித்தள சாதிகளைச் சேர்ந்த, கிராமப்புற, இந்தி பேசாத மக்களைப் பழிவாங்கும் ஒரு முறையைக் கட்டாயமாகப் புகுத்துவதை எப்படிச் சகிப்பது? கோடிக்கணக்கான ரூபாய்களை 'கேபிடேஷன் ஃபீ' ஆக வசூலிப்பதைக் கடும் கண்காணிப்புகளை ஒழிக்க வேண்டும் என்பதில் யாருக்கும் ஐயம் இல்லை. ஆனால் உயர் பணத்திமிர்மிக்க ஒரு மேல்தட்டு 5 சத மக்களின் பிரச்சினை. இதைக் காட்டி ஏழை எளிய அனிதாக்களைப் பலி கொடுக்கக் கூடாது.

இரண்டு

பல நுழைவுத் தேர்வுகளை ஒரே நேரத்தில் எழுத வேண்டிய சுமையை மாணவர்களுக்குக் குறைக்க நீட் போன்ற பொது நுழைவுத் தேர்வு தேவை என்கிற வாதத்தில் ஏதும் நியாயம் இருக்கிறதா எனப் பார்க்கலாம்.

'நீட்' தேர்வை விரும்பித் தேர்வு செய்பவர்களைப் பொறுத்தமட்டில் யார் அந்த மாணவர்கள், அப்படி எழுதுகிறவர்கள் எத்தனை வீதம் பேர் என்பதற்கு உரிய தரவுகள் இல்லை. எனினும் அதுவும் ஒரு

மிகச் சிறிய வீதத்தினர்தான். அவர்களும்கூட சமூகத்தின் மேல் தட்டிலிருந்து வருபவர்கள்தான். சென்ற ஆண்டு அனைத்திந்திய மருத்துவக் கல்வி நிறுவனங்கள் (AIIMS) நடத்திய இந்தப் பொது நுழைவுத் தேர்வில் பங்குபெற்ற மாணவர்களின் எண்ணிக்கை ஒரு இலட்சம். இது அப்போது மருத்துவக் கல்லூரிக்கு விண்ணப்பித்த மொத்த மாணவர் தொகையில் வெறும் பத்து சதம்தான். அப்போது இந்தப் பொதுத்தேர்வு கட்டாயம் இல்லை என்பதால் மற்ற 90 சதம் மாணவர்களும் 'நீட்' எழுதுவதில் ஆர்வம் காட்டவில்லை. பன்னிரண்டாம் வகுப்பில் தேர்ச்சியுற்று பல்வேறு படிப்புகளுக்கும் மேற் செல்கிறவர்களின் மொத்த எண்ணிக்கையுடன் இதை ஒப்பிட்டால் பொதுத்தேர்வை, அதாவது 'நீட்'டை விருப்பபூர்வமாகத் தேர்வு செய்தவர்களின் எண்ணிக்கை மிக மிக மிகக் குறைவு என்பதை விளக்க வேண்டியதில்லை.

சரி அப்படிப் பொது நுழைவுத் தேர்வைத் தேர்ந்தெடுத்த அந்தச் சிறு தொகை மாணவர்கள் யார்? அவர்கள் சிபிஎஸ்இ போன்ற மத்தியக் கல்வி வாரியப் பாடத் திட்டங்களில் படித்த மேல்தட்டினர் தான். இன்று 1176 மதிப்பெண்கள் வாங்கிய அனிதா எனும் கூலி வேலை செய்யும் குடும்பத்தில் பிறந்த ஒரு தலித் பெண்ணுக்கு நீட் தேர்வில் வெற்றி பெற இயலாத காரணத்தால் மருத்துவக் கல்வி வாய்ப்புப் பறிபோனதை இத்துடன் ஒப்பிட்டுப் பார்த்தால்தான் எப்படிப் புறக்கணிக்கத்தக்க ஒரு சிறிய மேல் தட்டினரின் நலனுக்காக மற்ற 90 சதத்துக்கும் மேற்பட்டவர்கள் ஏன் தற்கொலை நோக்கித் தள்ளப்படுகிறார்கள் என விளங்கும்.

சரி. சிபிஎஸ்இ மாணவர்கள் மட்டும் ஏன் எளிதில் 'நீட்' தேர்வில் வெற்றிபெறுகிறார்கள்? மாநிலக் கல்வி வாரியங்களில் படிப்பவர் களால் அது ஏன் சாத்தியமில்லாமல் போகிறது? வேறொன்றும் இல்லை. 'நீட்' தேர்வு சிபிஎஸ்இ பாடத்திட்டத்தின் அடிப்படையில் நடத்தப்படுகிறது என்பதுதான் இரண்டு கேள்விகளுக்கும் ஒரே பதில். சிபிஎஸ்இ பாடத்திட்டத்தில் 'நீட்' தேர்வு நடத்தப்படுவதால் அந்தப் பாடத் திட்டத்தில் படித்தவர்கள் நீட்டில் வெற்றி பெற முடிகிறது. மற்றவர்களுக்கு அது சாத்தியமில்லாமல் ஆகிறது.

அடுத்த கேள்வி: இந்தியாவில் உள்ள பல்வேறு மாநிலக் கல்வி வாரியங்கள் மற்றும் இதர ஐசிஎஸ்இ போன்ற இதர கல்வி வாரியங் களின் பாடத்திட்டங்களை எல்லாம் புறக்கணித்துவிட்டு சிபிஎஸ்இ பாடத்திட்டத்தின் அடிப்படையில் 'நீட்' தேர்வை நடத்துவது ஏன்?

இப்படியான சந்தர்ப்பங்களில் மிக அதிக மாணவர்கள் பயன் பெறுமாறு அதிக மாணவர்கள் படிக்கிற ஏதேனும் ஒரு பாடத் திட்டத்தைத் தேர்வு செய்வதுதானே நியாயம்? இந்தியா முழுவதிலும் உள்ள சிபிஎஸ்இ பாடத்திட்டத்தில் வாசிக்கும் மாணவர்களின் எண்ணிக்கையைக் காட்டிலும் தமிழ்நாடு போன்ற ஒரு மாநிலத்தில் மாநிலக் கல்வி வாரியப் பாடத் திட்டத்தில் படிக்கிற மாணவர்களின் எண்ணிக்கை அதிகம் இல்லையா? இந்தியா முழுவதும் மொத்தமாக 12ஆம் வகுப்புத் தேர்வு எழுதும் மாணவர்களின் எண்ணிக்கையையும், சிபிஎஸ்இ மாணவர்களின் எண்ணிக்கையையும் ஒப்பிட்டுப் பார்த்தால்தான் 'நீட்' தேர்வு என்பது எந்த அளவுக்கு உயர் தட்டு, உயர் சாதி, நகரங்களை மையமாகக் கொண்ட ஒரு தேர்வு முறை என்பதும் நம் அனிதாக்கள் ஏன் தற்கொலையை நோக்கித் தள்ளப்படுகிறார்கள் என்பதையும் புரிந்துகொள்ள முடியும்.

மூன்று

தமிழகத்தின் சமச்சீர்க் கல்வி முறை, அதன் கேள்வித் தாள் வடிவம், தேர்வுமுறை, பாடத்திட்டம் எல்லாம் குறைகளற்றவை என நான் சொல்லவில்லை. நிச்சயம் அவற்றில் குறைபாடுகள் உண்டு. நாங்களே பலவற்றைச் சுட்டிக் காட்டியுள்ளோம். 11ஆம் வகுப்புப் பாடங்களை நடத்தாமலேயே 12ஆம் வகுப்புப் பாடங்களை நடத்துவதற்குத் தோதாக நமது கல்வி முறை உள்ளது, கேள்வித்தாள் வடிவம் மனப்பாட முயற்சிகளுக்கு அதிக முக்கியத்துவம் அளிப்பதாக உள்ளது முதலானவற்றை இப்படிச் சுட்டிக் காட்டியுள்ளோம். அரசும் கல்வித்துறையும் இப்போது அவற்றைக் கணக்கில் கொண்டு சில மாற்றங்களையும் இந்தக் கல்வி ஆண்டு முதல் கொண்டு வந்துள்ளன. குறைகளைக் கண்டறிந்து திருத்திக்கொள்ளும் திறமையும் வல்லமையும் நமக்குண்டு. இப்படி நம் கல்விமுறையில் சில குறைகள் உள்ளன என்பதற்காக சிபிஎஸ்இதான் இந்தியாவில் உள்ள கல்வி முறைகளிலேயே சிறந்தமுறை எனவும் அதில் குறைகளே இல்லை எனவும் நம்புவது போன்ற அபத்தம் ஏதுமில்லை. ஆனால் அப்படியான நம்பிக்கை நமக்குள் சிலரிடையே உள்ளது.

2009இல் அறிவியலாளர் அனில் குமார் மற்றும் IISஇல் பணியாற்றிய டிபாகர் சட்டர்ஜி ஆகியோர் சிபிஎஸ்இ உடன் இந்தியாவில் உள்ள சில மாநிலக் கல்வி வாரியங்களை ஒப்பிட்டு ஓர் ஆய்வு செய்திருந்தனர்.

இயற்பியல், வேதியல், உயிரியல், கணிதம் ஆகிய நான்கு அறிவியல் பாடங்களிலும் மேற்கு வங்கக் கல்வி வாரிய மாணவர்களும், கணிதம் மற்றும் இயற்பியல் பாடங்களில் ஆந்திர மாநில மாணவர்களும் சிபிஎஸ்இ மாணவர்களைக் காட்டிலும் சிறப்பாக உள்ளதை அவர்கள் நிறுவினர் (Current Science, 2009). இதில் நாம் கவனிக்க வேண்டிய அம்சம் என்னவெனில் மேற்கு வங்கமோ இல்லை ஆந்திரப் பிரதேசமோ 'நீட்' டில் அப்படி ஒன்றும் பிரமாதமாகச் செய்துவிடவில்லை. ஆக, 'நீட்'டில் பிரமாதமாகச் செய்வது என்பது அவர்களின் கல்வித் திறமைக்கும் பாடப் புரிதலுக்கும் நிரூபணமல்ல. சிபிஎஸ்இ வடிவத்தில் 'நீட்' தேர்வு கட்டமைக்கப்பட்டுள்ளதன் விளைவுதான் அம் மாணவர்கள் 'நீட்'டில் நன்றாகத் தெரிவது.

ஏதோ சிபிஎஸ்இ, இந்திய மருத்துவக் கவுன்சில் (எம்சிஐ) லஞ்ச ஊழல்களுக்கெல்லாம் அப்பாற்பட்டது என்றெல்லாம் நம்பினாலும் அப்போதும் நாம் முட்டாள்கள்தான்.

இந்திய மருத்துவக் கவுன்சில் முன்னாள் தலைவர் கேடன் தேசாய் ஒரு தனியார் மருத்துவக் கல்லூரிக்கு ஒப்புதல் கொடுத்தபோது லஞ்சம் வாங்கியதாகக் குற்றம் சாட்டப்பட்டவர். சென்ற ஆண்டு சிபிஎஸ்இ ஏற்பாடு செய்திருந்த All India Pre-Medical Test இப்படியான குற்றச்சாட்டுகளால் ரத்து செய்யப்பட்டதும் குறிப்பிடத் தக்கது.

சிபிஎஸ்இ வாரியத்துக்கும் அதன் பாடத்திட்டத்துக்கும் இப்படியான 'நீட்' ஆதரவு தாராளமாக இருப்பதன் விளைவாக இன்று இந்தியாவெங்கும் சிபிஎஸ்இ பாடத்திட்டத்தை ஏற்கும் தனியார் பள்ளிகளின் எண்ணிக்கை ஊதிப் பெருத்துள்ளது. இந்த வகையில் இப்போது 'நீட்' தேர்வு கட்டாயமாக்கப்பட்டுள்ளது மாநிலக் கல்வி வாரியங்களைச் செல்லாக் காசாக்கும் முயற்சியாகிறது. மாநிலக் கல்வி வாரியத்தின் கீழ் தம் பிள்ளைகளைப் படிக்க வைத்துக்கொண்டிருந்த பெற்றோர்கள் இனி அவர்களை சிபிஎஸ்இ பள்ளிகளைத் தேடிச் சென்று மிக அதிகமாகப் பணம் கொடுத்துச் சேர்க்கும் நிலை இன்று ஏற்பட்டுள்ளது. இதன் மூலம் மத்திய அரசின் கல்விக் கொள்கைகள் ஒரே சீராக இந்தியா முழுவதும் திணிக்கப்படுவதற்கும், கல்விக் கொள்ளைகள் அதிகமாவதற்கும், ஏழை எளிய மக்களின் கல்விச் செலவுகள் அவர்களால் தாங்க முடியாத அளவிற்கு அதிகரிப்பதற்கும் மாநிலங்களின் கல்விக் கொள்கைகளும் அணுகல்முறைகளும் பலவீனமாவதற்கும் வழிவகுக்கப்படுகிறது என்பதை நாம் மறந்து விடக்கூடாது.

இப்படி சிபிஎஸ்இ பள்ளிகளில் அதிகம் பணம் கொடுத்துப் படிக்க வழி இல்லாமல் தொடர்ந்து மாநிலக் கல்விமுறையில் படிக்கும் ஏழை எளிய, அடித்தட்டுச் சாதிகளைச் சேர்ந்த கிராமப்புற மாணவர்கள் இனி மருத்துவப் படிப்பை லட்சியமாகக் கொண்டார்களானால் என்ன ஆகும் என்பதற்குத்தான் அனிதாவின் இறப்பு நம்முன் இரத்த சாட்சியமாக அமைந்துள்ளது.

நான்கு

இந்தப் 'பன்மை விடைக் கேள்விகள்' (Multiple Choice Question) நிறைந்த கேள்வித்தாள் என்கிற சிபிஎஸ்இயின் தேர்வு வடிவம் அப்படி ஒன்றும் மாணவர்களின் திறனை மதிப்பிட்டு விடுவதற்கான ஆகச் சிறந்த வடிவம் எனச் சொல்லிவிட முடியாது. அறிவியல் கருத்தாக்கங்களைத் தர்க்கபூர்வமாகத் தருவிக்கும் விரிவான தர்க்க அடிப்படையில் விளக்கம் அளிக்கும் (concept development) முறையும் முக்கியமானதே. தமிழ்நாடு, மேற்கு வங்கம் முதலிய மாநிலங்கள் இத்தகைய தேர்வுமுறையையே நீண்ட காலமாகப் பின்பற்றி வருகின்றன. என்னைப் பொறுத்தமட்டில் இரண்டுக்கும் சம அளவில் முக்கியத்துவம் அளிக்கவேண்டும். மாணவர்களை அவர்களுக்குப் போதிக்கப்பட்ட விதிகளின் அடிப்படையில் ஒரு முடிவு சரியானதா தவறானதா எனச் சிந்திக்கத் தெரிந்தால் போதும் என நாம் எதிர்பார்க்கக் கூடாது. கணினிகள்கூட அந்தப் பணிகளைச் சிறப்பாகச் செய்துவிடக் கூடும். மாறாக ஏற்கனவே உள்ள எல்லா நம்பிக்கைகளையும் சந்தேகிக்கும் திறன் உடையவர்களாக மாணவர்களை ஆக்குவதே அறிவியல் வளர்ச்சிக்குத் துணை செய்யும்.

நான் அடிக்கடி கூறும் ஒரு எடுத்துக்காட்டை இங்கு முன்வைக்க விரும்புகிறேன். மரத்தில் இருக்கும் ஆப்பிள் காம்பு அறுந்தால் கீழே விழவேண்டியது இயல்புதானே என நியூட்டன் நினைத்திருந்தா ரானால் அவரது புகழ்பெற்ற புவி ஈர்ப்புத் தத்துவம் கண்டுபிடிக்கப் பட்டிருக்க இயலாது. இப்படியான counter inductive சிந்தனைமுறை அமைவதாகக் கல்விமுறை அமையவேண்டும். எனவே ஆம்/ இல்லை; சரி / தவறு என்கிற ரீதியில் கேள்வித் தாள்களை அமைத்து கணினிகளின் உதவியால் மாணவர்களை மதிப்பிடும் சிபிஎஸ்இ முறையே சிறந்தது என்பதாக நம்புவது சரியல்ல.

இன்னொன்றையும் கவனத்தில் கொள்ளவேண்டும். 'நீட்' என்பது புதிதல்ல. சிபிஎஸ்இ பாடத்திட்டத்தில் படித்த வடநாட்டு

இந்தி மொழி மாணவர்களுக்கு அதிக அளவில் வாய்ப்பளிப்பதற்காக ஏற்கனவே நடைமுறையில் இருந்த 'மருத்துவக் கல்விக்கான அனைத்திந்திய முன் தேர்வு' (AIPMT) என்பதன் நீட்சிதான் இன்றைய 'நீட்'. இந்த AIPMT தேர்வு சிபிஎஸ்இ பாடத்திட்டத்தின்படி சிபிஎஸ்இ யால் நடத்தப்பட்டது என்பது மட்டுமின்றி அது ஆங்கிலத்திலும் இந்தியிலும் மட்டுமே நடத்தப்பட்டது என்பதும் குறிப்பிடத் தக்கது. இந்தத் தேர்வில் வெற்றி பெற்றவர்களுக்கு இந்தியா முழுவதிலும் உள்ள மருத்துவக் கல்லூரிகள் அனைத்திலும் 15% ஒதுக்கீடு இருந்தது. இதைப் பெரும்பாலும் வட இந்திய ஆங்கிலோ-ஹிந்தி மேல் தட்டினரே பறித்துக் கொண்டிருந்தனர். ஒப்பீட்டளவில் வடநாட்டு இந்தி பேசும் மாநிலங்களில் மருத்துவக் கல்லூரிகள் குறைவு. அந்த வகையில் பிற மாநிலங்களில் வடமாநிலத்தவரைத் திணிப்பதில் இது பெரிய அளவில் பயன்படுத்தப்பட்டது. இதில் சிபிஎஸ்இயில் பயின்ற மேல்தட்டினரே பெரிதும் பலனடைந்தனர்.

'நீட்' தேர்வைக் கட்டாயமாக்குவதன் மூலம் இந்த நிலை மேலும் அதிகரிக்கும். அதாவது மேல்தட்டு நகர்ப்புற மாணவர்களின் கூடாரமாக மருத்துவக் கல்லூரிகள் ஆவது உறுதி.

இன்னொன்றையும் நாம் இங்கு கவனத்தில் கொள்ள வேண்டும். 'நீட்' இப்போது இந்திய அளவில் கட்டாயமாக்கப்பட்டு, அதற்கு உச்சநீதிமன்றமும் ஆசி வழங்கி, 'நீட்'டுக்கு ஆதரவாக உச்ச நீதிமன்றத்தில் வாதிட்ட நளினி சிதம்பரம் கூறியது போல இனி 'கடவுளிடம் முறையிட்டாலும்' ஆகப் போவது ஒன்றுமில்லை என ஆகிவிட்டது. ஆனால் இப்போதும்கூட AIIMS, PGI, JIPMER ஆகிய மூன்று மருத்துவக் கல்லூரிகளுக்கு மட்டும் 'நீட்' டிலிருந்து விதிவிலக்கு அளிக்கப்பட்டுள்ளது. அதற்கு இன்னும் சிறப்பான தனி நுழைவுத் தேர்வு நடத்தப்படுமாம். அதென்ன? இன்னும் உயர் மட்டத்திலுள்ள மேல்தட்டு நகர்ப்புற ஆங்கிலோ ஹிந்தியர்களுக்கான நிறுவனங்களாக ஆக்கும் முயற்சியாக அது அமையலாம்.

இவை எல்லாம் எங்கு கொண்டு போய்விடும்?

இரண்டாண்டுகளுக்குமுன் ஒரு பெரிய அறுவை சிகிச்சைக்காக சென்னைப் புறநகரில் உள்ள ஒப்பீட்டளவில் சற்றே மலிவான ஒரு மருத்துவமனையில் பத்து நாட்கள் நான் சிகிச்சைக்கு வந்தவருடன் தங்க நேரிட்டது. அங்கு நான் சந்தித்த அனுபவங்கள் குறித்து ஒரு பதிவு செய்திருந்தேன். சுமார் முப்பதாண்டுகளுக்கு முன் அதே போல

ஒரு பத்து நாட்கள் நான் ஒரு மருத்துவமனையில் இருந்த அனுபவத்துடன் ஒப்பிட்டு எழுதப்பட்ட கட்டுரை அது. அதில் நான் குறிப்பாகச் சுட்டிக் காட்டியிருந்தது இதுதான். இந்த முப்பதாண்டுகளில் பெரிய அளவில் நிலைமை மாறி இருந்தது. அதிக அளவில் பிற்படுத்தப்பட்ட, மிகப் பிற்படுத்தப்பட்ட, தாழ்த்தப்பட்ட வகுப்புகளையும் கிராமப் புறங்களையும் சேர்ந்த மருத்துவர்களை இப்போது காணமுடிந்தது. ஒப்பீட்டளவில் மருத்துவர் - நோயாளி உறவு மிகவும் ஜனநாயகப் பட்டிருந்ததை விளங்கிக்கொள்ள முடிந்தது. எளிதில் அணுகக் கூடியவர்களாக மருத்துவர்கள் இப்போது உள்ளனர்.

கட்டாய ‘நீட்’ நடைமுறைக்கு வந்தால் இன்னும் சில ஆண்டுகளில் இந்த நிலை முற்றிலும் மாறும். மருத்துவமனைகளில் ஏற்பட்டுள்ள இந்த மாற்றங்கள், ஜனநாயகப்பாடுகள் (democratisation) என்பன முற்றிலும் அழியும். அடித்தள மக்கள் முற்றிலும் அந்நியப்பட நேரிடும். இதுதான் எல்லாவற்றிலும் மோசமான பின்விளைவாக அமையும்.

ஐந்து

‘நீட்’ தேர்வு கட்டாயமானால் கிராமப்புற அடித்தள மாணவர்களின் வாய்ப்பு பறிபோகும் என்பதையும் அதன் விளைவாக மருத்துவ சேவை மேலும் மேட்டிமைத் தன்மைமிக்கதாக மாறி அடித்தள மக்கள் அந்நியமாக அது வழிவகுக்கும் என்பதையும் பார்த்தோம். இது தவிர கிராமப்புற மருத்துவ சேவையே நீட்டின் விளைவாக பாதிக்கப்படும் என்பதையும் நாம் புரிந்துகொள்ள வேண்டும். நீட்டில் வெற்றி பெற்று மருத்துவராகும் மேட்டிமைச் சக்திகளின் கனவு வெளி நாடு அல்லது நகர்ப்புற ‘மல்டி ஸ்பெஷாலிடி ஹாஸ்பிடல் + பிரைவேட் ப்ராக்டிஸ்’ என்பதாகவே அமையும். கிராமப்புற மக்கள் குறைந்தபட்சம் அருகிலுள்ள மாவட்டத் தலைநகர்களுக்காவது ஓடித்தான் மருத்துவ வசதிபெற முடியும் எனும் நிலை இன்னும் அதிகமாகும் அல்லது தொடரும்.

‘நீட்’ கட்டாயமாதலை ஆதரிப்பவர்களை இரு சாரராகப் பிரிக்கலாம். ஒரு சாரர் நகர்ப்புற மேல்தட்டினர். இன்னொரு சாரர் இதன் அரசியல் விளைவுகளையும் அரசின் நோக்கங்களையும் புரியாதவர்கள், அல்லது புரிந்தும் அது குறித்துக் கவலைப்படாதவர்கள். இந்த இரண்டாமவர்கள் கட்டாய ‘நீட்’ஐ ஆதரிப்பதற்குக் கண்டுபிடித்துச் சொல்லும் ஒரே காரணம் அதன் மூலம் ‘நாமக்கல்

பாணி ப்ராய்லர்' பள்ளிகளும் 'கேபிடேஷன் கொள்ளை'களும் ஒழிக்கப்படும் என்பதுதான். இதுவும் ஒரு அப்பாவித்தனமான நம்பிக்கைதான். இந்தப் பள்ளிகள் எல்லாம் சிபிஎஸ்இக்கு மாறுவது தவிர இப்போதே இலட்சக் கணக்கான ரூபாய் பயிற்சிக் கட்டணத் துடன் 'நீட்' தேர்வுக்கான சிறப்புப் பயிற்சிகளையும் இவை தொடங்கி விட்டன. மருத்துவக் கல்லூரிகளைப் பொறுத்தமட்டில் கல்லூரி முதலாளிக்கு ஒதுக்கப்படும் 50 சத 'மேனேஜ்மென்ட் கோட்டா'வில் வழக்கம் போலக் கொள்ளைகள் தொடரத்தான் போகிறது. இந்த மாதிரிக் கொள்ளைகளை ஒழிக்கும் விருப்புறுதி உள்ள அரசுகள் வரும்வரை இவற்றுக்கு 'நீட்' தேர்வு மூலம் எல்லாம் முடிவுகட்ட இயலாது.

இவர்கள் மறைக்கும் அல்லது மறக்கும் ஆபத்தான 'நீட்' அரசியல் குறித்துச் சுருக்கமாகப் பார்ப்போம்.

மாநிலங்களின் உரிமைகள் மற்றும் மாநிலங்களின் தனித்துவம் என்பதை மத்திய ஆட்சியாளர்கள் மயிரளவும் மதிப்பதில்லை. கல்வியைப் பொறுத்தமட்டில் அது உள்ளூர் அளவில் தீர்மானிக்கப் படக்கூடியதாக இருக்க வேண்டும் என்பதுதான் கல்வியாளர்களின் கருத்து. டாக்டர் அம்பேத்கர் தலைமையில் நம் அரசியல் சட்டம் வடிவமைக்கப்பட்ட போது கல்வி மாநிலப் பட்டியலில்தான் வைக்கப்பட்டது. இந்திரா காந்தி நெருக்கடி நிலை கொண்டுவந்து ஜனநாயகத்தை முடக்கிய காலகட்டத்தில்தான் கல்வி மத்திய - மாநிலப் பட்டியலுக்குக் கொண்டு செல்லப்பட்டது.

இன்றைய பாஜக அரசைப் பொறுத்தமட்டில் அது மொழிவாரி மாநிலம் என்கிற கருத்தாக்கத்தையே ஏற்பதில்லை. இந்தியத் துணைக் கண்டத்தில் உள்ள மொழிசார் அடையாளங்களை அழித்து மதம் சார்ந்த ஒற்றை அடையாளத்துடன் கூடிய இந்தியாவை உருவாக்க வேண்டும் எனக் கனவு காணும் ஆர்எஸ்எஸ் அமைப்பின் கொள்கை இந்த நாட்டை, அதன் மொழி அடையாளங்களை அழித்து, 72 நிர்வாக அலகுகளாகப் பிரிக்க வேண்டும் என்பதுதான். இந்த நோக்கில்தான் ஒரே மொழி பேசும் தெலுங்கு மக்களில் ஒரு பாதியான தெலங்கானா மக்கள் தனி மாநிலம் கோரியபோது அதைத் தீவிரமாக அவர்கள் ஆதரித்தனர்.

மக்கள் சமூகங்களை அவர்கள் தனித்துவமான பண்பாட்டு அடையாளங்களுடன்கூடிய சமூக அலகுகளாக அவர்கள் ஏற்பதில்லை.

அப்படியாள இன அடையான வேர்களில் இருந்து மக்களை அறுத்தெறிந்து (deracination), இந்திய அளவில் ஒரு பன்மைத்துவ அழிப்பை மேற்கொள்வது அவர்களின் அடிப்படைக் கோட்பாடுகளில் ஒன்று.

'இந்தியா' எனும் கருத்தாக்கத்தை அவர்கள் எந்நாளும் பல மொழி பேசுகிற பல இன, பல மத மக்கள் வாழும் ஒரு பன்மைச் சமூகமாக ஏற்றதில்லை. ஒற்றை அடையாளத்துடன் கூடிய ஒற்றைச் சமூகமாகவே இந்தியச் சமூகங்களை அடையாளம் காணும் அவர்கள் மாநிலக் கல்வி வாரியங்கள் மீது காட்டும் காழ்ப்புணர்வை இந்த நோக்கிலிருந்து நாம் சரியாகப் புரிந்துகொள்வது அவசியம். பெருமைக்குரிய சாதனைகளை எல்லாம் செய்துள்ள மாநிலக் கல்வி வாரியங்களின் அதிகாரங்களை எல்லாம் அழித்து அதை வெறும் பள்ளி இறுதி யாண்டுத் தேர்வுச் சான்றிதழை அச்சிட்டுக் கொடுக்கும் நிறுவனமாக மாற்றுவதுதான் இன்று இவர்களின் நோக்கம். உயர் கல்விக்கென உள்ள UGC, AICTE, MCI முதலான நிறுவனங்களை எல்லாம் அழித்து எல்லா அதிகாரங்களும் மத்தியில் குவிக்கப்பட்ட 'உயர் அதிகார நடுவண் அமைப்பு' ஒன்றை அமைப்பது குறித்து 2014 தேர்தல் அறிக்கையில் பாஜக பேசியது. இன்று அது வெளி யிட்டுள்ள புதிய கல்விக் கொள்கையிலும் அது உள்ளது. இது குறித்து நான் விரிவாக இந்தப் புதிய கல்விக் கொள்கை பற்றிய விமர்சன நூலில் எழுதி யுள்ளேன். மாநில அடையாளங்களை அழித்து மத்தியப்படுத்தும் அவர்களது நோக்கத்தின் ஓரங்கம்தான் 'நீட்'. ஏற்கனவே இங்கு செயல்பட்டுவரும் JEE, NIT முதலானவற்றுடன் இப்போது 'நீட்'டும் சேர்ந்துகொள்கிறது.

கல்வித்துறைதான் இளம்பிள்ளைகள் முகிழ்த்து வெளிப்படும் நாற்றங்கால். அங்கே கை வைப்பது என்பது அவர்களின் மிக அடிப்படையான அணுகல்முறைகளில் ஒன்று. அதற்குள் பன்முகப் போக்குகளுக்கு இடமிருக்கவே கூடாது. அதனால்தான் அவர்கள் ஆட்சிக்கு வந்தவுடன் பல்கலைக்கழகங்களுக்குள் செயல்பட்ட சுதந்திரமான அரசியல் போக்குகளின் மீது கைவைத்தனர். உலக அளவில் புகழ்பெற்ற டெல்லி ஜவஹர்லால் பல்கலைக்கழகத்தில் மாணவர் தலைவர்கள் கன்னையா குமார், உமர் காலித் போன்றோர் சிறையில் அடைக்கப்பட்டனர். நஜீப் எனும் ஆய்வு மாணவர் காணாம லடிக்கப்பட்டு ஓராண்டு முடியப் போகிறது. அங்கு நியமிக்கப்பட்ட புதிய துணைவேந்தர் பதவியேற்றபின் மாணவர்களுக்கு விதிக்கப்

பட்ட அபராதத் தொகை மட்டும் நான்கு இலட்சம் ரூபாய். அடுத்து ஹைதராபாத் மத்திய பல்கலைக்கழகம். அங்கு பல்கலைக்கழக ஜனநாயகத்துடன் சேர்த்து ரோஹித் வெமுலாவும் பலிகொள்ளப் பட்டார். அப்புறம் ஜாதவ்பூர் பல்கலைக்கழகம், சென்னை ஐஐடீ...

இந்தப் பின்னணிகளை எல்லாம் மறந்துவிட்டு 'நீட்' பிரச்சினையில் மோடி அரசும், நிர்மலா சீதாராமன் போன்றவர்களும் காட்டிய அலட்சியத்தைப் புரிந்துகொள்ள முடியுமா? ஒரு மாநில சட்டமன்றம் கட்சி வேறுபாடுகளை எல்லாம் மீறி நீட்டிலிருந்து ஓராண்டேனும் விலக்குவேண்டும் எனத் தீர்மானம் இயற்றுகிறது. ஒரு மத்திய அமைச்சர், 'நீங்கள் அவசரச் சட்டம் ஒன்று இயற்றுங்கள். விலக்கு அளிக்க முடிவு செய்துள்ளோம்' என்கிறார். அவசரச் சட்டம் இயற்றப்படுகிறது. அதன் கதி என்னாச்சு என்றால் 'எனக்குத் தெரியாது' எனத் திமிர்த்தனத்துடன் பதில் வருகிறது. நீதிமன்றம் விசாரிக்கும் போது அதெல்லாம் விலக்கு அளிக்க முடியாது என அத்துணை ஆணவத்துடன் பதில் அளிக்கப்படுகிறது. இதையெல்லாம் இதன் பின்னால் உள்ள இந்த அரசியலைப் புரிந்துகொள்ளாமல் எப்படி விளக்க இயலும்?

இறுதியாக இன்னொன்றையும் நாம் விளங்கிக்கொள்ள வேண்டும். 'நீட்' ஆக இருக்கட்டும், பொது விநியோக முறைக்கான நியாய விலைக் கடைகளை ஊத்தி மூடுவதாக இருக்கட்டும், ஜிஎஸ்டி வரியாகட்டும் இவற்றை எல்லாம் நாம் உலகமயச் செயல்பாடுகளின் பின்னணியில் புரிந்துகொள்ள வேண்டும். மக்களின் ஒப்புதல் இல்லாமல் இவற்றில் எல்லாம் மத்திய அரசு கண்ணை மூடிக் கொண்டு கையெழுத்துப் போட்டு வருவதன் விளைவுகள் இவை. இந்தியத் துணைக்கண்ட அளவில் கல்வி அதிகாரத்தை மத்திய அரசு தன் கைக்குள் வைத்துக்கொள்வது இன்று இதற்கு அவசியமாகிறது. வாஜ்பேயி தலைமையில் இருந்த பாஜக அரசுதான் அன்று கல்வியை ஒரு வணிகத்துக்குரிய சேவை என ஏற்றுக் கையொப்பம் இட்டது என்பதையும் நாம் கவனத்தில் கொள்ள வேண்டும்.

எல்லாவற்றையும் தொகுத்துப் பார்த்தால்தான் கீழே உள்ள இந்தக் கூற்றுகள் எத்தனை நியாயமானவை என்பது விளங்கும். அவை:

- நீட் திணிப்பு என்பது மாநிலக் கல்வி வாரியத்தை (State Board) வெறும் +2 சான்றிதழ் கொடுக்கும் எந்த அதிகாரமும் அற்ற நிறுவனமாக ஆக்கும் முயற்சி..

- இது நவீன மருத்துவத்தில் இட ஒதுக்கீட்டின் மூலம் ஏற்பட்டுள்ள ஜனநாயகப்பாட்டை ஒழித்துக் கட்டுவதன் முதல்படி..

- உயர்சாதி–உயர்வர்க்க, நகர்ப்புற ஆங்கிலோ-ஹிந்திய ஆண்டைகளிடம் அதிகாரத்தை இடம் பெயர்க்கும் மோடி அரசின் திட்டங்களில் ஒன்று.

- இன்றைய கார்பொரேட் உலகமயச் சூழலை மிகச் சாதகமாகப் பயன்படுத்தி தமிழ் உள்ளிட்ட தேசிய அடையாளங்களைக் கசக்கி எறியும் நடவடிக்கைகள் இவை.

- எந்த விவாதத்திற்கும் உட்படுத்தாமல் நேரடியாக இவர்கள் உருவாக்கியுள்ள இன்றைய கல்விக்கொள்கையை நடைமுறைப் படுத்தும் செயல்பாடுகளில் ஒன்று இது.

- வாஜ்பேயி தலைமையிலான NDA 1ஐக் காட்டிலும் மோடி தலைமையிலான NDA 2 நுணுக்கமானது, அறுதிப் பெரும்பான்மையுடையது, கொடூரமானது என்பதை அறியாதவர்கள் வாயில் மண்.

4.23

அம்பானி-பிர்லா அறிக்கை - 2000

(இது 2001இல் எழுதப்பட்ட கட்டுரை. கல்லூரி ஆசிரியர் சங்க வெளியீடாக அப்போது வெளிவந்தது. கல்வி அறிக்கை ஒன்று இப்படித் தொழிலதிபர்களால் உருவாக்கப்படும் நடைமுறையை பாஜக அரசு தொடங்கி வைத்தது. இதை நான் எழுதி, அந்த அறிக்கையின் முக்கிய 14 பரிந்துரைகளையும் சுருக்கித் தந்தபோது இவை எல்லாம் நிறைவேற்றப் படும் என நான் நம்பவில்லை. இப்படிகூட பரிந்துரைகள் உள்ளனவே என்கிற வியப்புத்தான் அப்போது இருந்தது. ஆனால் இந்தப் பரிந்துரைகள் அனைத்தும் இன்று நிறைவேற்றப்பட்டுள்ளன. முன்னதாக கோத்தாரி முதலான கல்வியாளர்கள் அருகமைப் பள்ளிகள், கல்விக்கான நிதி ஒதுக்கீடு என்பது மொத்த உள்நாட்டு உற்பத்தியில் 6 சதம் அளவு இருக்க வேண்டும் என்பது உட்பட, பல பரிந்துரைகளைத் தந்துள்ளதை அறிவோம். அவற்றை இன்றுவரை நிறைவேற்றாத அரசுகள் இன்று இந்தத் தொழிலதிபர்களின் பரிந்துரைகளை அப்படியே நிறைவேற்றி உள்ளன.

மாவட்டம்தோறும் ஒரு சிறப்புப் பள்ளி; மதிப்பீட்டுக் (விழுமியக்) கல்வி (Value education) என்கிற பெயரில் புராண இதிகாசங்களைப் பாடத்திட்டத்தில் சேர்ப்பதற்கு வாய்ப்பளிப்பது; தேசிய அளவில் ஒரு பொதுவான பாடத் திட்டத்தை நோக்கி நகர்வது; ஆரம்ப, நடுநிலைக் கல்விச் செலவுகளுக்கு உள்ளூர்ச் சமூகத்திடம் நிதி திரட்டுவது (பெற்றோர் - ஆசிரியர் கழகங்களின் ஊடாக ஆசிரியர்களை நியமிப்பது உட்பட); 'நீட்' முதலான தேசிய அளவிலான நுழைவுத் தேர்வுகள்; சந்தைத் தேவையை ஒட்டிக் கல்வி அமைப்பை மாற்றுதல் (அதாவது மொழி, தத்துவம் முதலான பாடத்துறைகள் மட்டும் அரசிடம்); பல்கலைக் கழகங்களுக்கு நிதியைக் குறைத்து மாணவர் கட்டணங்களை மிகுதிப் படுத்துதல்; புதிய தனியார் பல்கலைக் கழகங்களை உருவாக்கச் சட்டம்

இயற்றுதல்; கல்லூரிகளுக்குத் தரச் சான்றிதழ் (accreditation) பெறுவதைக் கட்டாயமாக்குதல், கல்லூரிகளைத் தன்னாட்சிக் கல்லூரி களாக்குதல், உயர்கல்வியில் அந்நிய நேரடி முதலீடு, பல்கலைக் கழகங்களில் அரசியல் நடவடிக்கைகளைத் தடைசெய்தல் (என்கிற பெயரில்) மாணவர் சங்கச் செயல்பாடுகளைக் கட்டுக்குக் கொணர்தல்; வெளிநாட்டு மாணவர் களுக்கு உயர்கல்விச் சந்தையைத் திறந்துவிடல்; இதற்கெல்லாம் தோதாக பொருளாதாரத்தை எல்லாவிதக் கட்டுப்பாடு களிலிருந்தும் விடுவித்தல் முதலிய அம்பானி–பிர்லா பரிந்துரைகள் வெவ்வேறு மட்டங்களில் இன்று நடைமுறையில் உள்ளதை நாம் கவனிக்கவேண்டும்.

கல்லூரிகளுக்குக் கட்டாயமாகத் தரச் சான்றிதழ்களை அளித்துத் தரம் பிரிப்பது, தன்னாட்சிக் கல்லூரிகளாக அறிவிக்க விண்ணப்பிக்குமாறு அவற்றை வற்புறுத்துவது முதலியன இன்று இப்பரிந்துரைகளின் ஊடாகவே நடைமுறைக்கு வந்துள்ளன. இப்படித் தன்னாட்சிக் கல்லூரிகளாக மாறுபவற்றிற்கு அளிக்கும் நிதி உதவிகளில், அந்த நிதி புதிய ஆசிரியர்களை நியமிப்பது, கருத்தரங்குகள் நடத்துவது முதலான கல்வி சார்ந்த செயல்பாடுகளுக்குப் பயன்படுத்தக்கூடாது என்பது நிபந்தனைகளாக்கப்பட்டுள்ளதையும் நாம் கவனிக்க வேண்டும்.

மோடி அரசு பதவிக்கு வந்தவுடன் பல்கலைக்கழகங்களில் வழங்கப் படும் M.Phil, Ph.D முதலான ஆய்வுப் படிப்புகளுக்கான உதவித் தொகைகள் நிறுத்தப்பட்டதும், முக்கிய பல்கலைக்கழகங்களில் இந்த ஆய்வுப் படிப்புகளுக்கான சேக்கை எண்ணிக்கை மிகப் பெரிய அளவில் குறைக்கப்பட்டதும் பல்கலைக் கழகக் கல்விக் கட்டணங்கள் பெரிய அளவில் அதிகரிக்கப்பட்டுள்ளதும் இத்துடன் இணைத்து நோக்கப்பட வேண்டியவை.)

தொழிலதிபர்கள் தயாரிக்கும் கல்விக் கொள்கைகள்

ஏப்ரல் 2000த்தில் 'கல்விச் சீர்த்தருங்களுக்கான ஒரு கோட்பாட்டு அணுகல்முறை' என்றோர் அறிக்கை சமர்ப்பிக்கப்பட்டது. அறிக்கையைச் சமர்ப்பித்தது கல்வித்துறையோ இல்லை மனித வளத்துறை அமைச்சகமோ அல்ல. அமைச்சர்களுக்குத் தெரியாமலே அவர்கள் சார்ந்துள்ள துறைகளில் புகுந்து அதிரடி ஆணைகளை வழங்கும் சர்வாதிகார அமைப்பாக வாஜ்பேயியால் உருவாக்கப் பட்டுள்ள பிரதம அமைச்சு சார்ந்த ஓர் அமைப்புதான் அந்த அறிக்கையைச் சமர்ப்பித்தது. 'பிரதம அமைச்சரின் வணிக மற்றும் தொழில்களுக்கான குழு' என்கிற அந்த அமைப்பு முகேஷ் அம்பானி,

குமாரமங்கலம் பிர்லா* என்கிற இரு தொழிலதிபர்களை வைத்துத் தயாரித்ததுதான் அந்த அறிக்கை. அந்த இரு நபர் குழுவில் அம்பானி தலைவர், பிர்லா உறுப்பினர்.

கல்விக்கும் 'வணிக மற்றும் தொழிற்குழு'வுக்கும் என்ன தொடர்பு, அம்பானிக்கும் பிர்லாவுக்கும் உயர் கல்வி பற்றிய கொள்கைத் திட்டம் வகுப்பதற்கு என்ன யோக்கிதை இருக்கிறது என்றெல்லாம் நாம் கேட்கக் கூடாது. கல்வித் துறையில் எவ்வாறு தனியார் முதலீடுகளை ஊக்குவிப்பது என்பது பற்றிய ஆலோசனைகளை வழங்குவதற்காக ஏற்படுத்தப்பட்டதாம் இந்தக் குழு. கல்வித்துறையில் தனியார் முதலீடுகளைப் பற்றிய கொள்கைகளை வகுப்பதற்குக்கூட கல்வியாளர்களே இடம்பெறாமல், முற்றிலும் வணிகர்களும் தொழிலதிபர்களும் மட்டுமே அடங்கிய குழு எப்படிச் சாத்தியம் என்பது தெரியவில்லை. ஆனால் இந்துத்துவ அரசைப் பொருத்த மட்டில் இது ஒரு வாடிக்கையான செயல்தான். இரண்டாண்டுகளுக்கு முன்னர் சிட்லாங்கியா என்கிற தொழிலதிபரை வைத்து மாநிலக் கல்வி அமைச்சர்களுக்குக் கல்விக் கொள்கை பற்றி, ஜோஷி வகுப்பெடுக்கத் துணிந்ததை நாம் அவ்வளவு எளிதாக மறந்துவிட முடியாது.

ஏப்ரல் 2000த்திலேயே இந்த அறிக்கை சமர்ப்பிக்கப்பட்டுவிட்ட போதிலும் மத்திய அரசு அதனை உடனே வெளியிடவில்லை. வழக்கம் போல அறிக்கையை வெளியிட்டு விவாதிக்காமலேயே தனியார் பல்கலைக் கழகங்களை உருவாக்குவது முதலான சில பரிந்துரைகளை அரசு நிறைவேற்றவும் தொடங்கியது. இதற்கிடையில் சென்ற ஜனவரி 2001இல் பல்கலைக்கழக ஆசிரியர் அமைப்புகள் இந்த அறிக்கையை வெளியிட்டன.

முழுக்க முழுக்க உயர் கல்வியைத் தனியார்மயமாக்கி வணிகப் படுத்துவது என்பதுதான் இந்த அறிக்கையின் பிரதானமான பரிந்துரை. எனினும் அத்தோடு அது நிறுத்திக் கொள்ளவில்லை. சிறந்த குடிமகனை உருவாக்கக்கூடிய மதிப்பீட்டுக் (விழுமியக்) கல்வியின் முக்கியத்துவம், கல்வியை மத்திய/மாநில அரசுகளின் பொதுப் பட்டியலில் வைத்திருப்பதன் பொருத்தமின்மை எனப் பல விவாதத்திற்குரிய அம்சங்கள் குறித்தும் அம்பானியும் பிர்லாவும் தமது மேலான கருத்துகளை வழங்கியுள்ளனர். இனி அறிக்கையின் முக்கிய பரிந்துரை களைப் பார்ப்போம்.

*முகேஷ் அம்பானி - ரிலையன்ஸ் நிறுவனங்களின் உரிமையாளர்களில் ஒருவர். குமாரமங்கலம் பிர்லா - ஆதித்ய பிர்லா தொழில் நிறுவனங்களின் நிர்வாக இயக்குனர்.

விவசாயம், தொழில்துறை அகக் கட்டுமானம் முதலான பிற துறைகளுடன் கல்வியை ஒப்பிட்டு முதலீட்டுக்குரிய சமூக லாபம் இருக்க வேண்டும் எனத் தொடங்கும் அம்பானி-பிர்லா அறிக்கை, உலகமயமாகும் சூழலில் சந்தைப் பொருளாதாரத்திற்கு ஏற்ற வகையில் 'அறிவுப் பொருளாதாரத்தை' எவ்வாறு அமைப்பது என்பது குறித்துப் பேசுவதாக அறிவிக்கிறது. ஆரம்பக் கல்வி, வயதுவந்தோர் கல்வி முதலியவற்றை மட்டும் அரசுச் செலவில் வைத்துக் கொண்டாலும் உயர்கல்வியை முழுக்க முழுக்க அரசு நிதி ஒதுக்கீட்டிற்கு அப்பாற்பட்டதாக்கிவிடவேண்டும அதாவது தனியார் மயமாக்கிவிட வேண்டும் என்பதை முதல் அத்தியாயத்திலேயே அறிக்கை வெளிப்படுத்திவிடுகிறது.

இரண்டாவது அத்தியாயத்தில் பல நாட்டு அனுபவங்களைத் தொகுத்துக் கொள்வதாகச் சொல்லும் அறிக்கை, அதன்மூலம் கற்றுக் கொள்ளும் பாடம் என்று மீண்டும் இதையே அறிவிக்கிறது. அதாவது கட்டாயக் கல்வி என நாம் ஏற்றுக்கொண்டுள்ள ஆரம்பக் கல்வி, வயது வந்தோர் கல்வி ஆகிய லாபமற்ற துறைகளில் மட்டும் அரசு பெரும் பொறுப்பை ஏற்றுக்கொள்வது, உயர் கல்வியை முழுக்க முழுக்க தனியார் மயப்படுத்திவிடுவது (அறிக்கை, பத்தி: 2.7). தனியார் கல்லூரிகள் மட்டுமல்லாமல் முற்றிலும் அரசுக் கட்டுப்பாடுகளே இல்லாமல் இயங்கும் தனியார் பல்கலைக்கழகங்களும் அமைக்கப்பட வேண்டும் என்கிறது அறிக்கை. 'சந்தையை நோக்கிய கல்வி' (market oriented education), 'இந்தியக் கல்வியைச் சந்தைப்படுத்துதல்' (marketing Indian education) முதலான சொல்லாடல்களால் கட்டப் பட்டுள்ள இந்த அறிக்கையின் இதர பரிந்துரைகள்:

1. ஒவ்வொரு மாவட்டத்திலும் ஒரு 'சிறப்புப் பள்ளி' (Smart school) தொடங்கப்பட்டு தேசிய அளவில் அவை ஒருங்கிணைக்கப்பட வேண்டும். தனியார்துறை இதில் முதலீடு செய்வதற்கு ஊக்குவிக்கும் வகையில் வரிச்சலுகைகள் அளிக்கப்பட வேண்டும் (பத்தி: 6.3).
2. நல்ல குடிமைப் பண்புமிக்க சமூகமாக உருப்பெறத்தக்க மதிப்பீட்டுக் (விழுமியக்) கல்வி எல்லா மட்டங்களிலும் தேவை. அதே சமயத்தில் பல்வேறு 'இசம்'களும் கல்வியில் நுழைந்து விடாத அளவிற்கு அரண் செய்யப்படுதல் வேண்டும் (பத்தி: 6.8).
3. தேசிய அளவிலான ஒரு பொதுவான பாடத்திட்டம் தேவை. ஆனால் அரசியல் சட்டத்தின் பொதுப்பட்டியலில் கல்வி

அமைந்திருப்பது என்பது தேசீய அளவில் ஒரு பொதுக்கல்வி அமைப்பு உருவாக்குவதில் சிக்கலை ஏற்படுத்துகிறது. எதிர்காலத் தலைமுறையின் நலனை முன்னிட்டு இந்தச் சவாலை நாம் எதிர்கொண்டாக வேண்டும் *(பத்தி: 6.9)*.

4. ஆரம்ப மற்றும் நடுநிலைக் கல்வியைப் பொருத்தமட்டில் அரசு நிதியோடு உள்ளூர்ச் சமூகத்திடமிருந்தும் நிதி திரட்டுவதற்குப் பஞ்சாயத்துக்களை ஊக்குவிக்க வேண்டும் *(பத்தி: 6.10)*.

5. உயர் மற்றும் தொழில்நுட்பக் கல்விக்கான மாணவர் சேர்க்கையைப் பொருத்தமட்டில் தேசிய அளவில் நுழைவுத் தேர்வுகள் நடத்தப் படவேண்டும். பல்கலைக்கழகங்களை மாற்றிக் கொள்வதற்கான கட்டுப்பாடுகள் ஒழிக்கப்பட வேண்டும் *(பத்தி: 6.11)*.

6. சந்தையை நோக்கியதாக இந்தியக் கல்வியமைப்பு இல்லை. எனவே மென்பொருள் பொறியாளர்கள் முதலான சந்தைத் தேவைகளை முறைசார்ந்த கல்வியைக் காட்டிலும் முறைசாராத தனியார் துறையினரே பூர்த்தி செய்கின்றனர். எனவே, சந்தைத் தேவையை நோக்கியதாக நமது கல்வி அமைப்பு மாற்றி அமைக்கப்பட வேண்டும். அதே சமயத்தில் மொழிப்பாடம், தொல்லியல், தத்துவம், மதவியல் முதலான துறைகளில் சந்தைக்கு ஆர்வமிருக்காது என்பதை உணர்ந்து அரசு இந்தத் துறைகளில் மட்டும் கவனம் செலுத்த வேண்டும் *(பத்தி: 6.12)*.

7. பள்ளிகளுக்கான அகக் கட்டுமானங்களை வலுப்படுத்துவதற்கு ஏற்ப பல்கலைக்கழகங்களுக்கு அரசு செலவிடும் நிதியைக் குறைத்துக்கொள்ள வேண்டும். மாணவர்களின் கல்விக் கட்டணங்களை அதிகப்படுத்துதல், நன்கொடைகள், பெருந் தொழில் நிறுவனங்களோடு இணைந்து ஆராய்ச்சிகள் மேற் கொள்ளுதல், கண்டுபிடிப்புகளுக்கான 'ராயல்டி'கள் ஆகியவற்றின் மூலமாகப் பல்கலைக்கழகங்களுக்கான நிதி உருவாக்கப்பட வேண்டும் *(பத்தி: 6.13)*.

8. உயர்கல்வியில் தனியார் துறைகள் எளிதில் பங்குபெறுவதற்கு ஏற்ப உயர்கல்வித் துறையிலுள்ள அரசுக் கட்டுப்பாடுகள் நீக்கப் படவேண்டும் *(பத்தி: 6.16)*.

9. உயர்கல்வியில் அரசின் பங்கு மறுவரையறை செய்யப்பட வேண்டும். புதிய தனியார் பல்கலைக்கழகங்கள் உருவாக்குவதற் குரிய ஒரு 'தனியார் பல்கலைக்கழகச் சட்டம்' உருவாக்கப்பட வேண்டும். *(பத்தி: 6:17)*.

10. உயர்கல்வி நிறுவனங்களைத் தேசிய அளவில் மதிப்பீடு செய்து குறியீடுகள் வழங்கப்பட வேண்டும். தனியார் நிறுவனங்களிடம் இந்தப் பொறுப்பு வழங்கப்பட வேண்டும். இவ்வாறு வழங்கப் பட்ட குறியீடுகளின் அடிப்படையிலேயே நிதி ஒதுக்கீடுகள் அமைய வேண்டும். குறைந்தபட்சக் குறியீடுகளைக்கூடப் பெற இயலாத நிறுவனங்கள் மூடப்பட வேண்டும் *(பத்தி: 6.18).*

11. உயர்கல்வியில், குறிப்பாக விஞ்ஞானம், தொழில்நுட்பம் ஆகிய கல்வித்துறைகளில் அந்நிய நேரடி முதலீடு அனுமதிக்கப்பட வேண்டும் *(பத்தி: 6. 19).*

12. இந்தியக் கல்விக்கு ஆசியா, ஆப்ரிக்கா, அமெரிக்கா மற்றும் கிழக்கு அய்ரோப்பிய நாடுகளில் நல்ல சந்தை இருக்கிறது. வளர்ச்சியடைந்த நாடுகளில் ஆகும் செலவில் நான்கில் ஒரு பங்கைக் கொண்டு இங்கே கல்வி கற்க முடியும். வெளிநாட்டு மாணவர்களுக்கு நமது உயர்கல்விச் சந்தையைத் திறந்து விடுவதன் மூலம் கூடுதல் நிதியை நாம் உருவாக்க இயலும் *(பத்தி: 6.22).*

13. அரசியலுக்கான பயிற்சிக் களனாக நமது பல்கலைக்கழகங்கள் விளங்குகின்றன. ஆசிரியர்களாக இருந்து அரசியல்வாதிகளாக மாறுகிறவர்களே கல்வித் தரம் குறைவதற்குக் காரணமாயுள்ளனர். பல்கலைக் கழக 'யூனியன்'களும் அரசியல் நாற்றங்கால்களாக விளங்குகின்றன. எனவே பல்கலைக்கழக வளாகங்களில் எல்லாவிதமான அரசியல் நடவடிக்கைகளும் தடைசெய்யப்பட வேண்டும். *(பத்தி: 6.22)*

14. பொருளாதாரத்தை எல்லாவிதமான கட்டுப்பாடுகளிலிருந்தும் விடுவித்தல் அவசியம் *(பத்தி: 6.23).*

இந்தப் பரிந்துரைகளை இந்துத்துவ அரசு ஏற்கனவே நடைமுறைப் படுத்தத் தொடங்கிவிட்டது என்று சொன்னோம். பரிந்துரைகளைச் செய்தவர்களில் ஒருவரான அம்பானியின் 'ரிலையன்ஸ்' நிறுவனம் அடுத்த இரண்டாண்டுகளில் இரண்டு பல்கலைக் கழகங்களை குஜராத்தில் மட்டும ஏற்படுத்த இருக்கிறது. இதற்கான பூர்வாங்கப் பேச்சுவார்த்தைகள் முடிந்துவிட்டன. 'தகவல் தொடர்புத் தொழில் நுட்பத்திற்கான திருபாய் அம்பானி நிறுவனம்' காந்தி நகரில் உருவாக இருக்கிறது. 'திருபாய் அம்பானி ஃபவுண்டேஷன்' சார்பான அறிவியல் தொழில்நுட்பப் பல்கலைக்கழகம் ஒன்று ஜாம் நகரில் தொடங்கப்பட உள்ளது (*University Today*, 15, Jan. 2001).

உயர்கல்வியை முழுக்க முழுக்க வணிகமயமாக்கும் ஒரு சதித் திட்டமாகவே நாம் இந்த அறிக்கையைப் பார்க்க வேண்டியுள்ளது. தனியார் மயமாக்கலின் மறுபக்கம் வணிகமயமாதல். சந்தைப்படுத்த வாய்ப்பில்லாத இடங்களில் தனியார்கள் முதலீடு செய்யத் துணியார்கள். லாபமில்லாத இடத்தில் தனியார்களுக்கு வேலையில்லை. எனவே கல்வியை எவ்வாறு லாபகரமாக்குவது என ஆலோசனை சொல்கின்றனர் அம்பானியும் பிர்லாவும். மாணவர்களிடம் நிறைய 'ஃபீஸ்' வாங்கலாம்; இடங்களை நல்ல தொகைக்கு விற்கலாம்; ஆசியா, ஆப்ரிக்கா முதலான நாடுகளின் பணக்கார வீட்டுப்பிள்ளை களுக்கும் அமெரிக்கா போன்ற இடங்களில் வசிக்கும் 'என்ஆர்அய்' இந்தியர் களின் டாலர்களுக்கும் நமது கல்வியை நல்ல விலைக்கு விற்கலாம்.

அப்படியானால் நமது நாட்டிலுள்ள ஏழை எளிய மாணவர்களின் கதி? அது பற்றிக் கவலை கொள்வது அறிக்கையின் நோக்கமல்ல. இந்துத்துவ அரசின் நோக்கமும் அதுவல்ல. அதே போல இட ஒதுக்கீடு பற்றியும் அறிக்கை தவறிக்கூட எந்த இடத்திலும் எதையும் பேசவில்லை. மாறாக எல்லாவற்றிலிருந்தும் அரசுக் கட்டுபாடுகள் ஒழிக்கப்பட வேண்டும் என்பதைப் பற்றி மட்டும் அறிக்கை அடிக்கடி பேசுகிறது. சந்தை என்று வந்த பிறகு சமூகநீதிக்கு இடமேது?

இத்தகைய நடவடிக்கைகளுக்கு மாணவர்களிடமிருந்து எதிர் காலத்தில் எதிர்ப்பு வந்தால் என்ன செய்வது? மாணவர்கள் மத்தியில் அரசியல் நீக்கம் என்பதை இதற்கொரு தீர்வாகச் சிபாரிசு செய்கிறார்கள் அம்பானியும் பிர்லாவும். பாடதிட்டத்தில் எந்த வகையிலும் 'இசம்'கள் நுழையக் கூடாதாம். மதிப்பீட்டுக் (விழுமியக்) கல்வி என்ற பெயரில் எல்லாவிதமான சனாதனப் பிற்போக்குச் சிந்தனைகளையும் புகுத்தப் பரிந்துரைக்கும் இவர்கள் 'இசம்'களைத் தடைசெய்தல் என்கிற பெயரில் சமத்துவச் சிந்தனைகளைத்தான் குறிவைப்பார்கள் என்பதை விளக்கத் தேவையில்லை. ஏற்கனவே இவர்கள் அரசியல் கோட்பாடு களுக்கான பாடத்திட்டத்தில் பாசிசத்தை வைத்துக் கொண்டு மார்க்சீயப் பாடத்தை நீக்கியுள்ளதை நாம் மறந்துவிட லாகாது. அதேபோல இத்தகைய முயற்சிகளைத் தட்டிக் கேட்கும் மாணவர்கள், ஆசிரியர் இயக்கங்களையும் இனி வளாகத்திற்குள் அனுமதிக்கக் கூடாது என இவ்வறிக்கை பரிந்துரை செய்திருப்பது சனநாயகத்தை நோக்கிய ஓர் உடனடித் தாக்குதல்.

இரண்டு முதலாளிகள் செய்துள்ள இப்பரிந்துரையை சனநாயகத்தில் நம்பிக்கையுள்ள யாரும் உடனடியாக எதிர்த்தல் அவசியம்.

அறிக்கையிலுள்ள இன்னோர் ஆபத்தான அம்சம் அரசுக் கட்டுப்பாடற்ற தனியார் பல்கலைக்கழகங்களை உருவாக்குதல் குறித்த பரிந்துரை. இதுவரை கல்லூரிகள்தான் சுயநிதி நிறுவனங்களாக உருவாக்கப்பட்டன. இவற்றைக் கட்டுப்படுத்தும் பல்கலைக் கழகங்கள் அரசுப் பொறுப்பில் இருந்தன, அரசு நிதியில் இயங்கின. ஆனால் அம்பானி- பிர்லா பரிந்துரையை ஏற்று இன்று அரசுக் கட்டுப் பாடற்ற தனியார் பல்கலைக்கழகங்களை அரசு உருவாக்கத் தொடங்கி விட்டது. வேந்தர், துணைவேந்தர் முதலான எல்லாப் பதவியினரும் பல்கலைக்கழக உரிமையாளர்களாலேயே நியமிக்கப்படுவர். பெயருக்கு அரசு ஒப்புதல் பெறப்படும். தேவையானால், லாபம் இல்லை என்று தோன்றினால், பல்கலைக்கழகத்தை இழுத்து மூடிவிட்டும் போகலாம்.

வாயளவில் அதிகாரப் பரவல் பற்றிப் பேசும் இவ்வறிக்கை, உண்மையில், கல்வியின் மீதான அரசுக் கட்டுப்பாடுகளுக்கு முற்றிலும் எதிராக இருக்கிறது. கல்வியை மாநிலப் பட்டியலில் வைக்க வேண்டும் என்பது கல்வித்துறையில் சனநாயகவாதிகள் முன்வைத்து வருகிற ஒரு கோரிக்கை. மாநிலப் பட்டியலில் இருந்த கல்வித்துறை காங்கிரஸ் ஆட்சியின்போது பொதுப் பட்டியலுக்குக் கொண்டு போகப் பட்டது. இன்று இன்னும் ஒருபடி பின்னோக்கிச் சென்று முழுமையாக மத்திய அரசுப் பட்டியலுக்குக் கொண்டு போக முயற்சி செய்யப்படுகிறது. தமது முயற்சிகளில் சில மாநில அரசுகளில் கவிழ்க்கப்படக்கூடிய ஆபத்தை எதிர்கொள்வதற்கான ஒரே வழி இதுதான் என இவர்கள் நம்புகிறார்கள். தேசீய அளவிலான பாடத் திட்டம், தேசிய அளவிலான கல்வி அமைப்பு, தேசீய அளவிலான நுழைவுத் தேர்வு, கல்வி நிறுவனங்களைத் தேசீய அளவில் மதிப்பிடல் முதலான நடைமுறைகளின் மூலம் மாநிலங்களின் தனித்துவங் களையும் கலாச்சாரப் பன்மைத்துவங்களையும் இவர்கள் குழி தோண்டிப் புதைக்க முயற்சிப்பது குறித்து நாம் எச்சரிக்கையாக இருக்கவேண்டும்.

ஒரு பக்கம் அரசுக் கட்டுப்பாடுகளே இல்லாத தனியார் பல்கலைக் கழகங்களுக்குத் தலையசைக்கும் இந்துத்துவ அரசு இன்னொரு பக்கம் மாநில அரசுகளின் கட்டுப்பாட்டில் இயங்குகிற பல்கலைக் கழகங்களை மத்திய அரசுப் பல்கலைக் கழகங்களுடன் ஒப்பிட்டுக் குறைத்து மதிப்பிடுவதையும் நாம் கவலையோடு கவனிக்க வேண்டியிருக்கிறது. எனவே, இந்தியாவிலுள்ள எல்லாப் பல்கலைக் கழகங்களையும் ஒரே நிறுவனத்தின் (UGC) கட்டுப்பாட்டுக்குள்

கொண்டுவரத் திட்டமிடுவதாக அரி கவுதம் சொல்லியுள்ளது. (இந்து, மார்ச் 17, 2001) கவலைக்குரியது. பல்கலைக்கழகங்களின் மீதான மாநில அளவிலான கட்டுப்பாடுகளையும் அதிகாரங்களையும் கவிழ்க்கும் முயற்சி இது.

பின்னிணைப்புகள்

1

நமது கல்விமுறை பற்றி ஐன்ஸ்டின்

...மிதமிஞ்சிய போட்டியினால் பெரும் அளவுக்கு உழைப்பு வீணாவதுடன், மனிதர்களிடையில் சமூக உணர்ச்சி குன்றி விடுகிறது.

முதலாளித்துவத்தின் மிகக் கொடிய விளைவு இப்போது மனிதர்களின் இயலாமையை அதிகரிப்பதுதான் என்று நான் நினைக்கிறேன். நம் கல்விமுறை முழுவதையும் இக்கொடுமை பாதித்திருக்கிறது. போட்டி மனப்பான்மை இருந்தாலொழிய மனிதன் பிழைக்க முடியாது என்ற மனப்பான்மை மாணவர்களுக்கு ஏற்பட்டிருக்கிறது. சொத்து சேர்ப்பதில் வெற்றி பெற்றாலொழிய அவனுடைய எதிர்கால வாழ்வு சுகமாக இருக்காது என்ற கருத்து மாணவர் உள்ளத்தில் இன்று புகுந்திருக்கிறது.

இக்கொடுமைகளை ஒழிப்பதற்கு ஒரே வழிதான் இருக்கிறது என்பதில் எனக்குச் சந்தேகமே இல்லை. சோஷலிசப் பொருளாதார அமைப்பை ஏற்படுத்துவதுதான் அந்த வழி, அதனுடன் இப்போதுள்ள கல்விமுறையும் மாற வேண்டும். சமூக லட்சியங்களில் மாணவர்கள் ஈடுபடுவதற்கான முறையில் அது மாற்றி அமைக்கப்பட வேண்டும்.

ஒருவருக்கு இயல்பாகவே அமைந்த திறனை வளர்ப்பதுடன் சுயநலத்திற்காக அதிகாரத்தையும் வெற்றியையும் தேடித் திரிவதற்குப் பதிலாக, 'மற்றவர்களுடைய நல்வாழ்வுக்குப் பாடுபடுவதில் எனக்கும் பொறுப்பு உண்டு' என்ற உணர்ச்சியையும் ஒவ்வொருவரிடத்திலும் நமது கல்விமுறை ஏற்படுத்த வேண்டும்.

ஆல்பர்ட் ஐன்ஸ்டீன்

2

ராஜீவ் அரசின் புதிய கல்விக்கொள்கை நகலறிக்கையை (1985) விமர்சித்து எழுதப்பட்ட 'நமது கல்விப் பிரச்சினைகள்: புதிய கல்விக் கொள்கை பற்றிய ஒரு பார்வை' எனும் நூலுக்கு எழுதப்பட்ட முன்னுரை

சுமார் இரண்டாண்டுகட்கு முன்பு என்னுடைய வகுப்பில் பயின்று கொண்டிருந்த மாணவர் திரு. கோ. திருமேனி என்னை அணுகி, தாம் மாணவர்களுக்காக ஒரு நகலச்சிதழ் தொடங்கப் போவதாகவும் அதில் 'நமது கல்விப் பிரச்சினைகள்' என்கிற தலைப்பில் தொடர்கட்டுரை எழுதித் தருமாறும் கேட்டார். எழுத்துத் துறையிலும் ஆசிரியர் இயக்கங்களிலும் ஆர்வமுள்ளவன் என்கிற வகையில் அவர் என்னை அணுகினார் என்றே கருதுகிறேன். நான் மகிழ்ச்சியுடன் ஒத்துக் கொண்டு நான்கு கட்டுரைகள் எழுதிக் கொடுத்தேன். மேலும் சில எழுதுவதாகவும் இருந்தேன். விடிவு என்கிற அந்த இதழ் நான்கு மாதம் வெளிவந்தது. பின்னர் எல்லாச் சிறு பத்திரிகைகளைப் போலவே அதுவும் நின்றுபோனது. கல்விப் பிரச்சினைகள் தொடர்பாக நான் எழுதத் திட்டமிட்டிருந்த வேறு சில கட்டுரைகளும் நின்று போயின.

ஆரவாரமான அறிவிப்புக்களுடன் 'தேசிய விவாதத்திற்காக' விடப்பட்டுள்ள 'புதிய கல்விக் கொள்கை' பற்றிய கட்டுரை ஒன்றை எழுதுவதன் அவசியம் குறித்து ஆசிரிய-மாணவ இயக்கங்களின்பால் ஆர்வமுடைய நண்பர்கள் சிலர் குறிப்பிட்டனர். ஏற்கனவே எழுதிய கட்டுரைகளை இதில் இணைக்கலாம் எனவும் கருத்துத் தெரிவித்தனர். புதிய கல்விக் கொள்கை குறித்த ஒரு கருத்தரங்கில் கலந்துகொள்ள இருந்த எனது தஞ்சை மருத்துவ நண்பரொருவருடன் இந்த ஆவணம் தொடர்பாக விவாதிக்க நேர்ந்த சூழலில் இந்நூலிலுள்ள புதிய கல்விக்கொள்கை பற்றிய கட்டுரைகளை எழுதத் தொடங்கினேன். குறைந்த செலவில் வெளியிட வேண்டிய அவசியத்தின் விளைவாகப் பழைய கட்டுரைகளைத் தனியே இணைக்க முடியவில்லை. எனினும், அவற்றின் சாராம்சத்தைக் கட்டுரைப் போக்கில் இணைத்துள்ளேன்.

ஒவ்வொரு புதிய சமுதாய உருவாக்கம் நிகழும் போதும், சமூக அழுத்தங்கள் மிகும்போதும் அன்றைய ஆளும் வர்க்கம் கருத்துநிலை சார்ந்த அரசுக் கருவியின் ஓரங்கமாகப் புதிய கல்விக் கொள்கைகளை உருவாக்கி வந்துள்ளது. இது தொடர்பாக மிகவும் விரிவான ஆழமான ஒரு நூலே எழுதலாம்; எழுத வேண்டும். எனினும் இந்த 'தேசிய விவாத' சூழலில் மாணவர்களையும் சாதாரண மக்களையும் மனதிற்கொண்டு அவசரமாக ஒரு சிறு நூலை வெளியிடும் வேளையில் இது சாத்தியமில்லை என்பதாலும் அதேசமயத்தில் இது பற்றிய ஒரு சிறு குறிப்புக்கூட இல்லாமல் இந்நூல் முழுமை பெறாது என்பதாலும் புதிய கல்விக் கொள்கையின் அவசரமும் அவசியமும் என்ற கட்டுரையையும் எழுதி இணைத்தேன்.

புதிய கல்விக் கொள்கை பற்றிய விமர்சனமாக மட்டும் அமைந்து விடாமல் நமது கல்விச் சூழல் பற்றிய ஒரு எளிய அறிமுகமாகவும் இந்நூலை அமைத்துள்ளேன். எனினும் 'மாணவர் போராட்டமும் அரசின் அடக்குமுறையும்', 'மாணவர்-ஆசிரியர் உறவு', 'தாய் மொழியில் கல்வியின் அவசியம்' போன்ற விஷயங்கள் இதில் விரிவாகச் சொல்லப்படவில்லை தான்.

இந்நூல் வெளிவருவதில் பல்வேறு மட்டங்களில் காரணமாயிருந்த தோழர்கள் திருமேனி, டாக்டர் சு. நரேந்திரன், டாக்டர் ப. சிவக்குமார், தோழமை பதிப்பாசிரியர் வே.மு. பொதிய வெற்பன், அறிவானந்தர் முருகேசன் ஆகிய அனைவருக்கும் என் நன்றி.

அ. மார்க்ஸ்

அக்டோபர் 17, 1985
தஞ்சாவூர்

3

ராஜீவ் காந்தியின் புதிய கல்விக்கொள்கை விமர்சன நூலுக்கு (நமது கல்விப் பிரச்சினை) அரசுக் கல்லூரி ஆசிரியர் கழகத் தலைவர் முனைவர் ப. சிவக்குமார் எழுதிய அறிமுகவுரை

புள்ளி விவரம் ஒன்று: 1981ஆம் ஆண்டு மக்கள்தொகை கணக்குப்படி 6முதல் 14 வயதுக்குள் உள்ள குழந்தைகள் 14 கோடியாம், இதில் 3 கோடி குழந்தைகள் பள்ளிக்கூடமே எட்டிப் பார்க்காதாம், மீதமுள்ள குழந்தைகளில் 63% தொடக்கப்பள்ளி அளவிலேயே நின்று விடுமாம். 77% குழந்தைகள் எட்டாம் வகுப்புவரைகூட வருவதில்லை. இந்தியாவில் இன்றைக்கு எழுத்தறிவில்லாத மக்கள் 32 கோடி பேர் என மற்றொரு செய்தி,

இந்தச் சூழ்நிலையில் எல்லா மக்களுக்கும் 'சர்வரோக நிவாரணி யாக' புதிய கல்விக்கொள்கை பிரகடனப்படுத்தப்பட்டுள்ளது.

தொலைக்காட்சியில் அன்றாடமொரு பேட்டி, விவாதம், வானொலியில் பேச்சு, செய்தித்தாளைத் திறந்தால் தலைமை அமைச்சர், மாநில அமைச்சர்கள், துணைவேந்தர்கள், கல்வி அதிகாரிகள், முன்னாள் அதிகாரிகள், இன்னாள் அதிகாரிகள் இவர்களின் கருத்துப் பிரச்சாரம், நாடெங்கும் விவாதம் நடப்பது போன்ற பாவனை காட்டும் 5 நட்சத்திர ஓட்டல் கருத்தரங்குகள் என்பதாக இன்று இது முன்வைக்கப்படுகிறது.

இந்தச் சூழ்நிலையில் பேராசிரியர் மார்க்ஸின் நூல் சரியான கோணத்தில் புதிய கல்விக்கொள்கையை அணுக முயல்கிறது.

இந்தக் கல்விக்கொள்கை ஒன்றும் திடீரென முளைத்துவிட வில்லை, சுருக்கம் கருதி ஒரேயொரு எடுத்துக்காட்டு.

உயர்கல்வித்துறையைப் பொறுத்தவரை ஜனநாயக அமைப்புகளின் குரல்வளையை நெறிக்கும் முயற்சிகள் சில கடந்த நான்கு ஆண்டுகளாகவே திட்டமிடப்பட்டன.

1981ஆம் ஆண்டில் தேசிய காவல்துறைக் குழு வெளியிட்ட அறிக்கையில் பரிந்துரைக்கப்பட்ட கருத்துகள் கவனத்தில் கொள்ள வேண்டியனவாகும்.

மாணவர், ஆசிரியர் மற்றும் பணியாளர் அமைப்புகளின் நடவடிக்கைகளில் வெளியே இருக்கும் அரசியல் பிரச்சினைகளின் ஆதிக்கம் இருக்கக்கூடாது' (தேசிய காவல்துறைக் குழு அறிக்கை பக். 19). ஏனிந்தக் கூப்பாடு? ஆசிரியர்களும் மாணவர்களும் நாட்டின் பலபகுதிகளில் அமைப்புரீதியாகத் திரண்டு போராடுவதை அபாயகரமானதாகக் கருதுகிறது ஆளும் வர்க்கம். அவர்கள் பிரச்சினைகளுக்குத் தீர்வு காணலாமே எனத் தோன்றும். ஆனால், காவல்துறைக் குழுவின் தீர்வு: 'பல்கலைக்கழகங்களில் ஒழுங்கை நிர்வகிக்கும் அமைப்பின் ஒரு பகுதியாகத் தனிப்பட்ட பாதுகாப்புப்படை ஒன்று நிறுவப்படவேண்டும். பெரிய கல்லூரிகளிலும் கல்லூரிகள் இணைக்கப்பட்ட பல்கலைக்கழகங்களிலும் இதேபோன்று படை ஒன்று அமைக்கப்பட வேண்டும். (தே.கா.து.கு.அ. பக். 21)

எதற்காக இந்தப் படை? அந்தந்த ஊர்களில் இருக்கும் காவல்துறை போதாதா? போதாதாம். கல்வி நிறுவனச் சொத்துக்களைக் காக்க வேண்டுமாம். 'ஆசிரியர், மாணவர், பணியாளர்கள் அங்கங்கேயே சந்திக்க' வேண்டுமாம். (தே.கா.து.கு.அ. பக். .21)

1982ஆம் ஆண்டின் மத்திய பல்கலைக்கழகச் செயலாய்வுக் குழுவின் அறிக்கை ஒன்று மத்திய அரசாங்கத்துக்குத் தரப்பட்டது. இந்த அறிக்கையும் காவல்துறைக் குழுவின் அறிக்கைக்கு ஒத்தூதியது. பல்கலைக்கழக செனட் போன்ற அமைப்புகளில் தேர்தல் மூலமாக ஆசிரியர், மாணவர் நுழைவது தடுக்கப்பட்டால்தான் கல்வி நிறுவன அமைதி காக்கப்படும் எனக் கவலைப்பட்டது. 1984ஆம் ஆண்டு நடைபெற்ற இந்தியாவில் இருக்கும் அனைத்துப் பல்கலைக்கழகத் துணைவேந்தர்கள் மாநாடு இந்த கருத்துக்களுக்கு வடிவம் தந்தது.

புதிய கல்விக்கொள்கை ஆவணம் இந்தக் கருத்துகளின் சாரமாக என்ன கூறுகிறது? 'அரசியலகற்றல்' (Depoliticisation) என்ற தத்துவத்தை முன்வைக்கிறது. இது குறித்து முன்னேற்பாட்டுடன் கடந்த நான்காண்டுகளாகவே மத்திய அரசு செயல்பட்டதை மேற்குறிப்பிட்ட நிகழ்ச்சிகள் தெளிவாக்கும். ஆந்திர மாநிலத்தில் அவசர சட்டம் மூலம் பல்கலைக்கழக அமைப்புகளில் தேர்ந்தெடுக்கப்படும் உறுப்பினர்கள் பதவி நீக்கப்பட்டதும், நேரடியாக சிண்டிகேட்

உறுப்பினர் தேர்ந்தெடுக்கப்படுவதை நீக்க தமிழ்நாட்டில் பாரதியார், பாரதிதாசன் பல்கலைக்கழகச் சட்டங்கள் திருத்தப்பட்டதும் குறிப்பிடத்தக்கன.

இந்தத் தத்துவத்தின் முன்னறிவிப்புகள், இது குறித்து ஆளும் வர்க்கக் குறிக்கோள் என்னவாக இருக்குமென மார்க்ஸ் தெளிவாகக் குறிப்பிடுகிறார்.

> அரசியல் சாராத தூய கல்வி என்பது ஆளும் வர்க்கக் கோட்பாடுகளில் ஒன்று என்பதும் ஒவ்வொரு சொல்லுக்கும் செயலுக்கும் பின்னால் ஒரு அரசியல் ஒளிந்துள்ளது என்பதும் வெளிப்படை

என மார்க்ஸ் கூறுகிறார் (பக். 29). தேசியப் பாடத்திட்டம் ஆகட்டும், முறைசாராக் கல்வி பயிலக் கூறப்படும் தொலைக்கல்வி (Distanct Education) முறை ஆகட்டும் மையப்படுத்தப்பட்ட அமைப்பின் (Centralised Organisation) மூலம் இந்தியாவில் மொழியாலும், பண்பாட்டாலும் வேறுபட்ட பல்வேறு தேசிய இனங்களை மத்திய அரசானது கட்டுப்பாட்டுக்குள் கொண்டுவர நினைக்கும் எண்ணத்தையே பிரதிபலிக்கின்றன; இந்த முயற்சிகளின் நோக்கங்களைப் புரிந்துகொண்டு நாம் எதிர்ப்புக் குரல் எழுப்ப வேண்டிய அவசியத்தை முதல் அத்தியாயத்தின் இறுதியில் ஆசிரியர் கூறுகிறார்.

புராதனக் கூட்டுடமைச் சமுதாயத்தில் கல்வி என்பது தனி நிறுவனமாக இல்லாத நிலையையும் பின்னர் வர்க்கமாகப் பிளவுண்ட சமுதாயத்தில் அரசின் அடக்குமுறைக் கருவியாக கல்வியும் விளங்கும் நிலையையும் இரண்டாம் அத்தியாயத்தின் தொடக்கப் பகுதிகள் விளக்குகின்றன.

'மெக்காலே அறிமுகப்படுத்திய ஆங்கிலக் கல்வியைக்கூட குமாஸ்தாக்களை உருவாக்கும் கல்வி என இயந்திர கதியில் விமர்சித்தொதுக்காமல் காலனிய ஆட்சியின் விளைவாக உருவான புதிய முரண்பாடுகள், நெருக்கடிகள், சமூக அழுத்தங்கள் ஆகியவற்றைச் சமனப்படுத்தும் கருத்துநிலை சார்ந்த அரசு கருவியாக' மெக்காலேயின் கல்விக் கொள்கையைப் பார்க்கவேண்டும் என மார்க்ஸ் குறிப்பிடுவது போல் (பக். 41).

இந்தப் 'புதிய கல்விக் கொள்கையும்' இன்றைய இந்திய அரசின் கருத்துநிலையின் பிரதிபலிப்பாகக்கொண்டு ஆராய வேண்டியது அவசியமாகிறது.

எனக்குத் தெரிந்தவரை புதிய கல்விக்கொள்கை தொடர்பாகத் தமிழில் வெளியாகும் முதல் விமர்சன நூல் மார்க்ஸின் முயற்சி எனலாம். இந்த நூலின் இரண்டாம் அத்தியாயம் இன்னும் விரிவாக எழுதப்பட வேண்டிய பகுதி என்றாலும் இந்த நூல் புதிய கல்விக் கொள்கைத் தொடர்பாக முறையான கருத்து விவாதம் ஒன்றைத் தொடங்க உதவும் என்பதில் ஐயமில்லை.

இந்த நூலுக்கு அறிமுக உரை எழுதும்படி நண்பர் பேராசிரியர் அ. மார்க்ஸ் கேட்டபோது, முறையான கருத்து விவாதத்துக்கு முன்னுரை என நானும் மகிழ்ச்சியுடன் ஒப்புக்கொண்டேன்.

நவம்பர் மாதத்துக்குள் விவாதம் முடிய வேண்டும் என அரசாங்கம் அவசரப்படுகிறது. உண்மையான விவாதம் நாடெங்கும் இனிதான் தொடங்கப் போகிறது. ஆசிரியர் அமைப்புகள் இந்தக் கல்விக் கொள்கைத் திணிப்பை எதிர்க்க மக்களை அணிதிரட்ட வேண்டும்.

ப. சிவகுமார்

நவம்பர் 10, 1985

4

பாசிசமும் கல்விக் கொள்கையும்

(நமது கல்விப் பிரச்சினைகள், இரண்டாம் தொகுதி என்பதாக டிசம்பர் 1986இல் வெளியிடப்பட்ட நூலின் முன்னுரை)
குடந்தை, தோழமை வெளியீடு, விலை ரூ. 3.50, பக். 68

சுமார் ஓராண்டுக்கு முன்பு எங்களின் நமது கல்விப் பிரச்சினைகள் — முதல் பாகம் வெளிவந்தது. புதிய கல்விக் கொள்கை நகலறிக்கை வெளிவந்த புதிது; இதர புதிய கொள்கைகள் குறித்தான விவரங்கள் அதிகம் அறியாத சூழலில் அரசு ஊழியர் ஆசிரியர் அமைப்பு (JACTTEA) போராட்ட அவசரத்தில் எழுதப்பட்ட நூலது. சிறிய நூலாயினும், அவசரத்தில் எழுதப்பட்டதாயினும், தமிழக இயக்கவாதிகள் மத்தியில் பு.க.கொ. பற்றிய ஒரு பிரக்ஞையை ஏற்படுத்துவதில் அது குறிப்பிடத்தக்க பங்காற்றியுள்ளதென்றே நாங்கள் நம்புகின்றோம். ஆங்கிலத்திலும் தமிழிலும் பு.க.கொ. தொடர்பாக வெளிவந்த பல வெளியீடுகள் நமது முதல் பாகத்தைக் காட்டிலும் ஆழமாக அதிகம் எதையும் சொல்லிவிடவுமில்லை. விதிவிலக்காக அகில இந்திய சனநாயக மாணவர் அமைப்பு (AIDSO) போன்றவை வெளியிட்ட சில வெளியீடுகளைக் குறிப்பிடலாம். மேலும் நமது முதல் பாகத்தின் பெரும் பகுதியைத் தேன்மழை, சென்ற மாதம் ஆகிய சஞ்சிகைகள் மீளவும் மறுபிரசுரம் செய்தன.

தமிழக மக்கள் மத்தியில் பு.க.கொ. பற்றிய எதிர்ப்புணர்வைப் பரவலாக்கியதில் திராவிடர் கழகம், புரட்சிப் பண்பாட்டு இயக்கம் (பு.ப.இ) போன்றவற்றிற்கு முக்கிய பங்குண்டு. மற்றும் முற்போக்கு மாணவர் சங்கச் சார்பில் பு.க.கொ. தொடர்பான எளிய பிரசுர மொன்றை சுமார் 3000 பிரதிகளுக்கு மேல் வீதி நாடகம், தெருப்

பிரச்சாரம் ஆகியவற்றோடு இணைத்துத் தமிழகமெங்கும் விநியோகித்துள்ளனர். ஏராளமான துண்டறிக்கைகளையும் பு.க.கொ. பற்றி தோழர் செந்தூரன் எழுதியுள்ள நூலொன்றையும் சென்னை மாவட்ட பு.ப.இ. மற்றும் முற்போக்கு இளைஞர் அணி சார்பில் வெளியிட்டுள்ளனர். எதிர்வரும் 7-12-86 அன்று விழுப்புரத்தில் பு.க.கொ. எதிர்ப்பு மாநாடு ஒன்றினையும் புதுவை — தென் ஆற்காடு மாவட்ட அளவிலான பு.ப.இ. மற்றும் முற்போக்கு மாணவர் சங்கம், முற்போக்கு இளைஞர் அணி இவற்றின் கூட்டுப் பொறுப்பில் நடத்தப் போவதாகவும் தெரியவருகிறது.

'அறியவியக்கப் பேரவை'யும் 'ஓராசிரியர் பள்ளிச் சீரமைப்பு மாநாடு' ஒன்றினை நடத்தியது. பு.க.கொ. குறித்த சிறுபிரசுரம் ஒன்றையும் வெளியிட்டுள்ளது.

திராவிடர் கழகம் உள்ளிட்ட திராவிட இயக்கங்களைப் பொறுத்த மட்டில் இந்தி எதிர்ப்பிற்கு உரிய முக்கியத்துவம் அளித்தாலும் பு.க.கொ.யின் இதர கொடுமைகளை, குறிப்பாகக் கல்வியைக் கடைச் சரக்காக்கிக் 'காசுள்ளோருக்கே கல்வி' என்றாக்கும் முயற்சியை அம்பலப்படுத்துவதில் தயக்கம் காட்டுகின்றன. இது ஏனென்பது வாசகர்கள் அறிந்த ஒன்றுதான். இதே போல இங்கேயுள்ள இடது, வலது கம்யூனிஸ்டுக் கட்சிகளைப் பொறுத்தமட்டிலும் பு.க.கொ.யின் வணிகமயமாக்கல் போக்கை உரிய அளவில் அம்பலப்படுத்தினாலும் - தேசிய ஒருமைப்பாடு, பாரம்பரியம் ஆகிய போர்வைகளில் இந்தித் திணிப்பு, மத அடிப்படையிலான தேசிய வெறியூட்டல் ஆகிய அம்சங்களைக் கண்டிப்பதில் இன்னும் அதிகத் தீவிரம் காட்டியிருக்க வேண்டும்.

முதல் பாகம் குறித்து விமர்சனங்களைக் காட்டிலும் பாராட்டுக்களே அதிகம் வந்தன. எனினும் கடலூர் பகுதியைச் சேர்ந்த தமிழக மக்கள், முன்னணித் தோழர்கள் சிலர் ஆக்கபூர்வமான சில விமர்சனங்களை முன் வைத்தனர். சொற் பிரயோகங்களில் இருந்த சில குழப்பங்களை அவர்கள் சுட்டிக்காட்டினர். அவர்களுக்கு எங்கள் தோழமை நன்றி. நெருக்கடிகள் முற்றும்போது அரசு மேற்கொள்ளும் கருத்துநிலை நடவடிக்கைகளில் ஒன்றாக பு.க.கொ. நடவடிக்கைகளைக் குறிப்பிட்டிருந்தது பொருந்தாது எனவும், புதிய பொருளாதாரக் கொள்கைக்கேற்ப நவீன தொழில்நுட்பத்தில் தேர்ச்சிபெற்ற மூளை களை உற்பத்தி செய்யும் பொருளாயத நோக்குடனேயே பு.க.கொ. உருவாகியுள்ளது எனவும் அவர்கள் குறிப்பிட்டிருந்தனர்.

மற்ற புதிய கொள்கைகளுக்கும் புதிய கல்விக்கொள்கைக்கும் இடையேயான பொருத்தப்பாட்டை யாரும் மறுக்க முடியாது. ஆனால் பு.க.கொள்கையின் மூலம் ஆளும் வர்க்கம் இங்கே நிறைவேற்ற முயலும் குறிக்கோள்களில் பொருளாதார நோக்கத்திற்கு எந்த அளவும் குறையாமல் கருத்தியல் நோக்கம் மேலோங்கியிருப்பதாகவே நாங்கள் கருதுகின்றோம். பொதுவாகவே பொருளாதார வாதத்திற்கு முக்கியத்துவம் கொடுத்து கருத்தியலம்சங்கள் புறக்கணிக்கப்படுகிற குறைபாடென்பது இந்திய கம்யூனிஸ்ட் கட்சிகளின் வரலாறு முழுமையுமே இருந்து வந்திருக்கின்றது. அந்தத் தவறுகள் மீண்டும் ஏற்படாதிருப்பதில் தோழர்கள் உரிய கவனம் செலுத்தவேண்டும். இதைக் கருத்தியல் நடவடிக்கைகளில் ஒன்றாகக் கருதினால், இந்திராகாந்தி காலத்தில் நெருக்கடிகள் ஏற்பட்ட போது ஏன் இத்தகைய கருத்தியல் நடவடிக்கைகளை மேற்கொள்ளவில்லை எனவும் தோழர்கள் கேட்டிருந்தனர். இந்தக் கேள்வி அடிப்படையிலேயே தவறானது.

ஒரு சந்தர்ப்பத்தில் ஒரு யுக்தி கையாளப்படவில்லை என்பதற்காக அதையொத்த இன்னொரு சந்தர்ப்பத்திலும் அந்த யுக்தி கையாளப்பட மாட்டாது என நம்பினால் நாம் ஏமாந்துதான் போக நேரிடும். அத்தோடு இந்திராகாந்தியின் காலத்திலும் மதம் சார்ந்த கருத்தியல் நடவடிக்கைகளுக்கு முக்கியத்துவம் கொடுக்கப்பட்டதையும் நாம் மறந்துவிடக்கூடாது. பு.க.கொவின் பல்வேறு அம்சங்கள் படிப்படி யாகச் சமீப காலங்களில் வளர்ந்து வந்தவைதான். ஏதோ திடீரெனப் புகுத்தப்படவில்லை என்பதையும் தோழர்கள் கருத்தில் கொள்வது நல்லது.

எனினும் தோழர்கள் சுட்டிக்காட்டிய விமர்சனங்களை நாங்கள் நல் நோக்கத்துடனேயே எடுத்துக்கொண்டோம். இதன் விளைவே இந்நூலிலுள்ள கடைசி இரு கட்டுரைகளும்.

முந்தைய நூல் புதிய கல்விக் கொள்கை நகலறிக்கைகள் மீதான விமர்சனம் என்றால் இந்நூலில் உள்ள முதல் கட்டுரை நகலறிக்கைக்குப் பின் ராஜீவ் அரசு உருவாக்கியுள்ள தேசிய கல்விக் கொள்கையின் அடிப்படையில் வைக்கப்படும் விமர்சனம்.

இந்நூலின் கையெழுத்துப் படியைப் படித்த நண்பர் அத்தி வெட்டி சிதம்பரம் ஒரு கருத்தைக் குறிப்பிட்டார். பாசிச நடவடிக்கையில் அரசுடன் எதிர்க்கட்சிகளும் ஒத்துப்போகிற தன்மையையும் நாம்

குறிப்பிட்டாக வேண்டும் என்கிற அவரது கருத்து முற்றிலும் சரியானதே. இன்றைய ராஜீவ் அரசை எதிர்க்கும் பாராளுமன்றக் கட்சிகள் அனைத்துமே ராஜீவ் அரசின் பாசிச நடவடிக்கைகளாக நாம் குறிப்பிட்டுள்ளவற்றை எதிர்க்கவில்லை என்பது குறிப்பிடத்தக்கது. புதிய கல்விக் கொள்கையைப் பொறுத்தமட்டில் பெரும்பாலான அரசியல் கட்சிகளும் அமைப்புகளும் புதிய கல்விக் கொள்கையின் ஏதேனும் ஓரம்சத்தை மட்டுமே எதிர்ப்பதன் மூலம் மற்ற அம்சங்களை ஆதரிக்கவே செய்கின்றன. இந்த வகையில் பாசிச நடவடிக்கைகளை அதற்குரிய தீவிரத்துடன் அவை எதிர்க்கவில்லை.

சுருக்கமாகவும் மலிவாகவும் கொண்டுவர வேண்டுமென்கிற நோக்கில் இந்நூல் எழுதப்பட்டுள்ளது. எனவே பல பகுதிகள் வெறும் குறிப்புகளாகவே கொடுக்கப்பட்டுள்ளன. விரித்து எழுதியிருந்தால் இருமடங்கு பெரிதாய், ஆனால் விளக்கமாய் அமைந்திருக்கும்.

நூல் முழுதும் அடைப்புக்குறிக்குள் உள்ள எண்கள் தேசியக் கல்விக் கொள்கை அறிக்கையின் பத்தி எண்களாகும். நகலறிக்கை எண்களாக இருந்தால் நகல் என்கிற குறிப்புடன் பத்தி எண்கள் குறிக்கப் பட்டுள்ளன.

கல்விப் பிரச்சினைகள் குறித்து இன்னும் நிறையவே எழுதப்பட வேண்டியவை உள்ளன. 'தோழமை' இத்துறையிலும் தனது பணி களைத் தொடரும். ஆக்கபூர்வமான விமர்சனங்களைத் 'தோழமை' உங்கள் மத்தியிலிருந்து ஆவலுடன் எதிர்பார்க்கிறது.

அ. மார்க்ஸ்

5

கல்விக் கொள்கை தொடர்பான
அ. மார்க்ஸ் நூல்கள்

நமது கல்விப் பிரச்சினைகள், தோழமை வெளியீடு, 1986.

பாசிசமும் கல்விக் கொள்கையும், தோழமை வெளியீடு, 1987.

மாற்றுகளைத் தேடி: கல்வி, கலாச்சாரம், நீதி, மருத்துவம், விடியல் பதிப்பகம் 1995 (நிறப்பிரிகை தொகுப்பான இதிலுள்ள மாற்றுக் கல்வி - பாவ்லோ ஃப்ரெய்ரே சொல்வதென்ன? மற்றும் மாற்றுக்கல்வி சில வெளிநாட்டு அனுபவங்கள் கட்டுரைகள்).

பாட நூல்களில் பாசிசம்: வெறுப்பை விதைக்கும் வரலாற்றுப் பாடங்கள் சுயமரியாதை இயக்கம், 2003.

மெஹ்ரோத்ரா அறிக்கை சொல்வதென்ன?, அரசுக் கல்லூரி ஆசிரியர் கழக வெளியீடு, 1996.

ஆட்சியில் இந்துத்துவம், அடையாளம், 2001 (இந்நூலிலுள்ள இந்துத்துவ அரசின் கல்விக் கொள்கை கட்டுரையில் NCERTஇன் பள்ளிப் பாடத்திட்டத்திற்கான தேசிய அணுகல்முறை' மற்றும் அம்பானி- பிர்லா அறிக்கை ஆகியன விமர்சிக்கப்பட்டுள்ளன).

தந்தை பெரியார் கல்விச் சிந்தனைகள் (தொகுப்பு), பாரதி புத்தகாலயம், 2008.

இவை தவிர தமிழ்நாடு அரசுக் கல்லூரி ஆசிரியர் கழகத்தின் கல்லூரி ஆசிரியர் குரல் இதழில் வெளிவந்துள்ள கட்டுரைகள்.

☯